பூனை மனிதன்

தமிழில் : அ. முத்துலிங்கம்

நற்றிணை பதிப்பகம்

பூனை மனிதன் * தமிழில்: அ. முத்துலிங்கம் * முதல் பதிப்பு: டிசம்பர் 2024 * உரிமை: ஆசிரியர்களுக்கு * தமிழ் மொழிபெயர்ப்பு உரிமை: * அ. முத்துலிங்கம் * வெளியீடு: நற்றிணை பதிப்பகம் (பி) லிமிடெட் * எண். 136, தரைத்தளம், சோழன் தெரு, ஆழ்வார்திருநகர், சென்னை–600 087.

* மின்னஞ்சல் : natrinaipathippagam@gmail.com
* கைபேசி : 94861 77208
* தொலைபேசி : 044 – 4273 2141
* அச்சாக்கம் : துர்கா பிரிண்டர்ஸ், சென்னை – 600 005.

முன்னுரை

வெளிநாட்டில் கிடைக்கும் ஆங்கில இலக்கியப் பத்திரிகைகளை நான் ஆர்வமாகப் புரட்டிப் பார்ப்பது வழக்கம். சிலவற்றில் மொழிபெயர்ப்புகள் வரும், அவற்றைத் தவறாமல் படிப்பேன். பலநாட்டு மொழிகளில் மொழிபெயர்த்து வரும் சிறுகதைகளும், கட்டுரைகளும் சுவாரஸ்யமாக இருக்கும். தமிழ் மொழிபெயர்ப்பு எங்காவது கண்ணில்படுமா என்று தேடுவேன். ஏமாற்றம்தான் மிஞ்சும்.

ஒரு முறை O Henry Best Short Stories 2022 தொகுப்பைப் புரட்டிக்கொண்டிருந்தேன். அந்த வருடம் அமெரிக்காவில் வெளியான 20 சிறந்த சிறுகதைகளின் தொகுப்பு அது. இந்தத் தொகுப்பில் அபூர்வமாக ஒன்றிரண்டு மொழிபெயர்ப்புக் கதைகள் வெளியாவது வழக்கம். ஆனால் ஆச்சரியமாக இங்கே பத்து மொழிபெயர்ப்புக் கதைகள் இடம் பெற்றிருந்தன. இருபது கதைகளில் பத்து மொழிபெயர்ப்புக் கதைகள். நம்பவே முடியவில்லை. தொகுப்பைப் பாராட்டி எழுத வேண்டும் என்று நினைத்தேன்.

அந்த வருடத்துத் தொகுப்பாளர் பெயர் Valeria Luiselli. தொகுப்பிலே மொழிபெயர்ப்புகளுக்குச் சரிசமமாக முன்னுரிமை கொடுத்து பதிப்பித்ததற்கு நன்றி கூறி எழுதினேன். அவர் பதில் போட்டார். ஆனால் அடுத்தவருடம் அப்படி நடக்கவில்லை. மொழிபெயர்ப்புக் கதைகளின் எண்ணிக்கையைச் சுருக்கி விட்டார்கள்.

அப்பொழுதுதான் எனக்குள் சிந்தனை எழுந்தது. ஆங்கிலப் பத்திரிகைகளில் வெளியாகும் பிறநாட்டுக் கதைகளை தமிழில் மொழிபெயர்த்து வெளியிடவேண்டும் என்ற விருப்பம். பிறநாட்டுச் சிறுகதை ஆசிரியர்களுடன் தொடர்பை ஏற்படுத்தி மொழி பெயர்ப்புக்கான அனுமதியைப் பெற்று சீக்கிரம் வேலையைத் தொடங்கவேண்டும் என்று முடிவெடுத்தேன். இயலுமானவரையில் ஆசிரியர்களிடம் சிறுகதை பற்றி உரையாடிச் சிறுகதையின் பின்புலத்தை அறியவேண்டும் என்றெல்லாம் மனதில் திட்டம் இருந்தது. ஆனால் அது பத்து மடங்கு நேரம் எடுக்கும் என்பது எனக்குத் தெரியாது.

நான் முதலில் கண்டுபிடித்த எழுத்தாளர் வண்டார்குழலி மாணிக்கவேல். இவர் தமிழர்தான் ஆனால் வெளிநாட்டில் வளர்ந்தவர். பல ஆங்கிலப் புத்தகங்களை எழுதியிருக்கிறார். இவருடைய சிறுகதைகள் முக்கியமான ஆங்கில இதழ்களில்

வெளியாகியிருக்கின்றன. ஆனால் அவரைப் பற்றி என் நண்பர்கள் ஒருவருக்குமே தெரியவில்லை. எனினும் ஏஜண்ட் மூலம் அவரைப் பிடித்து, மொழிபெயர்ப்பதற்கு ஒப்பந்தம் செய்து, சிறுகதையையும் மொழிபெயர்த்துவிட்டேன். மூன்று நான்கு தடவை பேசிய பின்னர் ஒருவாறாகத் தன்னுடைய பழைய புகைப்படம் ஒன்றை மொழி பெயர்ப்புடன் பத்திரிகையில் பிரசுரிப்பதற்கு எனக்கு அனுப்பி வைத்தார்.

அப்பொழுது நூதனமான சம்பவம் ஒன்று நடந்தது. ஏஜண்ட் அமெரிக்காவில் இருந்து அழைத்து மொழிபெயர்ப்பைத் தான் பார்க்கவேண்டும் என்றார். 'உங்களுக்குத் தமிழ் தெரியுமா?' என்று கேட்டேன். அவருக்குத் தமிழ் தெரியாது என்றாலும் பார்க்கவேண்டும் என்றார். அனுப்பிவைத்தேன். அவர் எங்கேயோ அமெரிக்காவில் பத்தாம் வகுப்புப் படித்த ஒரு மாணவியைத் தேடிப்பிடித்து என் மொழிபெயர்ப்பைச் சரிபார்க்கச் சொன்னார் போலும். இதனிலும் கீழான சிறுமை என் வாழ்நாளில் எனக்குக் கிடைத்தது இல்லையென்றே நினைக்கிறேன். மாணவி ஒரேயொரு கேள்வி எழுப்பினார். 'கல்லீரல் என்றால் அது எப்படியான கல்?' ஒருவாறு அவரிடம் இருந்து பிரதியை மீட்டுத் தொகுப்பில் சேர்த்தேன்.

அப்போது 'பூனை மனிதன்' கதை பற்றிய பேச்சு இலக்கிய உலகில் பிரபலமாகியிருந்தது. எனக்குத் தெரிந்த நாலு எழுத்தாளர் களைத் தொடர்புகொண்டு பூனை மனிதன் பற்றி விசாரித்தேன். அவர்களுக்குத் தெரியவில்லை. இந்தக் கதை நியூயோர்க்கர் பத்திரிகையில் வெளிவந்து இரண்டு வாரங்களில் *1.5* மில்லியன் மக்களைப் படிக்க வைத்தது. பத்திரிகைகளிலும், டிவிக்களிலும் இந்தக் கதை பற்றிய விவாதங்கள் நடந்தன. உலகத்தில் வெளியான முதல் வைரல் சிறுகதை என்ற பெயரைப் பெற்றது. ஆசிரியரைத் தொடர்புகொள்ள முடியவில்லை. ஆனாலும் ஒருவாறு ஏஜண்டைத் தேடிக் கண்டுபிடித்து ஒப்பந்தம் செய்து, உரிய பணம் கட்டி மொழிபெயர்க்க அனுமதி பெற்றேன்.

இந்தத் தொகுப்பில் காணப்படும் கதைகள் எல்லாம் அதிஉயர்ந்த கதைகள் என்று நான் நினைக்கவில்லை. ஆனால் உலகத்துச் சிறுகதைகள் எப்படியெல்லாம் வளர்ந்துவிட்டன, எத்தனை வித்தியாசமான களங்களில் விரிகின்றன, எத்தனை விதமான மனிதர்கள் கதைகளில் எம்மை அதிசயிக்க வைக்கின்றனர் என்பது வியப்பைத் தந்தது. ஆசிரியர்களின் மாறுபட்ட குணாதிசயங்களைக் காணமுடிந்தது. ஓர் எழுத்தாளர் 'கதையை இணையத்தில் வெளியிடலாம் ஆனால், ஒருவருடத்திற்கு மேல் ஓடக்கூடாது' என்றார். இது என்ன கணக்கு? நாலு வாசகர்கள் அதிகமாகப் படிப்பதால் அவருக்கு என்ன நட்டம் வந்துவிடப் போகிறது..

எனக்கு நிறையத் தொந்தரவு கொடுத்தது எழுத்தாளர்களின் மனோபாவம்தான். சில எழுத்தாளர்கள் அனுமதி தரவே இல்லை. சிலர் கடிதத்திற்குப் பதில் போடவில்லை. ஓர் எழுத்தாளர் சொன்னார் 1000 வார்த்தைகளுக்குச் சன்மானமாகத் தனக்கு 50 டொலர் கிடைப்பதாக. ஆனல் அவர் கட்டணம் கொடுத்து மொழி பெயர்ப்புச் செய்ய முயலும் எனக்குக் கதை தர முன்வரவில்லை.

ரோபர்ட் ஃபிராஸ்ட் என்ற அமெரிக்கக் கவிஞர் சில வரிகள் மனதில் தோன்றும்போது அவசரத்துக்குப் பேப்பர் கிடைக்காததால் தன்னுடைய சப்பாத்தில் அந்த வரிகளை எழுதி வைப்பாராம். அதுபோல நான் தொடர்புகொண்ட ஓர் எழுத்தாளர் உணவக மெனு அட்டைகளில் எழுதுவாராம். அவருடைய ஏஜண்ட் பதிப்பகத்தில் அனுமதிபெற்றுத் தருவார் என்றார். கடைசிவரை அது நடக்கவில்லை.

ஆனால் இந்த விதமான ஏமாற்றங்கள், அலட்சியங்கள் எல்லாவற்றையும் தாண்டிய ஓர் உற்சாகமும் கிடைத்தது. சில எழுத்தாளர்கள் நட்பாக நடந்து கொண்டார்கள். வேறு நண்பர் களையும், பத்திரிகைகளையும் அறிமுகப்படுத்தினார்கள். பல சமயங் களில் இதை ஒரு விளையாட்டாகவே நான் எடுத்துக்கொண்டேன். என்னுடைய பெயரைக் கூகிளில் தேடி, என் கதையைப் படித்துவிட்டுத் தன் கதையை தந்த ஓர் எழுத்தாளரும் இருந்தார்.

இன்னொருவர் ஆறுமாதத்தில் நட்பாகினார். அவர் ஸ்பானிஷ் மொழியில் எழுதி ஆங்கிலத்தில் மொழியாக்கம் செய்து பத்திரிகையில் வெளியிடுபவர். ஜேர்மனியில் பேர்லின் நகரில் வசிக்கிறார். இப்படி ஒரு கடிதம் எழுதினார். 'நீங்கள் எப்போதாவது பேர்லினுக்கு வரும்போது என் வீட்டு அழைப்பு மணியை அடியுங்கள்.' என்ன ஆச்சரியம்! தன் வீட்டுக்கே என்னைக் கரிசனையுடன் அழைத்தார். ஆனால் வீட்டு முகவரியை எனக்குத் தர மறந்துவிட்டார்.

இந்தத் தொகுப்பில் என்னுடைய சொந்தக் கதை ஒன்றும் இருக்கிறது. கடந்த இரண்டு வருடங்களில் நான் எழுதிய ஒரே கதை. ஒரு நல்ல நண்பரின் வேண்டுகோளைத் தட்டமுடியாமல் எழுதியது. ஒரு முழுமை கிடைக்கும் என்ற காரணத்துக்காக அதையும் இந்தத் தொகுப்பில் சேர்த்திருக்கிறேன்.

யுகன் இல்லாவிட்டால் இந்தத் தொகுப்பு சாத்தியமில்லை. அவருக்கு என் நன்றி.

அ. முத்துலிங்கம்
கனடா
27 டிசம்பர் 2024

பொருளடக்கம்

1. எடிசன் 1891 – சைமன் ரிச் 7

2. பெண்களுக்கு இடமில்லை – ஃபாரா அஹமெட் 13

3. டாச்சாவுக்குப் போகும் வழியில்
– ஜோசிப் நோவாகோவிச் 22

4. அவர்கள் இறந்த வரிசை – டொலி ரீஸ்மான் 31

5. இப்பொழுது நாங்கள் ஐவர் – டேவிட் செடாரிஸ் 39

6. சிலை விளையாட்டு – குழலி மாணிக்கவேல் 51

7. அவன் மாதிரி ஒருத்தன் – தோமஸ் கோர்ஸ்கார்ட் 63

8. அல்லாவே கருணை காட்டும் – மொஹமட் நசீகு அலி 84

9. பூனை மனிதன் – கிரிஸ்டென் ரூப்பினியான் 106

10. அதிர்ஷ்டமில்லாத மனிதன் – சமன்ரா ஸ்வெப்லின் 128

11. ஒரு புதிய எசமான் – ஹன்னா கிராப்ட்ஸ் 139

12. ரோமன் பேர்மன் மஸாஜ் – மருத்துவர்
– டேவிட் பெஸ்மொஸ்கிஸ் 144

13. நான் பேசுவதை ஒருவரும் கேட்பதில்லை 161
– அனெற் சான்போஃர்ட்

14. முதல் நாள் – எட்வர்ட் பி. ஜோன்ஸ் 168

15. சைபர் தாக்குதல் – அ. முத்துலிங்கம் 176

16. மீன் கதைகள் – ஜனிகா ஓசா 186

எடிசன் 1891

சைமன் ரிச்

'தொந்தரவுக்கு மன்னிக்கவும்,' ஜெட் முனகினான். 'நான் மறுபடியும் ஏதோ குழப்பிவிட்டேன் என்று நினைக்கிறேன்.'

தோமஸ் அல்வா எடிசன் கண்களைச் சுருக்கி அந்தப் பையனைப் பார்த்தார். ஜெட்டுக்கு மூளை கிடையாது என்ற விசயம் சிலகாலமாக அவருக்குத் தெரியும். ஆனால் சமீபத்தில்தான் இந்தப் பையன் உண்மையான முட்டாள்தான் என்று சந்தேகப்படத் துவங்கியிருந்தார்.

'இப்பொழுது மீண்டும் என்ன?' எடிசன் முணுமுணுத்தார்.

'நீங்கள் ஐந்து சென்டிலிட்டர் கலக்கச் சொன்னீர்களா?'

'இல்லை, ஐந்து மில்லி லிட்டர்.'

பக்கத்தில் இருந்த கண்ணாடிக் குடுவை கூர்மையான கண்ணாடித் துண்டுகளைச் சிதறியடித்தபடி வெடித்தது.

'மன்னிக்கவும்' ஜெட் குழைந்தான்.

எடிசன் துடிக்கும் நெற்றியைத் தேய்த்தார். அவர் உள்ளூர் பையன் ஒருவனை ஆய்வுக்கூடத்தில் கூடமாட உதவி செய்வதற்காகச் சேர்த்திருந்தார். ஆனால் ஒரு சின்ன வேலையைக் கூடச் சரியாகச் செய்ய அவனுக்குப் புத்தி எட்டவில்லை. விஞ்ஞானத்துக்கு இந்தப் பையன் ஏதாவது பங்களிக்க விரும்பினால் அவனுடைய சிறந்த கொடை அவன் மூளைதான். அதை வெட்டி ஆராய்ந்தால் ஒரு மூடனின் மூளை எப்படிச் செயல்படுகிறது என்ற உண்மை விஞ்ஞானிகளுக்குக் கிடைக்கும். அவனால் வேறு ஒரு பயனும் இல்லை.

சிலவேளை ஒரு பிரயோசனம் இருக்கலாம்.

* * *

'நான் என்ன செய்யவேண்டும்?' ஜெட் கேட்டான்.

'நீ சும்மா நில். இதோ, இந்த இடத்தில்' எடிசன் சொன்னார். உலோகத்தாலும், கண்ணாடியாலும் உருவாக்கப்பட்ட சதுரமான ஒரு கருவியின் முன்னால் பையனை நிறுத்தினார்.

அவர் சொன்னார், 'ஓகே, அக்சன்.'

'என்ன?' பையன் திருதிருவென முழித்தான்.

'ஏதாவது செய். உன் உடம்பைச் சும்மா ஆட்டு.'

'என்ன மாதிரி?'

'எதுவென்றாலும் பரவாயில்லை.'

எடிசனுக்குப் பொறுமையைக் கடைப்பிடிப்பது கடினமான ஒன்றாக மாறிக்கொண்டு வந்தது.

'இதோ' பையனிடம் இரண்டு நீள்சதுரமான தடிகளைக் கொடுத்தார். 'இவற்றைச் சும்மா உன்னைச் சுற்றிச் சுழட்டு.'

தடிகளைப் பெற்றுக்கொண்டு ஜெட் தன் தலைக்கு மேல் அவற்றை இங்குமங்கும் வீசினான். அதைப் பார்க்கக் கொஞ்சம் பரிதாபமாகத்தான் இருந்தது. ஆனால் அது இப்போது முக்கியமில்லை. எடிசன் தன்னுடைய மகத்துவமான கினெட்டோ கிராஃப் கண்டுபிடிப்பை உலகத்திற்குக் காட்டவேண்டும்.

அதிவேகமாக மூடித் திறக்கும் காமிரா கண்கள் வழியாக அவரால் உயிருள்ள புகைப்படங்களைப் படைக்க முடியும். அதாவது நகரும் படங்கள். அவர் கண்டுபிடித்த பாட்டுப் பெட்டி அவருக்குப் புகழைத் தேடித் தந்தது. மின்சார பல்ப் பணத்தைக் குவித்தது. ஆனால், இந்தக் கருவி அவருக்குச் சாகாவரம் தரக்கூடியது. அவர் பெயரை நிரந்தரமாக நிலைக்கச் செய்யும். இது, அவருக்குத் தெரியும், உலகத்தை என்றென்றைக்குமாக மாற்றிவிடும்.

* * *

தன்னுடைய திரைப்படத்துக்கு எடிசன் கொஞ்சம் கேலி தொனிக்கும் விதமாக சூட்டிய பெயர் 'நியூவார்க் விளையாட்டு வீரன்.' மக்களுக்கு அது பிடிக்கும் என்பது அவர் எதிர்பார்த்தது தான். அவருடைய ஆய்வுக்கூடத்தில் முதல் தடவையாக அதை வெளியுலகத்துக்குக் காட்டியபோது கிடைத்த எதிர்வினை அவர் கனவிலும் நினைத்திராத ஒன்று. அவர் அழைப்பை ஏற்று வந்திருந்த

பத்திரிகை நிருபர்கள் எழுந்து நின்று கைதட்டி ஆரவாரித்தார்கள். சிறுவர்களைப்போல சத்தமிட்டுச் சிரித்துக் கும்மாளமிட்டனர்.

எடிசன் சொடக்குப்போட்டதும் அவரிடம் சுருட்டை நீட்டுவதற்கு ஜெட் ஓடி வந்தான். 'கேள்விகள் ஏதாவது உண்டா?' எடிசன் நிருபர்களைப் பார்த்துக் கேட்டார். அவர்கள் கூச்சலிடத் தொடங்கினார்கள். 'இதோ, இவன்தான் நியூவார்க் விளையாட்டு வீரன்.' ஒருவர் ஜெட்டைச் சுட்டிக்காட்டிக் கத்தினார்.

எடிசன் ஜெட்டைத் திரும்பிப் பார்த்தார். அவன் அத்தனை பேரின் கவனமும் தன்மேல் விழுந்ததைக் கண்டு ஆச்சரியப்பட்டு இளித்தபடி நின்றான்.

'ஆம், உண்மை. இவனைத்தான் நான் என்னுடைய கண்டுபிடிப்பைக் காட்டுவதற்காகப் பயன்படுத்தினேன். ஏதாவது கேள்விகள்?'

நிருபர் ஒருவர் கையைத் தூக்கினார். 'இந்தப் பையனிடம் ஒரு கேள்வி கேட்கலாமா?'

எடிசன் திணறிப்போனார். ஆனாலும் அந்த நூதனமான வேண்டுகோளினால் பெரிதாக ஆபத்து ஒன்றும் இல்லை என்று பட்டது.

'அதற்கென்ன, பிரச்சினை இல்லை' என்றார்.

நிருபர் வெட்கத்துடனும் பதற்றத்துடனும் ஜெட் பக்கம் திரும்பினார்.

'ஆ, இது சிலிர்ப்பூட்டுகிறது. முதலில் நான் சொல்ல விரும்புவது உங்கள் திரைப்படம் என்னைக் கிறங்கடித்துவிட்டது என்பதைத்தான்.'

சுருட்டுப் புகைத்தபடி நின்ற எடிசனுக்கு ஒரு கணம் மூச்சு நின்றுவிட்டது. அது ஜெட்டுடைய திரைப்படம் அல்ல; அவருடையது. கணத்துக்கு கணம் அதிகரிக்கும் எரிச்சலுடன் அந்த நிருபரின் பிதற்றல்களைச் செவிமடுத்தார்.

'நாங்கள் எல்லோரும் கேட்க விரும்பும் கேள்வி என்னவென்றால் எப்படி உங்கள் பாத்திர நடிப்புக்கு வேண்டிய தயாரிப்புகளைச் செய்தீர்கள்?'

பையன் தோள்களை அசைத்தான். 'பெரிதாக ஒன்றுமில்லை. சும்மா காமிராவுக்கு முன் நின்றதுதான் நான் செய்தது.'

நிருபர் தலையை ஆட்டினார். 'அப்படியே உங்களுக்கு அமைந்தது. நான் விளையாட்டு வீரனாக மாறவேண்டும் என நினைத்தீர்கள். அப்படியே ஆனது.'

மறுபடியும் ஜெட் தோள்களை ஆட்டினான். 'அப்படித்தான் நினைக்கிறேன்.'

'ஓ, ஓ' நிருபர் ஆச்சரியத்துடன் தலையை ஆட்டினார். 'ஓ கடவுளே.'

'ஓகே.' எடிசன் பவ்வியமாக இடைமறித்தார். 'அது நல்ல கேளிக்கைதான். எனக்குக் கேள்விகள் உள்ளனவா? அதாவது இந்த அரிய கருவியைக் கண்டுபிடித்த எனக்கு ஏதாவது கேள்வி இருக்கிறதா?'

பின் வரிசையில் இருந்த ஒரு நிருபர் கத்தினார். 'ஜெட், திரைத்துறையில் புதிதாக ஈடுபட விரும்பும் ஒருவருக்கு உங்கள் அறிவுரை என்ன?'

ஜெட் தோள்களை ஆட்டி 'எனக்குத் தெரியாது' என்றான்.

'தயவுசெய்து' நிருபர் மன்றாடினார்.

ஜெட் தலையைச் சொறிந்தான். 'நான் நினைக்கிறேன், உங்கள் கனவைத் தொடருங்கள்.'

கூட்டம் கைதட்டி ஆரவாரித்தது.

எடிசன் மறுபடியும் நிருபர்களின் கவனத்தைத் தன் பக்கம் திருப்ப முயன்றார். ஆனால் அதற்கான தருணம் ஏற்கனவே கடந்துவிட்டது.

எடிசனைத் தாண்டி எல்லோரும் ஜெட்டிடம் ஓடினார்கள். அவனைச் சுற்றி நின்று அவனுடைய தனிப்பட்ட வாழ்க்கை பற்றி கேள்விகளால் துளைத்தார்கள்.

'இல்லை, நான் ஒருவரையும் இப்பொழுது பார்க்கவில்லை.' அவன் சொல்வது எடிசனின் காதில் விழுந்தது.

'ஒருவரையும் பார்க்கவில்லை என்றால் என்ன பொருள்? காதலிக்கவில்லை என்றா?'

'சும்மா பேசிப் பழகுவதுதான்.'

'பேசிப் பழகுதல் மட்டும்தானா?'

அவருடைய ஆய்வுக்கூடத்துக்குள் நின்ற கும்பல் அவரையே வெளியே தள்ளிவிட்டதை எடிசன் அதிர்ச்சியுடன் உணர்ந்தார். நிருபர்கள் அவரைத் தாண்டி காமிராக்களைத் தூக்கிக்கொண்டு பாய்ந்தனர். காமிரா பல்ப் பவுடர் அவர் முகத்தில் தெறித்தது. தொண்டையில் மக்னீசியம் புகை நிரம்பி எடிசன் இருமினார். அவர் முழங்கால்கள் மடிந்து சாய்ந்தபோது அவருக்கு ஒன்று புலப்பட்டது. அவருடைய முன்கணிப்பு உண்மையாகிவிட்டது. இந்தத் தடவை அவர் உலகை என்றென்றைக்குமாக மாற்றி விட்டார்.

◯

ஃபாரா அஹமெட்

Farah Ahamed ஓர் ஆங்கில எழுத்தாளர்; லண்டனில் வசிக்கிறார். இவருடைய கட்டுரைகள் சிறுகதைகளை நான் அவ்வப்போது படித்துப் பாராட்டுவேன். அவரும் ஆங்கிலத்தில் மொழிபெயர்த்து வரும் என்னுடைய சிறுகதைகளைப் படித்துக் கருத்து சொல்வார். அடிக்கடி மின்னஞ்சல்கள் எழுதிக் கொள்வோம்.

சமீபத்தில் World Literature Today இல் அவர் எழுதிய கட்டுரை ஒன்றைப் படித்தேன். லாகூரில் கோர்ட்டு வளாகத்துக்குள் அவர் போனபோது அவருக்கு ஏற்பட்ட அனுபவம். லாகூர் கோர்ட்டுக்கு நானும் ஒரு பார்வையாளராகப் போயிருக்கிறேன். கட்டுரை சுவாரஸ்யமாக இருந்தது. அவரிடம் எழுதி மொழிபெயர்ப்பதற்கு அனுமதி கோரினேன்; சம்மதித்தார். அதுதான் இந்தக் கட்டுரை.

பெண்களுக்கு இடமில்லை

கடந்த சில வருடங்களாக நான் லாகூரில் வசிக்கிறேன். சமீபத்தில் ஈரானியப் பெண்களின் ஆர்ப்பாட்டம் என்னில் மாத்திரமல்ல ஏனைய பெண்களிடமும் பெரும் மாற்றத்தை ஏற்படுத்தியிருந்தது. பெண்களின் விடுதலைக்கும், நீதிக்கும் நாங்கள் கொடுக்க வேண்டிய விலை நினைவுக்கு வந்தது. இதை மனதில் வைத்துக்கொண்டு லாகூர் உயர்நீதிமன்றத்துக்குச் சென்று, அங்கே பெண்கள் நடத்தப்படும் நிலைபற்றி அறிய வேண்டும் என முடிவு செய்தேன்.

ஒரு நண்பரின் ஆலோசனைப்படி, நான் தனித்துத் தெரியாமல் இருக்க, ஒரு வழக்கறிஞர்போல வேடம் அணிய முடிவெடுத்தேன். வெள்ளை சல்வார் கமிசும், கறுப்பு கோட்டும் அணிந்து என்னை ஆயத்தப்படுத்தினேன். அன்று காலை வழக்கறிஞர் வேடத்தில் சென்றபோது, 20 வருடங்களுக்கு முன்னர் நான் கென்யாவில் வழக்கறிஞராக நிசத்தில் வேலைசெய்தது ஞாபகத்தில் வந்தது.

அந்த டிசெம்பர் மாதம் நான் ஒரு வாகனத்தில் புறப்பட்டபோது ஆகாயத்தில் முகில்கள் கிடையாது; சாம்பல் கலர் பனிப்புகைதான் சூழ்ந்திருந்தது. வாகனங்கள் ரோட்டில் நெருக்கியடித்தன. புறாக்கள் காவல்காரர்கள் போல தாறுமாறாக ஓடும் மின்கம்பிகளில் அமர்ந்திருந்தன. ஒரு மனிதன் முரட்டுக் குரலில் தன்னிடம் அவித்த முட்டைகளை வாங்கும்படிச் சனங்களை நோக்கிக் கத்தினான். சிவப்பு செங்கற்களால் கட்டப்பட்ட உயர்நீதிமன்றம், தலைமை அஞ்சல் கட்டடத்துக்கு அருகாமையில் இருந்தது. இது 1889இல் பிரிட்டிஷ்காரர்களால் இந்திய முகம்மதிய பாணியில் உருவாக்கப்பட்டது. இதைக் கட்டுவதற்குச் செங்கற்கள், மென்சிவப்பு பளிங்கு கற்கள் சுட்ட களிமண் போன்றவற்றைப் பயன்படுத்தியிருந்தனர். உயர்ந்து நிற்கும் கோபுரவாசல் வழியாக உள்ளே நுழைந்ததும், சுற்றுச்சுவர் கொண்ட வனப்புமிக்க நிலப்பரப்பு காணப்பட்டது. அந்த இடம் உயரமான அடர்ந்த இலை மரங்களும், நடைபாதை பூக்கன்றுகளும், சிறு

செடிகளுமாக நிறைந்து வனப்புடன் காணப்பட்டது. அத்தனை பசுமையான இயற்கைக் காட்சிகளின் மத்தியிலும் சூழ்நிலை இறுக்கமாகவே இருந்தது. என்னுடைய எதிர்பார்ப்பு ஏமாற்றம் தந்தது. அந்த இடம் முழுக்க ஒருவிதமான கெட்ட ஆவி ஆக்கிரமித்ததுபோலவே எனக்குத் தோன்றியது.

உயர் நீதிமன்றம் ஒன்பது மணிக்கு ஆரம்பமாகும் ஆனால் நான் நேரத்துக்கு முன்னரே போய்விட்டிருந்ததால் அந்த இடத்தைச் சுற்றிப்பார்க்கக் கூடியதாக இருந்தது. மூலைக் கடையில் ஒருமனிதன் வழக்கறிஞர்கள் அணியும் மேலங்கி, வெள்ளை சேர்ட், கோடுபோட்ட கழுத்துப் பட்டி, கறுப்புக் காலணிகளை விற்றுக் கொண்டிருந்தான். எனக்கு ஆச்சரியம் தாங்கவில்லை. நடிகர்கள் வேடமணிவதற்கு உடைகள் விற்பதுபோல வழக்கறிஞர்களுடைய ஆடைகளும் விற்பனைக்கு இருக்கின்றனவா? வெள்ளை சல்வார் கமிசும், கறுப்புக் கோட்டும் கூட இங்கே கிடைக்குமா என்று கேட்டேன். அந்த மனிதன் என்னை ஒரு மூடனைப் பார்ப்பது போலப் பார்த்தான். 'உனக்கு வேண்டியதை நீ அனார்க்கலி ஆடைக்கடையில் வாங்கிக்கொள். ஆனால் ஒரு கறுப்புக் கவுனை என்னால் உனக்கு விற்கமுடியும். இன்று மலிவு விலை நாள்' என்றான்.

காலைச் சூரியனின் மெல்லிய இதமான சூட்டைத் தோட்டத்தில் உணரமுடிந்தது. பலவிதமான மனிதர்களின் நிழல்கள் முகப்பு வளைவுகளின் கீழாக நகர்ந்தன. அத்தனை ஆயிரம் மனிதர்கள் இந்த வளைவுக்குக் கீழால் தங்களுக்கு நீதி கிடைக்கும் என்ற கனவோடு நடந்திருப்பார்கள் என்ற எண்ணம் என் மனதில் உதித்தது. காத்திருக்கும் நேரத்தில் ஒரு கோப்பைத் தேநீர் குடிக்கலாமே என்ற நினைப்பு வந்தது. தேநீர் கடை ஒரு திறந்த வெளியில், நெளிந்த இரும்புக் கூரையின் கீழ், நிரையாக அடுக்கிய வாங்குகள் கொண்ட ஓர் இடம்தான். தொந்திகளை இறுக்கிப்பிடிக்கும் உடைகளுடன் ஆண்கள் அமர்ந்து வீண்கதைகள் பேசியபடி தேநீர் அருந்தினார்கள். அவர்கள் கால்களில் காலுறைகள் மட்டுமே காணப்பட்டன. அங்கேயிருந்து உருவப்பட்ட காலணிகளை, அழுக்கான உடையணிந்த ஒரு மனிதன் முழங்காலில் அமர்ந்து மினுக்கிக்கொண்டிருந்தான். இன்னொருவர் அவனை அவசரப்படுத்தினார். சப்பாத்து மினுக்கி அவரைச் சட்டை செய்யாமல் தன் பாட்டுக்குக் காலணியைத் தேய்த்தான். 'நான் என்னால் முடிந்ததைச் செய்கிறேன். ஆனால் உங்கள் காலணிகள் கேவலமாக அழுக்காகிக் கிடக்கின்றன.' அந்த ஆள் சிரித்தார். 'நீ

வேறு என்ன நினைக்கிறாய். சட்டம் என்பது கேவலமான அழுக்கான விசயம்தான்.’ நான் ஒரு சேவகனை நிறுத்தி எனக்கு ஒரு தேநீர் கொண்டுவரும்படி பணித்தேன். அவன் என்னை எரிச்சலாகப் பார்த்து மூடியிருக்கும் ஒரு கதவைச் சுட்டிக்காட்டி ‘அதுதான் பெண்கள் அறை’ என்றான்.

அப்பொழுதுதான் எனக்கு நினைவுக்கு வந்தது. நான் எங்கே பார்த்தாலும் அங்கே ஆண்கள்தான் நிறைந்திருந்தார்கள். ஆண் வழக்கறிஞர்கள் கவுண் அணிந்து தொலைபேசியில் அல்லது இன்னொருவருடன் சத்தமாகப் பேசிக்கொண்டிருந்தார்கள். பாரமான புத்தகங்களைக் காவியபடி எழுத்தர்கள் காணப் பட்டார்கள். குடிமுழுகிப்போன மாதிரி முகத்தை வைத்துக் கொண்டு ஆண்கள் எங்கோ விரைந்துகொண்டிருந்தனர்.

நான் மேலும் கவனமாகச் சுற்றிலும் பார்த்தேன். இருபது நிமிடங்களில் பத்து பெண் வழக்கறிஞர்களை என்னால் எண்ணமுடிந்தது. என்னைப் போலவே அவர்களும் உடை தரித்திருந்தனர். அவர்கள் முகங்கள் உறுதியுடனும், தீவிரமாகவும் இருந்தன. ஆனால் பெண் வாதிகளும், பிரதிவாதிகளும் எங்கே? எங்கே பெண் எழுத்தர்களும், சாட்சிகளும்? நான் ஒருவரைப் பார்த்துப் புன்னகைத்தேன். அதைச் சாட்டாக வைத்து ஒரு பேச்சை ஆரம்பிக்கலாம் என்றுதான். ஆனால் அந்தப் பெண்ணின் முகத்தில் ஒருவித உணர்ச்சியையும் என்னால் காணமுடியவில்லை.

பெண்களுக்கான அறைக்குள் ஒரு மேசையும், களைத்து விழுந்து பழுதான ஒரு சோபாவும் இருந்தன. சுவரிலே பாகிஸ்தானின் முதல் கவர்னர் ஜெனரலான முகம்மது அலி ஜின்னாவின் படம் ஒன்று மாட்டப்பட்டிருந்தது. மங்கிப்போன பாகிஸ்தான் தேசியக் கொடியும், ஒரு மரக்கட்டையில் ‘ஒற்றுமை, நம்பிக்கை, ஒழுக்கம்’ என்று எழுதிய வார்த்தைகளும் காணப்பட்டன.

தளபாடங்களைத் துடைத்து வைக்கும் ஒரு பெண்ணைத் தவிர வேறு பெண்களைக் காணவில்லை. அந்தப் பெண் என்னைக் கண்டவுடன் முகத்தில் ஒருவித உணர்ச்சியையும் காட்டாமல் ‘நீங்கள் வழக்கறிஞர்கள் அறையில் தங்கலாமே’ என்று சொன்னார். எல்லாப் பெண்களுக்கும் என்ன நடந்தது என்று கேட்க விருப்பம்தான். ஆனால், அவர் குரலில் காணப்பட ஒருவித வெறுப்பு என்னை மேலும் கேள்வி கேட்காமல் தடுத்தது. தன்னைத் தனியே விடும்படி அவர் விரும்பியது எனக்குத் தெரிந்தது. ஆகவே அவர் சொல்லிய மாதிரியே செய்தேன்.

வழக்கறிஞர்களுக்கான அறை உயர்ந்த சீலிங் கொண்ட பெரிய விருந்து மண்டபம்போல காட்சியளித்தது. நீண்ட பெரிய மேசையைச் சுற்றி தோல் நாற்காலிகள் போடப்பட்டிருந்தன. ஒரு சில சூட் அணிந்த ஆண்கள் செய்திப் பத்திரிகை படித்தார்கள். இன்னும் சிலர் பெரிய தொலைக்காட்சித் திரையில் விளையாட்டுச் செய்திகளைப் பார்த்தார்கள். ஒரு கிழவன் நிலத்தைக் கூட்டி மேசையைத் துடைத்தான். மிகப்பெரிய தங்கச் சட்டம் போட்ட முகம்மது அலி ஜின்னாவின் படம், ஒரு மணிக்கூடு, தேசியக் கொடியின் படம் ஆகியவை அங்கே காணப்பட்டன. நான் வாசல் பக்கத்தில் உட்கார்ந்து காத்திருந்தேன். யாரோ கோர்ட் ஆரம்பித்துவிட்டது என்று கத்தியது கேட்டது. ஒருவரும் என்னைத் திரும்பியும் பார்க்கவில்லை. உயர் நீதிமன்றத்துப் பிரதான நுழைவாசல் ஆண்களால் மூடப்பட்டிருந்தது. ஆறு மிலிட்டரி வாகனங்கள் திடீரென்று வந்தன. நூற்றுக்கணக்கான கலகம் அடக்கும் போலிஸ்காரர்கள் சீருடைகளில் கேடயங்கள், துப்பாக்கிகள், குண்டாந்தடிகளோடு இறங்கினர். அவர்கள் கொண்டாட்ட மனநிலையில் இருந்தனர். கட்டடத்தைச் சுற்றி அவர்களுக்குக் காவல் வேலை. அவர்கள் பெரும் சண்டைபோட புறப்பட்டவர்கள்போல இல்லை. வழமையாகச் செய்யும் ஓர் அலுப்பு பிடித்த வேலைக்கு வந்ததுபோலவே காணப்பட்டனர்.

முன்பின் தெரியாத ஒருவர் சொன்னார் சட்டவாளர்கள் வேலை நிறுத்தம் செய்திருக்கிறார்கள் என்று. ஏனென்றால் கோர்ட் வளாகத்துக்குள் ஒருவர் உடை மாற்றியது நீதிமன்ற அவமதிப்பு என்று சொல்லி ஒரு நீதிபதி தண்டனை விதித்திருந்தார். அந்தத் தீர்ப்புக்கு இந்தச் சட்டவாளர்கள் சிலர் எதிர்ப்பு தெரிவித்தனர்.

நான் நீதிமன்றத்துக்குள் நுழைந்தேன். தேக்கு மரத்தினாலான தட்டைக் கூரையும், வளைந்த யன்னல்களுமாக அமைந்த பார்வையாளர் கூடம். பளிங்குத் தரை அத்துடன் நன்றாக மினுக்கப்பட்ட கறுப்பு நிறத் தேக்கு இருக்கைகள். அறையைச் சுற்றி நிரையாக, சிரிக்காத கடுமையான முகத்துடன் தோற்றமளிக்கும் உயர் நீதிமன்ற நீதிபதிகளின் படங்கள். உயர் நீதிமன்றம் ஆரம்பித்த நாளில் இருந்து அன்றுவரை பதவி வகித்த எல்லோருமே வெள்ளை நிற அல்லது பழுப்பு நிற ஆண்கள். ஒரு பெண் முகம்கூடக் கிடையாது.

ஆண் நீதிபதி கறுப்புக் கவுணும் சிவப்பு குறுக்குப் பட்டையும் தரித்து, கண்ணாடி அணிந்த வழுக்கை தலையுடன், முன்னே கண்ணியமாக அமர்ந்திருந்தார். தலைமை நீதிபதி தன் முன்னால்

நின்ற இரண்டு வழக்கறிஞர்களிடமும் ஏதோ பேசினார். ஒருவர் தன் கையிலிருந்த கோப்பில் உள்ள ஒற்றைகளை இடைவெளி விடாமல் திருப்பிக்கொண்டே இருந்தார். அவர்களுக்குப் பின்னால் நின்ற இருவரும் டாம்பீகமாக மொகலாயர் காலத்தை நினைவூட்டும் விதமாக அலங்கார தலைப்பாக்கள் அணிந்திருந்தனர். வழக்கறிஞர்கள் நீதிபதியிடம் கோப்புகளைக் காட்டும் சமயம் மேலும் இரண்டு பேர் குறிப்புகள் எடுத்தனர். நீதிபதி தன் குரலை உயர்த்தி ஒரு குறிப்பிட்ட பகுதியைச் சுட்டினார். அதற்குப் பதிலாக மற்ற வழக்கறிஞர் தன் புத்தகத்தைத் திறந்து காட்டினார். அது சரியான வாசகம் இல்லை என நீதிபதி சொன்னார். மற்ற வழக்கறிஞர் இன்னொரு கோப்பை நீட்டினார். நீதிபதி பொறுமை இழந்தார். 'அது சம்பந்தமில்லாதது, சட்டம் அப்படியல்ல வேலை செய்வது' என்றார். அன்று வழக்கை ஒத்திவைத்தார்.

தலைப்பாகை அணிந்த சேவகர்கள் வாசலுக்குச் சென்று ஒரு பேரைச் சொல்லி அழைத்தார்கள். இரண்டு வழக்கறிஞர்கள் தங்கள் தங்கள் எழுத்தர்களுடன் பெரிய பெரிய கட்டு கோப்புகளைக் காவிக்கொண்டு உள்ளே நுழைந்தனர். இப்போதும் அதே நடந்தது. நீதிபதியும் வழக்கறிஞர்களும் ஏதோ வாக்குவாதம் செய்தார்கள். நீதிபதிக்கு எரிச்சல் ஏற்பட்டது. வழக்கு ஒத்தி வைக்கப்பட்டது. ஒரு வழக்கும் பெண் வழக்கறிஞர்களால் கொண்டு வரப்படவில்லை. அந்த நீதிமன்றத்தில் என்னைத்தவிர வேறு பெண்ணே கிடையாது. எனக்குப் பக்கத்தில் நின்ற மனிதரிடம் வினவினேன், 'பெண்கள் எல்லோரும் எங்கே?' அவர் குழம்பிப்போய் புரியாமல் விழித்தபிறகு தன் விரலை உதடுகளுக்குக் குறுக்காக வைத்து என்னை எச்சரித்தார்.

நெருக்கி மூச்சுமுட்டி வாசலுக்குச் சென்றால், அங்கே அதே சமயம் ஆறுபேர் ஒன்றாக உள்ளே நுழைய முயன்றார்கள். எனக்கு அவர்கள் வழிவிட்டுத் தரவில்லை. ஆனால், தள்ளி நிற்கச் சொன்னார்கள். நான் அவர்கள் கண்களுக்குத் தட்டுப்படவே இல்லை. நான் உண்மையில் மற்றவர்கள் கண்களுக்குத் தென்படுகிறேனா என்பதை உறுதிப்படுத்த வெளியே உட்கார்ந்திருந்த காவலாளிக்கு வணக்கம் சொன்னேன். அவன் முகத்தில் ஒரு மாற்றமும் இல்லை, தொடர்ந்து புகை பிடித்தான். நான்தான் சங்கடப்பட்டு வேறு எங்கோ பார்க்கவேண்டி நேர்ந்தது.

நூலகத்துக்குப் போனேன். சுவருடன் ஒட்டியபடி நின்ற போதுமான காபினெட்களுக்கு நடுவே மேசையும் நாற்காலிகளும் இருந்தன. மேசைகளில் சிறிய மரக்கட்டைகளில் ஒரு பக்கம்

'தயவுசெய்து ஊழியர்களிடம் கனிவாக நடவுங்கள்' என்றும் மறுபக்கத்தில் 'மௌனம் அனுட்டிக்கவும்' என்றும் எழுதியிருந்தது. நூலகர் ஓர் ஆண். மேசையில் அமர்ந்திருந்த ஆண்கள் தங்கள் செல்பேசிகளை மேலும் கீழுமாகத் தடவி ஓட்டிக்கொண்டிருந்தனர். ஒரு பெண்கூட கண்ணில் தென்படவில்லை.

ஒருவித ஒழுங்கு விதிகளையும் பின்பற்றாமல் புத்தகங்கள் தாறுமாறாக அடுக்கப்பட்டிருந்தன. சில புத்தகங்களை எடுத்துப் பக்கங்களைப் புரட்டிப் பார்த்தேன். புத்தகங்களின் உள்ளட்டை களில் எழுதப்பட்ட வாசகங்களின்படி அனைத்துப் புத்தகங்களும் பழைய மூடப்பட்ட சட்டக் கம்பனிகளிலிருந்தும், ஓய்வுபெற்ற வழக்கறிஞர்களிடம் இருந்தும் நன்கொடையாகப் பெறப்பட்டவை என்பது தெரிந்தது. ஒரு பெண் எழுத்தாளர் எழுதிய ஒரு புத்தகமாவது அங்கே இல்லை.

பழையபடி நடைபாதையில் வளைந்த அலங்கார வாசல் வழியாகச் சூரிய வெளிச்சம் என்னில்பட நின்றேன். 'மன்னிக்கவும். நீங்கள் பாதையைக் குறுக்காக மறிக்கிறீர்கள்' என்று ஒருவரும் சொல்லவில்லை. மாறாக என்னை உரசிக்கொண்டோ, அல்லது என்னைச் சுற்றியோ போனார்கள். கூட்டமாக வரும் சமயத்தில் என்னை விலத்தப்பண்ணிச் சென்றார்கள். நான் மண்டபம் பக்கமாக நகர்ந்தேன். வெளியே ஒவ்வொரு அலுவலகமும் ஓர் ஆணின் பெயருடனும், அவருடைய சின்னத்துடனும் காட்சியளித்தது. நான் இருபது கதவுகளைச் சோதித்தேன். ஒரு பெண்ணின் பெயரும் இல்லை.

நான் பழையபடி வழக்கறிஞர் உடைகள் விற்கும் கடைக்குச் சென்று 'இங்கே பெண் வழக்கறிஞர்கள் மிகவும் குறைவாக இருக்கிறார்களே, என்ன காரணம்?' என்று அந்தக் கடைக்காரரிடம் கேட்டேன்.' வேறு என்ன? பெண்களுக்குத்தான் பிரச்சினைகள் இல்லையே' என்றார். ஒரு காவலாளியிடமும் அதே கேள்வியை கேட்டேன். 'இது பாதுகாப்பான இடம் அல்ல. நீங்கள் இங்கே நிற்கக் கூடாது. உங்கள் பார்வைக்கு இங்கே வழக்கத்துக்கு மாறாக அதிக போலீஸ்காரர்கள் குவிக்கப்பட்டிருப்பது தெரியவில்லையா?'

நான் உயர்நீதிமன்ற வளாகத்தைவிட்டு வெளியேறியபோது பென்சில்கள், நோட்டுப் புத்தகங்கள் விற்கும் ஒரு பெண்ணைச் சந்தித்தேன். அந்தப் பெண்ணின் முகம், வெயிலிலும், பனியிலும் நீண்ட மணித்தியாலங்கள் வேலைசெய்து, கோடுகளால் நிரம்பி யிருந்தது. அந்தப் பெண்ணிடம் எப்போதாவது நீதிமன்றத்துக்குள்

நுழைந்து பார்த்திருக்கிறீர்களா என்று கேட்டேன். 'ஒருபோதும் இல்லை. பெரும் தனவந்தர்கள் இங்கே வந்து தங்கள் நிலத்துக்கும், பணத்துக்குமாக வழக்காடுவார்கள். இது அவர்களுக்கானது' என்றார்.

நான் அந்த வழக்காடுமன்றம் எதற்காக அங்கே நிற்கிறது என்பதை விளக்கிச் சொல்ல முயன்றேன். ஆண்களுக்கும் பெண்களுக்கும் சமமாக நீதி வழங்கப்படும் இடம் அது. ஒரு நாட்டின் குடியுரிமை பெற்ற சகலருக்கும் ஒரே நீதி அங்கே கிடைக்கும்' என்றேன்.

'இங்கே அப்படியல்ல. நீங்கள் ஒரு வெளிநாட்டவர் போல இருக்கிறது.'

○

ஜோசிப் நோவாகோவிச்

ஜோசிப் நோவாகோவிச் யூகோஸ்லாவியாவில் பிறந்து மருத்துவம் படித்தார். சிறிது காலம் யூகோஸ்லாவியா ராணுவத்தில் பணியாற்றிவிட்டுப் புலம் பெயர்ந்து அமெரிக்காவின் டெக்சாஸ் பல்கலைக்கழகத்தில் படித்தார். இவர் ஒரு நாவலும், நாலு சிறுகதைத் தொகுப்புகளும், நாலு கட்டுரை தொகுப்புகளும் இதுவரை வெளியிட்டுள்ளார். எழுத்தாளராகப் பல விருதுகள் பெற்றவர். Man Booker International பரிசுக்காகக் கடைசிச் சுற்றில் இடம் பெற்றிருக்கிறார். O Henry Prize Stories தொகுப்பில் இவர் கதை தேர்வாகியிருக்கிறது.

இவருடைய உரையாடல்கள் எளிதாக, இயற்கையாக, சோடனைகள் இல்லாமல், மெல்லிய அலைபோல நகரும். 'உரையாடல் எளிது, அதைத்தான் மனிதகுலம் ஆரம்பத்திலிருந்து செய்துகொண்டிருக்கிறது' என்கிறார். எழுதுவதற்கான அகத் தூண்டலை வெளியே தேட வேண்டாம். எழுதும்போது அது தானாகவே வரும் என்று நிச்சயமாக நம்புகிறார்.

ஜோசிப்பைத் தொடர்புகொண்டபோது இரண்டு கேள்விகள் மட்டும் கேட்கலாம் என்றார்.

1. இந்தக் கதையை எழுதுவதற்கான கரு உங்களுக்கு எப்படித் தோன்றியது?

நான் சென்ற் பீட்டர்ஸ்பர்க்கில் ஆறு மாதங்கள் வேலை நிமித்தமாகக் கழித்தபோது அடிக்கடி வாடகை வண்டியில் பயணம் செய்யும் சந்தர்ப்பம் கிட்டியது. அங்கே யாரும் பணத்திற்கு வாகனத்தை நிறுத்தி உங்களுக்குச் சவாரி தர தயாராயிருப்பார்கள். அந்தச் சமயம் எனக்குப் பல விபரீதமான அனுபவங்கள் கிடைத்தன. ரோட்டிலே பிணங்கள் அகற்றப்படாமல் பல மணிநேரம் கிடக்கும். அந்த அனுபவங்களை வைத்து ஒரு சிறுகதை புனைய வேண்டும் என்ற உந்துதல் எனக்குக் கிடைத்தது.

2. ஒரே அமர்வில் எழுதி முடித்தீர்களா? எத்தனை தடவை திருத்தங்கள் செய்தீர்கள்?

ஒரே அமர்வில் எழுதி முடித்தேன். மூன்று மணி நேரம் எடுத்திருக்கும். ஆனால் நான் 12 தடவை திருத்தி எழுத வேண்டி நேர்ந்தது. ஆரம்பத்தில் கதை நீளமாகவும், தளர்வாகவும் இருந்தது. நான் கதையைச் சுருக்கி, உரையாடல்களை இறுக்கி, திருப்தியான ஒரு வடிவத்துக்குக் கொண்டுவந்தேன்.

டாச்சாவுக்குப் போகும் வழியில்
ஜோசிப் நோவாகோவிச்

சென்ற் பீட்டர்ஸ்பர்க்கின் தேவாலயங்களின் கூர்கோபுரங்கள் தரும் அழகை ரசித்தபடி வாசிலெவ்ஸ்கி வழியாக நடந்து கொண்டிருந்தேன். கோபுரங்கள் நீலம், பச்சை, தங்கம், பழுப்பு, சிவப்பு வர்ணங்களில் ஒளிர்ந்தன. ஒரு வாடகைக் காரை நிறுத்துவதற்காகக் கையை உயர்த்தினேன். உடனேயே மிக மெதுவாக ஊர்ந்துவந்த கறுப்பு நிற பி.எம்.டபிள்யூ வாகனம் ஒன்று சட்டென்று பக்கத்தில் வந்தது. மந்திரம் போல ஒரு விரலை உயர்த்தியவுடன் கார் ஒன்று முன்னே நின்றது. இது நடந்தது ஊபர் வரமுன்னர்; அந்தக் காலங்களில் எந்த ஒரு வாகன ஓட்டியும் காரை நிறுத்தி உங்களுக்குச் சவாரி தந்து கொஞ்சம் காசு உழைக்கலாம். மினுமினுங்கும் வெள்ளி முடியோடு காணப்பட்ட நடுத்தர வயது மனிதர் கார் கண்ணாடியை இறக்கினார். நான் 200 ரூபிள் என்றேன், அவர் 300 என்றார்.

இது தூரம் இல்லையே, கிரெஸ்டி சிறைச்சாலை.

இந்தப் போக்குவரத்து நெரிசலில் கூடிய நேரம் எடுக்கலாம். லண்டனில் எவ்வளவு காசு எடுக்கும்?

நாங்கள் லண்டனில் இல்லையே.

லண்டனில் குறைந்தது 15 பவுண்டு; ஏறக்குறைய 700 ரூபிள்.

சரி, 250 ரூபிள் என்றபடி பின்கதவைத் திறந்தேன்.

ஹலோ, இங்கே, என்று முன் இருக்கையைச் சுட்டிக் காட்டினார்.

ஏன்?

நீங்கள் ஜேர்மனியிலா இருக்கிறீர்கள்? இல்லை, இது ரஸ்யா. முன் சீட்டில் உட்காருங்கள். நான் உங்கள் வேலைக்காரன் இல்லை. சகாக்கள்போல நாங்கள் பக்கத்து பக்கத்தில் உட்கார்ந்து

பயணிப்போம். நான் தூங்காமல் இருப்பதற்காக என்னோடு பயணத்தின்போது பேசவேண்டும்.

குளிர்ந்த கறுப்புத்தோல் முன் ஆசனத்தில் நான் அமர்ந்தேன்.

காரை ஓட்டியவர் உண்மையில் வாடகைக் கார் சாரதியல்ல. பெரும்பாலான சாரதிகள்போல சந்தர்ப்பம் கிடைக்கும்போது சவாரி பிடித்துப் பணம் சம்பாதிக்கும் ஒருவர்தான். காரை வேகமாக ஓட்டி அரண்மனை பாலத்தைக் கடந்து, நெவிஸ்கி வழியாக இறங்கி காரை ஓட்டினார். ஒரு மாற்றத்துக்கு வீதிகள் வெறுமையாகக் காட்சியளித்தன. சீட் பெல்ட்டை இழுத்துச் செருகப் போனேன்.

இல்லை இல்லை என்றார் சாரதி. நான் ஒரு திறமையான ஓட்டுநர். வெளியே இருப்பதிலும் பார்க்க இந்தக் காருக்குள் நீங்கள் சேமம்.

என்றாலும் சீட் பெல்ட்டை மாட்டுவது நல்ல பழக்கம்தானே.

இல்லை, அது பயந்தாங்கொள்ளிகளுக்கு.

நான் வீரதீரச் செயல் புரிய வரவில்லை, ஒரு பயணம் செய்கிறேன். பாதுகாப்பாக இருப்பது நல்லது.

உங்களுக்கு நான்தான் பாதுகாப்பு.

சீட் பெல்ட் அணியவேண்டும் என்பது இங்கே சட்டம் அல்லவா?

ஓ, அது பேப்பரில் மட்டுமே. இப்படியான சின்னச்சின்ன சட்டங்களை நாங்கள் பொருட்படுத்துவதில்லை. ஆனால் இன்னும் சில வருடங்களில் அது உண்மையான சட்டமாகலாம், போதிய சனங்கள் ரோட்டுகளில் செத்த பிறகு.

ரஸ்யாவின் ரோட்டுகளில் ஏற்கனவே பலர் இறந்து விட்டார்கள் என்று நான் நினைக்கிறேன்.

போதாது.

சாரதி தன் கையிலிருந்த பிளாக்பெர்ரியில் ஏதோ பார்த்துக்கொண்டு அதே நேரம் வேகத்தைக் கூட்டினார். இரண்டு போலீஸ்காரர்கள் நீலம் கறுப்புச் சீருடையில் குண்டாந்தடிகளைச் சுழற்றியபடி வாகனத்தை நிறுத்தினார்கள். திடுக்கிட்டு வாகனத்தை நிறுத்தி வெளியே குதித்து அதே வேகத்தில் சாரதி திரும்ப உள்ளே வந்தார்.

என்ன துரிதம்? எப்படி அத்தனை சீக்கிரத்தில் காரியத்தை முடித்தீர்கள்? நிறைய செலவானதா?

இல்லவே இல்லை. என்னுடைய சின்னத்தைக் காட்டினேன். நான் ஒரு போலீஸ் அதிகாரி, மேஜர். அவர்கள் வெறும் ரோட்டுக் குப்பை. அதுதான் மன்னிப்பு கேட்டுப் பின்வாங்கினார்கள்.

உண்மையாகவா? அதிகாரியா? ஆனால் சீருடைகூட இல்லையே. அத்துடன் உங்களுக்குச் சட்டத்தின் மீது மதிப்பு கிடையாதே.

உயர் அதிகாரிகள் சீருடை அணிவதில்லை. ஆனால், பின்னுக்கு என்னுடைய சீருடை காத்திருக்கிறது. அணி வகுப்புகளின்போதும், ஜனாதிபதியின் வருகை சமயத்திலும் அது வெளியே வரும்.

எதற்காக அவர்கள் மன்னிப்பு கேட்டார்கள்? நீங்கள் அதிவேகமாகப் போனது உண்மைதானே.

அதுவா? உங்களுக்கு ஒரு சலுகை, நண்பரே. நீங்கள் போகவேண்டிய இடத்துக்குச் சீக்கிரமாகக் கொண்டு சேர்க்க வேண்டும் என்பதுதான் காரணம்.

எனக்கு அப்படி ஒன்றும் அவசரமில்லை.

எப்பொழுது அவசரமில்லாத ஓர் அமெரிக்கன் இருந்தான்?

அதுதான் நான் வெளியே இருக்கிறேன். இந்த எலிப்பந்தய ஓட்டத்திலிருந்து தப்பி ஓய்வாக இருக்க விரும்புகிறேன்.

ஓய்வாக இருப்பதற்குத் தேர்ந்தெடுக்கப்பட்ட பிழையான நகரம் இது. அதற்கு பாய்க்கல் வாவியை நான் பரிந்துரைப்பேன். என்னுடைய மாமிக்கு அங்கே ஒரு வீடு இருக்கிறது. அவர் பெரிய கட்டணம் ஒன்றும் அறவிடமாட்டார். எவ்வளவு பணம் உங்களால் கட்டமுடியும்? மாதத்துக்கு *1000 டொலர்*? மிகவும் மலிவு.

நன்றி. எனக்கு நகரம்தான் பிடிக்கும்.

அழகானது இல்லையா?

ஆமாம்.

நான் நினைக்கிறேன் இது அருவருப்பானது. என்னிடம் போதிய பணம் சேர்ந்ததும் நான் ஓய்வுக்காக டாச்சாவுக்குப் போகப்போகிறேன். உங்களுடை கட்டணம் எனக்கு டாச்சா பணம். அங்கே போக உதவப்போகிறது.

நன்றி. என்னுடைய பணத்துக்கு டாச்சா பணம் என்று பெயர் சூட்டியது எனக்குப் பெருமையாக இருக்கிறது.

நீங்கள் கிரெஸ்டி சிறைக்குப் போகிறீர்களா?

நிச்சயமாக.

அது ஒரு பாழாய்ப்போன சிறை. அங்கே என்ன பார்க்க இருக்கிறது?

எனக்குத் தெரியாது, ஆனால், உங்களுக்குத் தெரிந்திருக்கும். நான் அதுபற்றி நிறையப் படித்து இருக்கிறேன்.

எப்படி அதைப் பார்க்கப் போகிறீர்கள்?

என்ன? எனக்குப் புரியவில்லை.

ஒரு சுற்றுலாப் பயணியாகவா? அல்லது வேறு யாராவது சார்பிலா?

சுற்றுலாப் பயணியாகத்தான். அதில் என்ன சந்தேகம்? வேறு என்ன தேர்வு இருக்கிறது, கைதியாகவா?

உடம்பு முழுக்க அதிரச் சிரித்தார். கடைசியில் பெரும் மூச்சிரைப்புடன் அது முடிவுக்கு வந்தது.

பத்திரிகையாளராக இல்லையா? ரஸ்யாவைப் பற்றி நீங்கள் கெட்ட செய்திகள் எழுத மாட்டீர்களா?

பத்திரிகையாளராக இல்லை. ரஸ்யாவைப் பற்றி மோசமாக எழுத ஒன்றுமே இல்லை. இது அழகான நாடு.

இது கேவலமான நாடு. மோசடிக்காரர்களும் திருடர்களும் நிறைந்தது. எனக்குத் தெரியும், என்னுடைய வேலை அதுதான்.

அவருடைய பிளாக்பெர்ரி சத்தம் போட அவர் அதைக் கையிலெடுத்துப் பேசினார். பின்னர் காதுகொடுத்து உன்னிப்பாகக் கேட்டார், மறுபடியும் விரைவாகப் பேசினார். வாகனத்தை ரோட்டு ஓரத்திலே, போர்யே காலரிக்கு வெளியே நிறுத்திவிட்டு காத்திருந்தார். ரோட்டுக்கு மற்றப் பக்கம் பழைய கே.ஜி.பி தலைமையகம் தெரிந்தது.

அவசரமாகப் போகவேண்டும் என்றல்லவோ நினைத்தேன்.

என்னுடைய நண்பன் ஒருவனிடமிருந்து முக்கியமான அழைப்பு வரும். அதற்காகக் காத்திருக்கிறேன்.

சிறிது நேரத்தில் தொலைபேசி மறுபடியும் சத்தமிட்டது, ஆனால் ஓட்டுநர் அதை எடுத்துப் பேசவில்லை. நடைபாதையை உராய்ந்துகொண்டு வாகனம் வேகமாகப் புறப்பட்டது. லிட்டெய்னி பாலத்துக்கு முன் வந்த சிவப்பு விளக்கில் கார் நிற்காமல், ரோட்டுக்கரையைத் தொடுகிறமாதிரி நின்ற ஒரு பாதசாரி பக்கமாகச் சென்றது. இரண்டு பேர் பாதசாரியைப் பிடித்துத் தள்ள அவர் ரோட்டுப் பக்கம் போய் விழுந்தார். சாரதி காரை வெட்ட அது கரைப்பக்கமாகத் திரும்பிப் பாதசாரியின் மேல் பெரும் சத்தத்துடன் போய் மோதியது. நான் முன்பக்கமாகத் தூக்கி எறியப்பட்டாலும் சேதம் இல்லாமல் தப்பினேன்.

நாசமாய்ப்போக. இந்த நகரத்தில் பாதசாரிகளின் அடாவடித்தனம் சகிக்கமுடியாது. அவன் ரோட்டுக்கு அவ்வளவு சமீபமாக நின்றிருக்கக் கூடாது. வாகனத்தின் முன்னே பாய்ந்து என்னைக் கைகாட்டி நிறுத்த முயன்றான். நீங்கள் பார்த்தீர்கள் தானே? அப்படிச் செய்வதற்கு அவனுக்கு ஓர் உரிமையும் கிடையாது.

யாரோ அவனைத் தள்ளிவிட்டார்கள்.

அவன் குடிபோதையில் தள்ளாடி ஒரு சிறு கல்லில் தடுக்கி விழப் பார்த்திருக்கலாம்.

நீங்கள் வாகனத்தை வெட்டி அவனை இடித்தீர்கள். இந்த ரோட்டு எத்தனை அகலமானது. அவ்வளவு கிட்டவாக ரோட்டுக் கரைக்கு வாகனத்தைச் செலுத்த வேண்டியதில்லை.

நீங்கள் சொன்னது அத்தனை நிச்சயமானதா?

சாரதி என்னை முழுகிப் பார்த்தான். அவனுடைய தடித்த கறுப்பு புருவங்கள் வளைந்தன. நான் என் பார்வையைச் சற்று இறக்கி சாரதியின் மூக்கில் நிறுத்தினேன். மூக்குத் துவாரத்திலிருந்து தள்ளிக்கொண்டு வெளியே தெரிந்த மயிர்கள் முறுகி அளவுக் கதிகமாக உபயோகித்த வர்ணமடிக்கும் பிரஷ் தும்புகள்போல நீட்டிக்கொண்டு நின்றன.

இதைப் பற்றி நீங்கள் பத்திரிகைக்கு எழுதப் போகிறீர்களா?

நான் எழுதப் போவதில்லை, ஆனால் எதற்காக வாகனத்தை அவசியம் இல்லாமல் வெட்டினீர்கள். நான் பத்திரிகையாளர் இல்லை. இந்த விஷயத்தில் யார் ஆர்வம் காட்டப் போகிறார்கள்?

ஆமாம், சனங்கள் ஆர்வம் காட்டுவார்கள்.

எப்படித் தெரியும்?

நான் வாகனத்தை வெட்டவில்லை. நீங்கள் அளவுக்கதிகமாகக் குடித்திருக்கலாம், அதனால் நேர்க்கோடுகளும் வளைந்த கோடுகளாக உங்களுக்குக் காட்சியளித்திருக்கும்.

நீங்கள் காரை நிறுத்தி அவசர மருத்துவ சேவை வாகனத்தை அழைக்கப் போவதில்லையா?

நான் ஏன் அதைச் செய்யவேண்டும்? அவர்கள் வருவார்கள், யாராவது ஒருவர் உதவி செய்ய நிறுத்துவார்.

நீங்கள் நினைக்கிறீர்கள். நான் பார்த்த அளவில் வீதியில் காயம்பட்டவர்களைச் சனங்கள் இங்கே உதாசீனப்படுத்துகிறார்கள்.

என்னை நம்பலாம், யாராவது அவனை மீட்பார்கள். நான் அதற்குப் பொறுப்பு.

நாங்கள் போலீசை அழைக்க வேண்டாமா?

நான்தானே போலீஸ். நான் சிலரை அங்கே அனுப்புவேன், கொஞ்ச நேரம் கழித்து.

ஆனால் இது அவசர தேவை.

முதலில் நீங்கள் செல்லவேண்டிய இடத்துக்கு உங்களைக் கொண்டுபோய்ச் சேர்ப்பேன்.

என்னை நீங்கள் அங்கே இட்டுச் செல்லத் தேவையில்லை. எனக்கு ஓர் அவசரமும் கிடையாது. அவசர உதவி வாகனத்தை அழைக்க முடியுமா? அதுதான் இப்போது அதி முக்கியமானது.

என்ன அவசரம்?

அங்கே ஒருத்தன் நடுரோட்டில் கிடந்து செத்துக் கொண்டிருக்கிறான்.

வாகனம் லிட்டெய்னி இழுப்புப் பாலத்தைத் தாண்டி துரிதமாக நோவா பக்கம் இறங்கியது. டயர்கள் ரீங்காரமிடுவது போன்ற சத்தம் எழுப்பிக்கொண்டு இழுபாலத்தின் ஓரங்களை உரசியபடி துள்ளித் துள்ளிக் கடந்தன. இடது பக்கம் பீட்டர் போல் கோட்டையின் தங்கக் கோபுரம் தெரிந்தது. சூரியக் குளியல் மனிதர்கள் சிப்பாய் பொம்மைகள்போல சின்னதாகக் காட்சியளித்தனர். அநேகமான ஆண்கள் நின்றபடி சூரியக் குளியல் செய்தார்கள். அப்படி நின்றவாறு குளிப்பதுதான் மதிப்பானது. அந்த முறையில் சூரியனுடைய கீழ்க் கோண கதிர்கள் உடம்பில்

நற்றிணை பதிப்பகம் ✴ 27

அதிகளவு பரப்பை நிரப்பும். அத்துடன் நீள்தூரத்துக்குச் சுற்றிவரவும் பார்க்கலாம்.

அவன் உடலில் ஓடிய ரத்தம் இப்போது ரோட்டில் ஓடுகிறது.

உங்களுக்கு எப்படித் தெரியும்? பாலத்துக்கு அப்பால் உங்களால் பார்க்க முடியுமா?

இந்நேரம் நீங்கள் அவனைக் கொன்றிருக்கக்கூடும்.

அமைதி. உங்களைப் போன்ற அமெரிக்கர்கள் எதையும் நாடகமாக்கிவிடுவார்கள். உங்களுக்கு ரஸ்யக் குடிகாரர்கள் பற்றித் தெரியாது. ரப்பரால் செய்யப்பட்டவர்கள்; அவர்கள் உடலுக்கு ஒருவித தீங்கும் நேராது. என்னுடைய வாகனம் அவரை இடிக்கவில்லை, சாடையாகத் தொட்டது.

தொட்டதா? நேராகச் சென்று இடித்தது. காரின் முன் பம்பரையும், வலது பக்க ஹெட்லைட்டையும் சோதித்தாலே தெரிந்துவிடும்.

இந்தக் கார் வலுவானது, ராணுவ கவச வாகனம்போல. இது ஜேர்மனியில் உருவாக்கப்பட்டது.

போதும், நான் இறங்குகிறேன். எனக்கு மேலும் பயணம் வேண்டாம்.

இன்னும் நாங்கள் சொன்ன இடத்துக்கு வந்து சேரவில்லை. ஒரு நிமிடம் பொறுங்கள்.

கிட்டடியில் வந்துவிட்டோம். நான் நடக்கிறேன்.

நீங்கள் நடக்க வேண்டாம். நான் உங்களைக் குறிப்பிட்ட இடத்துக்குக் கொண்டுபோய் சேர்ப்பேன்.

—எனக்கு நடக்க விருப்பம்.

இல்லை, நான் வாக்கு கொடுத்தால் அதை நிறைவேற்ற வேண்டும். இது சத்தியம். பாலத்துக்கு நடுவில் நிறுத்த முடியாது.

நான் நடக்கிறேன். பாலத்தைக் கடந்தாகிவிட்டது.

சரி. சாரதி குறுக்குச்சுவர் பக்கமாகத் திடீரென்று திருப்பி காரைச் சட்டென்று நிறுத்தினான். கிரெஸ்டி சிறைச்சாலையை இனிதாக அனுபவியுங்கள். அது பார்க்க மகத்தானதாக இருக்கும். அங்கே நேரம் கழிப்பது அத்தனை பெறுமதி வாய்ந்தது.

நான் 300 ரூபிள் கொடுத்தேன்.

கொஞ்சம் பொறுங்கள், நான் மீதி 50 ரூபிள் தரவேண்டும். அது எங்கேயோ இருக்கிறது; அதைக் கண்டுபிடிக்க வேண்டும்.

நன்றி. தேவையில்லை. எனக்கு 50 ரூபிள் வேண்டாம்.

ஏதாவது பிரச்சினை என்றால் என்னை அழையுங்கள். என்னுடைய நம்பர் வேண்டுமா?

நன்றி. நான் பிரச்சினைகளில் மாட்டுவதில்லை.

இல்லையா? இப்பொழுது நீங்கள் எதன் நடுவில் நிற்கிறீர்கள்? இது பிரச்சினை இல்லையா?

எனக்கு ஒன்றும் பிரச்சினை கிடையாது.

இது ரஸ்யா, நண்பரே. எல்லோருக்கும் பிரச்சினை உள்ளது. ஒருவரும் ஒன்றையும் பார்ப்பதில்லை. கிரெஸ்டி சிறைச்சாலை, அங்கே போகவேண்டாம். நீங்கள் மாரிங்ஸ்கி நாடக அரங்குக்குச் செல்வது எவ்வளவோ மேல். அங்கே அழகைப் பார்க்க முடியும். உங்களுக்கு எப்போதாவது சவாரி தேவை என்றால் என்னை அழைக்கலாம். அங்கே கொண்டுபோய்ச் சேர்ப்பது என் பொறுப்பு. வேகமாகவும், சேமமாகவும். டாச்சா பணம் எனக்கு மிகவும் பயன்படும்.

○

டொலி ரீஸ்மான்

சமீபத்தில் ஆங்கிலத்தில் ஒரு சிறுகதை படித்தேன். வழக்கமான சிறுகதைகளிலிருந்து மாறுபட்டு என்னை முடிவுவரை இழுத்துச் சென்றது. கதையைப் பிரசுரித்தவர்களுக்கு எழுதி எழுத்தாளரின் முகவரியைக் கேட்டேன். அவர்கள் தரவில்லை, ஆனால் எழுத்தாளருக்கு என் மின்னஞ்சலையும், தொலைபேசி எண்ணையும் கொடுத்திருந்தார்கள். சிலநாட்கள் கழித்து டொலி ரீஸ்மன் என்னைத் தொலைபேசியில் அழைத்துப் பேசினார். நான் அவருடைய கதையைத் தமிழில் மொழிபெயர்க்கச் சம்மதம் கேட்டேன். சரி என்றார். ‘கதையை மாத்திரம் மொழிபெயர்ப்பேன், வசனம் வசனமாக அல்ல’ என்றேன். அதற்கும் சரி என்றார்.

என்னை அழைப்பதற்கு முன்னரே என்னைப் பற்றி கூகிளில் தேடி அறிந்து கொண்டார். நான் எழுதிய ஒருகதையின் ஆங்கில மொழிபெயர்ப்பைப் படித்துவிட்டுப் பாராட்டினார். ‘நீங்கள் எழுதிய கதையின் தலைப்பை எப்படித் தீர்மானித்தீர்கள்?’ என்று டொலியிடம் கேட்டேன். ‘அதுவாகவே வந்தது’ என்றார். ‘கதையின் முடிவை எப்படித் தீர்மானித்தீர்கள்?’ ‘எழுதிக்கொண்டு போனபோது ஓர் இடத்தில் முடிவு வந்து எழுத்தை மேலே போகவிடாமல் தடுத்து உட்கார்ந்துவிட்டது’ என்றார்.

டொலி ரீஸ்மன் யோர்க் பல்கலைக்கழகத்தில் படித்துப் பட்டம் பெற்றவர். பல சிறுகதைகள் எழுதியிருக்கிறார். அவருடைய ‘A Different Man’ நாடகம் நியூசீலண்டில் மேடையேற்றப் பட்டது. தற்போது தொலைக்காட்சிக்கு எழுதிக் கொண்டிருப்பதாகச் சொன்னார்.

அவர்கள் இறந்த வரிசை

கோல்டுமானுக்குக் கான்சர் என்று மருத்துவர்கள் கண்டுபிடித்த சமயம், நான் காதல் விளையாட்டுகளில் பலவிதமான பரிசோதனைகள் செய்துகொண்டிருந்தேன். நான் 16 வயதை எட்டிவிட்டேன். அப்போதைய காதலனான பொபியை இரண்டாம் இடத்துக்கு முன்னேற அனுமதித்தேன். என் மார்புகளைத் தொட்டான்.

கோல்டுமானுக்குக் கான்சர் உக்கிரமானபோது பொபி மேலும் முன்னேறினான். என் உடலில் வேறு இடங்களையும் தொட்டு விளையாடினான். அழகான நகப்பூச்சுபூசி அலங்கரித்த என்விரல்களை என்னவெல்லாமோ செய்யவைத்தான். பொபி உடலை வளைத்துச் சுழன்று 'ஆ' என அலறினான். உண்மையில் யோசித்தால் இதை முழுமையான உடலுறவு என்று சொல்லமுடியாது. ஆனால் போதிய தூரம் கடக்கப்பட்டுவிட்டது. பொபி கைகளைக் கழுவி, மென்பேப்பர் சுருளில் துடைத்துக் கழிவறைத் தொட்டியில் அதை எறிந்து சுழன்று சுழன்று போகவைத்தான். கோல்டுமானின் சவப்பெட்டி சவக்கிடங்குக்குள் மெதுவாக இறங்குவதை என்மனம் அப்போது கற்பனைசெய்தது.

மரணம் என்னைச் சுற்றி இருந்தாலும் அந்த நேரம்வரைக்கும் நான் சாவைப் பற்றி எண்ணுவதை தவிர்த்து வந்தேன். நான் ஆசையாக வளர்த்துவந்த கிளியை ஓர் அந்நியப் பூனை வந்து எனக்கு முன்னாலேயே கொன்று தின்றது. கால்களை முதலில் வாய்க்குள் திணித்து மூன்று கடியிலேயே முழுக் கிளியையும் விழுங்கிவிட்டது.

அந்த வருடம்தான் என்அப்பாவுக்கு உடல்நிலை மோசமாகி அவர் அம்மாவுடன் பொஸ்டனுக்கு மருத்துவரைப் பார்க்கப் போக நேர்ந்தது. அவருடைய சிறுநீரகம் சரியாக இயங்கவில்லை. நிலைமை படுமோசம் என்று எங்களுக்குச் சொல்லப்பட்டது. மருத்துவர்களுக்கு என்அப்பாவைக் காப்பாற்ற முடியுமா என்பது

நிச்சயமில்லை. என்னுடைய பெற்றோர் சிகிச்சைக்காக அங்கே 11 மாதங்கள் தங்கினார்கள். அவர்கள் வீட்டில் இல்லாமல் போனதால் என் உடலும் மூளையும் இருட்டாகிக் கிடந்தன. வீடு முழுக்க அழுதுவடியும் சூழல். இருள் என்று ஏன் சொல்கிறேன் என்றால் எங்கள் வீட்டுக்கு விருந்தாளிகள் வருவது நின்றுவிட்டது. இன்னொரு காரணம் எங்களைப் பார்ப்பதற்கு வரவழைக்கப்பட்ட 'ஒரு சல்லிக் காசுக்கும் உதவாத' எங்கள் ரஸ்ய தாத்தா. நெஞ்சுவரை இழுத்துவிட்ட கால்சட்டையுடனும், அன்றைய உணவு எச்சங்கள் தெறித்த மேல்சட்டையுடனும், அறை அறையாக நுழைந்து விளக்குகளை அணைத்தபடியே இருப்பார். ரஸ்யச் சாயல்கொண்ட அவருடைய ஆங்கிலத்தில் 'இது என்ன புரட்சியா?' என்று கேட்பார்.

மேலும் பெரிய இருள் வீட்டைச் சூழ்ந்தது. ஏனென்றால் எங்களுக்கு அப்பா தப்புவாரா அல்லது இறந்து போவாரா என்பது தெரியாது. நானும் என்னுடைய நாலு சகோதர சகோதரிகளும் அந்த வருடம் நிறைய தொலைக்காட்சி நிகழ்ச்சிகள் பார்த்தோம். 'சாவு' என்ற வார்த்தை எங்கள் ஒருவரிடமிருந்தும் வெளியேவராமல் பார்த்துக் கொண்டோம். ஆனால் ஒவ்வொரு இரவும் நான் கண்களை மூடியவுடன் என்னுடைய பெற்றோரின் சவப்பெட்டிகள் பக்கத்துப் பக்கமாகச் சவக்குழிக்குள் இறங்குவதைக் கண்டேன்.

என் பெற்றோர் பொஸ்டனில் இருந்து திரும்பியதும் ஒருவிதமான ஆறுதல் கிடைத்தது. தொடர்ந்து தொந்தரவு செய்த இருளை மகிழ்ச்சி துரத்தியடித்தது. எங்கள்வீடு பழையபடி கலகலப்பானது. எல்லா அறைகளிலும் பிரகாசமாக விளக்குகள் எரிந்தன. டெலிபோன் இடைவிடாமல் ஒலிப்பதும், கதவுகள் ஓயாமல் விருந்தாளிகளுக்குத் திறப்பதும் மூடுவதுமாக இருந்தன. அற்புதம் நிகழ்ந்து என்அப்பா உயிர் தப்பி மீண்டதைப் பார்ப்பதற்கு அவர்கள் வந்தார்கள். என்னுடைய அம்மா மின் அடுப்புக்கு முன்னால் நின்று பன்றி இறைச்சியை ஒன்றுக்குபின் ஒன்றாகச் சமைத்தபோது எழுந்த இனியமணம் வீட்டை நிறைத்தது. மொறுமொறுவென்று பொரிந்த இறைச்சித் துண்டுகளில் கசிந்த எண்ணெயைப் போக்குவதற்கு அம்மா உறிஞ்சும் பேப்பரை உபயோகித்தார். பொரித்த சட்டியில் மீதமிருந்த எண்ணெயை அம்மா ஒரு பழைய கோப்பி டின்னில் ஊற்றிவைத்தார். பொரிக்கும்போது அம்மாவின் ஒருகண், நடுவிலே பாய்ந்து இறைச்சித்துண்டைத் திருடிப் போக எத்தனிக்கும் எங்களின்மேல் இருந்தது. வெடித்துப் பறக்கும் எண்ணெய்த்துளிகூட எங்களை

நிறுத்த முடியாது. அம்மாவின் மற்றக்கண் அப்பாவின் மேல் இருந்தது. அவருடைய சுவாசம் எப்படி இருக்கிறது, அவர் என்ன செய்கிறார், அவருடைய உடல்நிலை மோசமாகிறதா என்பதைத் தொடர்ந்து கவனித்தபடியே இருந்தார். அவருடைய தேகசுகம் கவலைக்கிடமானால் அது அப்பாவுக்குத் தெரியமுன்னர் அம்மாவுக்குத் தெரிந்துவிடும்.

ஒவ்வொருமுறையும் உணவுதேடி எங்கள் பிரம்மாண்டமான குளிர்சாதனப்பெட்டி கதவைத் திறக்கும்போது அது கிரீச்சென்று சத்தம் எழுப்பியது. கார் கொட்டகையில் ஊறுகாய் ஜாடிகளும், மூலிகை தர்ப்பூசணிகளும், சிவப்பு தக்காளிகளும் புளிக்க வைக்கப்பட்டன. பால்காரன் பழையபடி வரத் தொடங்கினான்; பாலையும், தோடம்பழச்சாறையும் வாசல்கதவுக்கு வெளியே விட்டுச்சென்றான். எங்கள் பெற்றோர் இல்லாத சமயம் ரஸ்ய தாத்தா தோடம்பழச்சாறு விலை கட்டாதென்று சொல்லி அதற்குத் தடை விதித்திருந்தார். சிலநாட்களில் நாங்கள் பால்வாகனத்துக்குப் பின்னால் ஓடி தாத்தாவின் சட்டைப்பையில் திருடிய சில்லறைகளைக் கொடுத்துத் தோடம்பழச்சாறை வாங்கி அப்படியே நடுரோட்டில் நின்று போத்தலைக் கவிழ்த்துக் குடித்திருக்கிறோம். வெறும் காம்பெல் தக்காளி சூப்பையும், எங்கள் பக்கத்து வீட்டுக்காரர் தரும் இலவச கேக்கையும் உண்டுதான் நாங்கள் உயிர் தரித்தோம். எங்கள் தாத்தாவுக்கு இலவசக் கேக்கிலும் பார்க்க அதிகமாகப் பிடித்த உணவு வேறு ஒன்றுமே இல்லை.

ஒரு சனிக்கிழமை இரவு, அப்பாவின் நோயைக் கண்டுபிடிக்க முன்னர், அப்பாவும், கோல்டுமானும், லிபர்மானும், ஜான்சியும் சீட்டு விளையாடியதைப் பார்த்தேன். அவர்களுடைய மனைவிமாரும், என்அம்மாவும் அவர்கள் விளையாடி முடித்த பின்னர் உண்பதற்காகச் சமையலறையில் கூடி உணவு மேசையை அக்கறையோடு தயாரித்தார்கள். பேகிள், கோப்பிகேக், கிரீம்சீஸ், பலவிதமான மீன்வகை, ரொட்டி அத்துடன் வாயூறவைக்கும் சிவப்பு, பச்சை திராட்சைகள்.

'இன்றிரவு நீ டேட் போகிறாயா?' என்று என்னிடம் அப்பாவின் உற்ற நண்பராகிய கோல்டுமான் கேட்டார். நான் தலையை இரண்டு பக்கமும் ஆட்டியபடியே 'டேட் கிடையாது' என்றேன். நல்ல கதகதப்பாக ஆறுதல் தரும் வீட்டில் இருக்கவே நான் பிரியப்பட்டேன். நான் விரும்பும் பையன்கள் எல்லாம் ஏற்கனவே நல்ல இளம் பெண்களாகப் பார்த்துப் பிடித்து

விட்டார்கள். அடுப்பிலே சூடாகும் காப்பி மணத்தை நுகர்ந்து கொண்டு வீட்டிலிருப்பதே மேலானது.

எங்கள் வீட்டின் பின்பக்கம், முகட்டிலே இருந்து தொடங்கும் பெரிய கண்ணாடி ஜன்னல்களால் அழகூட்டப்பட்டிருக்கும். வெளியே கண்களை வசீகரிக்கும் பள்ளத்தாக்கு கீழே இருந்தது. எங்களால் வெளியே பார்க்கமுடியாது, ஆனால் பள்ளத்தாக்கில் இருப்பவர்கள் எங்களைக் காணமுடியும். என்னுடைய அப்பாவும் அவருடைய நண்பர்களும் நடுத்தர வயதை நெருங்கிக் கொண்டிருந்தார்கள். நானோ முழுப்பெண்ணாவதற்கான வாசலில் தயங்கி நின்றேன். அந்த வயதில் நாங்கள் எல்லோரும் நிற்கும் ஒருபடம் எடுத்திருந்தால் எவ்வளவு மகிழ்ச்சியைத் தரும் என்று இப்போது தோன்றுகிறது. என்னுடைய முதல் ஆண்களின் பரிச்சயத்தை உறைய வைத்திருந்தால் அதுவும் நல்லாயிருந்திருக்கும்.

அப்பாவின் நண்பர்களின் விளையாட்டுச் சண்டை என்னைக் கூசவைத்தது. 'ஜான்சி, நாசமாய்ப்போறவனே, இன்னும் துருப்பு இருக்கிறது. விளையாட்டில் நீ சுத்தமூடன்' லிபர்மான் கத்தியபடி தன்னுடைய சீட்டுகளை வீசிச் சண்டைக்கு இறங்கினார்.

'ஆ! என்வகுப்பில் நான்தான் முதல்' என்று ஜான்சி கூவினார். கோல்டுமான் சிரித்தார். மேசை விளிம்பில் கொளுத்தி வைத்த சுருட்டு அந்தரத்தில் புகைவிட்டது. சாம்பல் பெரிசாக வளர்ந்ததும் கைகளைக் கோர்த்துப் பிடித்துச் சாம்பலை அதற்குள் ஏந்திக் கொண்டார்.

'ஒருசாம்பல் கிண்ணத்தைக் கையில் எடுத்துக்கொள்' ஜான்சி கூறினார். 'நீ நெருப்பில் எரிபட்டுப் போவதுடன் இந்த இடத்தையும் அசுத்தமாக்கி விடுவாய்.'

'நீ உன்வேலையைப் பார்' என்று கோல்டுமான் சொல்லி விட்டுப் பாதி கடித்துத் துவைத்த சுருட்டை வாயினுள் நுழைத்தார். அதை இழுத்ததும் அது உயிர்பெற்றதுபோலச் சிவப்பாக ஒளிர்ந்தது. அந்த வெளிச்சத்தில் அவருடைய கண்கள் ஒளிகொண்டன.

என்னுடைய அப்பா சீட்டுகளைக் குலைத்து மறுபடியும் அடுக்கினார். ஒரு மந்திரவாதியினுடையது போன்ற அவருடைய மெல்லிய வலுவான விரல்கள் சீட்டுகளை உயிர்கொண்டவை போல அலைய வைத்தன.

கோல்டுமான் சுகயீனப்பட்டது எங்களுக்கு அதிர்ச்சியாக விருந்தது. சீட்டாட்டக்காரர்களின் குழுவில் அவர்தான் அதிபலசாலி. ஒரு காளைமாடு என்று அவரைக் குறிப்பிடுவதுண்டு.

அவர் இறந்தால் மற்றவர்கள் எப்படி உயிரோடிருக்க முடியும். கடவுளிடம் அதே கேள்வியை நான் கேட்டிருக்கிறேன்.

நான் படித்த ஹீப்ரு பள்ளிக்கூடத்தில் எனக்கு அறிமுகப்படுத்தப்பட்ட கடவுள் லோத்தின் மனைவி எதையோ அறியும் நோக்கில் திரும்பிப் பார்த்ததற்காக அவளை உப்புத்தூணாக மாற்றியிருக்கிறார். அந்தக் கடவுள் இருக்கிறாரோ தெரியவில்லை. ஆனால், தற்செயலாக அவர் இருந்தால் அவருடைய கோபத்தை என்னால் தாங்கமுடியாது. என்னுடைய மனதுக்குள் இருக்கும் கடவுள் என்னுடைய பெற்றோர் என்னைவிட்டு வேறு இடத்துக்குப் போன பின்னர் என்னுடைய மூளைக்குள் புகுந்து என்னை அதட்டியவர். நான் பொபியுடன் மூன்றாம் இடத்துக்குப் போனதற்கு என்னைத் தண்டிப்பார் எனநான் கவலைப்பட்ட அதே கடவுள்தான்.

என்னுடைய பிராண சிநேகிதி ஆர்லீனுக்கு நான் கடவுளுடன் கதைத்த விவகாரத்தைச் சொன்னேன். அது ஒன்றே அவருடைய இருப்புக்குச் சாட்சியம் என்பதுபோல. அவள் இனிய மணம் தரும் சிகரெட்டைத் தன் ஒப்பனை செய்த விரல்களில் பிடித்தபடிச் சிரித்தாள். அவள் அப்பொழுது புகைபிடிப்பவள் போலவே இல்லை. என்னில் மதிப்புக் கூடியதுபோல தன் புருவங்களை உயர்த்தி 'கடவுள் உன்னிடம் வருகிறார்' என்றாள். அவளுடைய உதடுகள் கோணலாகிப்போய் வடிவிழந்தன. முழுச் சிகரெட்டை அழுத்தி நசுக்கினாள். மீதிப் புகையை ஊதி, கையால் விசிறித் தன்முகத்திலிருந்து அகற்றினாள். 'ஆம், அவர் சிலசமயம் என்னிடம் வருகிறார்' என்றேன்.

அவள் சிகரெட்டை அரைவாசி நிறைந்த சாம்பல் கிண்ணத்தில் தேய்த்து முடித்துவிட்டுத் தன்னுடைய நெஸ்கபே காப்பியை அருந்தினாள். கடவுளைப்பற்றி வேறு ஒன்றும் கூறவில்லை. நான் கடவுளை நம்புகிறேனோ இல்லையோ என்பதை என்னால் கண்டு பிடிக்க முடியவில்லை. என்னவானாலும் அது என் வாழ்க்கையை இம்மியும் மாற்றுவதாகத் தெரியவில்லை.

'குஞ்சு, எனக்கு ஒரு துண்டு கேக்' என்றார் ஜான்சி தன் சீட்டுகளை வட்டமாக விரித்தபடி. அவர் கிரமமாக வந்து சீட்டு ஆடுகிறவர்களில் ஒருவர். என்னுடைய அம்மாவின் ஒரே சகோதரியை மணமுடித்தவர். ஒவ்வொரு சனிக்கிழமையும் எங்கள் சின்னம்மா எங்கள் வீட்டு வளைந்த சோபாவின் விளிம்பில் தலைவைத்துத் தூங்கிவிடுவார். அந்த சோபா, அதற்குக் கீழ் இருக்கும் கம்பளம் போலவும், பின்னால் தெரியும் சுவர் போலவும்

பச்சை நிறத்தில் இருக்கும். மேலே மறைத்து வைத்த குழல் விளக்கின் மங்கிய வெள்ளை ஒளி சின்னம்மாவின் முகத்தில் வரியாகப் பரவும். கிட்டத்தட்ட இறந்ததுபோல கிடக்கும் சின்னம்மா விழித்து தலையை இரண்டு பக்கமும் ஆட்டி 'ஜான்சி வீட்டுக்குப் போகலாம், புறப்படு' என்பார்.

ஆரம்பத்தில் கோல்டுமானின் நோய் அறிகுறிகள் ஆபத்தான ஒன்றாக எனக்குத் தோன்றவில்லை. அந்த நாட்களில் தினமும் சிலமைல்கள் ஓடுவது மதிப்பானது. அல்லது அரை மரதன் ஓட்டத்துக்குப் பயிற்சி எடுப்பது. அல்லது டிரைலத்தோன், அதாவது ஒரே மூச்சில் ஓடி, நீந்தி, சைக்கிள் ஓட்டி முடிக்கும் மூவகைப் போட்டி.

நான் அப்பொழுது எந்த விதமான உடற்பயிற்சியும் செய்தது ஞாபகத்தில் இல்லை. காருக்குள் ஏறுவதற்காகக் கார் கதவை நோக்கி நடப்பது, கார் கைப்பிடியை இழுப்பது, மறுபடியும் இழுத்துப் பூட்டுவது, பல்கடை அங்காடிக்குக் காரை ஓட்டுவது, ஒவ்வொரு கடையாக ஏறி இறங்கிப் பொருட்கள் வாங்குவது, இறுதியில் பொருட்களைச் சுமந்து காருக்குச் செல்வது. அவ்வளவு தான். சிலவேளை இந்த வேலை என்னை மூச்சுவாங்க வைக்கும்.

ஆனால், கோல்டுமான் பெரிய உடம்பு கொண்ட ஒருவர் என்றாலும் நல்ல ஓட்டக்காரர். தாராளமான வயிற்றைத் தாங்கும் மெலிந்த கால்கள். தொக்கையானமனிதர் என்று சொல்ல முடியாது. ஆனால், வேகமாக அதை அணுகிக் கொண்டிருந்தார். தொடர்ந்து ஓடுவதை மட்டும் அவர் நிறுத்தவில்லை. இரண்டு நாளுக்கு ஒருமுறை அவர் இரண்டு மைல் ஓடினார். எத்தனை மனஉறுதி தேவை. 16 தடவை மூடிய மைதானத்தைச் சுற்றி ஓடினால் ஒருமைல். அது முடிந்ததும் மீண்டும் ஒருமைல் ஓடினார். ஒரு நல்ல உடல்கட்டை அடையவேண்டும் என்று ஒருத்தர் உடம்பை இத்தனை தூரம் வருத்துவது ஆச்சரியமான விசயம்தான். ஒரு முறை கோல்டுமான் தனக்கு இப்போதெல்லாம் இரண்டு மைல் ஓடியதும் மூச்சுவாங்குகிறது என்று சொன்னதும், ஜான்சி 'யாருக்குத்தான் மூச்சு வாங்காது' என்றார்.

'மருத்துவர்களால் என் உடம்புக்கு என்ன என்பதைக் கண்டு பிடிக்கமுடியவில்லை' என்றார் கோல்டுமான். 'ஏனென்றால் உடம்புக்கு ஒன்றுமே இல்லை' என்றார் ஜான்சி. 'எல்லாமே மூளையில் உருவானதுதான்' ஜான்சி தன் தலையைத் தொட்டுக் காட்டினார். 'நீ சொன்னது உண்மையென்று நம்புவோம்' என்று கூறியபடி கோல்டுமான் தன்னுடைய கோட்டு பைக்குள் இருந்து

ஒரு சுருட்டை எடுத்து நுனியை வெட்டி வாயினில் பொருத்திக் கொண்டார்.

மற்ற இரண்டு சீட்டாட்டக்காரர்களும், அப்பாவும், லிபர்மானும் மௌனமாக இருந்தார்கள். கோல்டுமான் ஒரு தீக்குச்சி புத்தகத்தை வெளியே எடுத்து ஒரு தீக்குச்சியைப் பிய்த்து உரசும் பகுதியில் பலமாக உரசி எனக்குப் பிடித்த சல்ஃபர் மணத்தைக் கிளப்பியதை அவர்கள் அமைதியாகப் பார்த்தார்கள்.

ஒரு நவம்பர் மாதம் சனிக்கிழமை அவருடைய வியாதி என்னவென்று தெரியவந்தது. முடிவில்லாத இருள் சூழ்ந்த அந்தச்சமயம், கிறிஸ்மஸ் கொண்டாட்ட வெளிச்ச விளக்குகள் வரமுன்னர், சமையலறைக்கும், கண்ணாடிக் கூரைபோட்ட அறைக்கும் பொதுவாக உள்ள கதவுக்கும் இடையில் நின்று கோல்டுமான் சுருட்டைப் பற்றவைக்கும் சடங்கை நான் சுவரில் பொருத்திய பெரிய கண்ணாடி வழியாகப் பார்த்தேன். அந்தக் கெட்ட செய்தியால் சற்று தலை குனிந்திருந்த அவருடைய கூட்டாளிகள் அத்தனை பேரையும் என்னால் பார்க்கக் கூடியதாக இருந்தது. கோல்டுமான் நெருப்பு அணைந்துவிடாமல் கைகளினால் மறைத்துக்கொண்டு முதல் புகையைப் பட்பட்டென்று சுருட்டில் உயிர் வரும்படியாக இழுத்தார்.

'நாங்கள் விளையாடுகிறோமா, இல்லையா?' என்றார் ஜான்சி. லிபர்மான் சீட்டுக்களைப் பிடுங்கி படபடவென்று கலைத்து அடுக்கினார். ஒவ்வொரு வாரமும் செய்வதுபோல அவற்றை மூன்று மூன்றாகப் பகிர்ந்தளித்தார். அவர்கள் தங்கள் சீட்டுக்களை ஒன்றாகக் கைகளிலே அடுக்கியபோது மௌனமாகவே இருந்தனர்.

மார்ச் மாத தொடக்கத்தில் கோல்டுமான் இறந்து போனார். ஒருவருடம் கூட அவரால் தாக்குப் பிடிக்க முடியவில்லை. அன்று காலநிலை எப்படி இருந்தது என்று எனக்கு இப்போது ஞாபகத்தில் இல்லை. நிலத்தில் பனி விழவில்லை; அதேசமயம் நாள் வெப்பமாகவும் இல்லை, குளிராகவும் இல்லை.

கோல்டுமானின் மரணச்சடங்கு நாள் அன்று நானும் அப்பாவும் இடுகாட்டு ஆசனத்தில் அமர்ந்திருக்கிறோம். அப்பாவுக்கு மூச்சு வாங்கியபடியால் சற்றுநேரம் உட்கார்ந்து ஓய்வெடுத்தோம். கோல்டுமானின் நாலு மகன்களும் மரண ஊர்தியிலிருந்து இறக்கிய சவப்பெட்டியின் பின்னால் மெதுவாக நடந்தனர். அவருடைய மனைவி வரிசையின் முன்னால் நடந்தார். அவர்களுடைய முகங்கள் எல்லாம் கோணலாகி நான் முன்பு

நற்றிணை பதிப்பகம் ✳ 37

பார்த்திராத முகங்களாக மாறியிருந்தன. எல்லோருமே கைவிட்ட ஆதரவற்ற நிலை அங்கே தெரிந்தது. அவருடைய மகன்கள் வயது வந்தவர்கள் அல்ல; அதே நேரத்தில் சிறியவர்களும் இல்லை. தகப்பனைப் புதைப்பதற்கு அவர்கள் இன்னும் தயாராகவில்லை. சவப்பெட்டியைச் சவக்கிடங்கிற்குள் கொண்டு சேர்க்கும் கருவியின்மேல் கிடத்தினார்கள். அப்பா என்கையை இறுகப்பற்றி என்னால் கேட்கமுடியாத ஒன்றை முணுமுணுத்தார். பின்னர் துக்கம் கொண்டாட வந்தவர்களிடையே என்னை அழைத்துச் சென்றார். சவப்பெட்டி கீழே இறங்கியதும் மண்ணைத் தூவினார்கள். கோல்டுமானின் மனைவியும் மகன்களும் அழுவதை மறந்து வேறு உலகத்தில் இருந்தார்கள். லிபர்மானும், ஜான்சியும்கூட அந்தக் கூட்டத்தில் எங்கோ இருந்தார்கள். அவர்கள் இரங்கல் பிரார்த்தனையில் இருந்தபோது அவர்களைத் தேடிக்கண்டு பிடித்தேன்.

பிரார்த்தனையின் பின்னர் நான் என் பெற்றோருடன் வீடு திரும்பினேன். என்னுடைய சகோதரர்கள் தங்கள் தங்கள் கார்களில் புறப்பட்டனர். நானும் அப்பாவும் அம்மாவும் திரும்பியபோது திடீரென்று அப்பா அழத்தொடங்கினார். அவர் அழுததை நான் ஒருமுறைகூட இதற்கு முன்னர் பார்த்தது கிடையாது. என்னுடைய அம்மாவின் கை அவரை அணைத்திருந்தது. அவருடைய வாழ்க்கையில் ஏதோ ஒன்றை வெளியேற்றுவதுபோல அழுகை பீறிட்டுக்கொண்டு வந்தது.

அதன் பின்னரும் அவர்கள் தொடர்ந்து சீட்டு விளையாடினார்கள். இன்னும் ஒரு புதிய நாலாவது ஆளைச் சேர்த்துக் கொண்டார்கள். கூச்சலும் குழப்பமும் தொடர்ந்தது. அவர்கள் சீட்டு விளையாடுவதை நான் பார்ப்பது குறைந்து கொண்டே வந்தது. என்னுடைய காதல் சோதனைகள் முன்னேற்றம் கண்டன. முதலில் பொபி, பின்னர் ஆரன், மார்ட்டின், அலெக்ஸ்.

அதற்குப் பிறகு நான் மேற்கு பிரதேசத்தில் வசிப்பதற்குச் சிலநாட்கள் சென்றேன். இறுதியில் சீட்டு விளையாட்டு நின்றது. வீடு மௌனமானது. விளையாட்டுக்காரர்கள் மரணித்தனர். இந்த வரிசையில் அவர்கள் இறந்தார்கள்.

கோல்டுமான்.

அப்பா.

ஜான்சி.

லிபர்மான்.

இப்பொழுது நாங்கள் ஐவர்

டேவிட் செடாரிஸ் என்ற அமெரிக்க எழுத்தாளரைப் பல தடவை சந்தித்திருக்கிறேன். அவர் பற்றி எழுதியும் இருக்கிறேன். அவருடைய புத்தகம் ஒன்று சமீபத்தில் வெளியாகி பரபரப்பாக விற்றுக்கொண்டிருக்கிறது. அது வேறு ஒன்றும் இல்லை. அவருடைய டைரிக் குறிப்புகள்தான். அவர் எழுதியவற்றை ஒரு தொகுப்பாக இப்பொழுது வெளியிட்டிருக்கிறார்கள். இந்தப் புத்தகத்தின் பெயர் Theft by Finding. தமிழில் 'கண்டெடுத்த திருட்டு' என்று சொல்லலாம். ஒரு பொருளைக் கண்டெடுத்தாலும் அது உங்களுடையது அல்ல, இங்கிலாந்தின் சட்டப்படி அது திருட்டுத்தான்.

ஒவ்வொரு புத்தகம் வெளிவரும்போதும் அவர் உலகத்தின் பல நகரங்களுக்குப் புத்தகச் சுற்றுலாவில் செல்வார். ஓர் இரவு மட்டுமே அந்த நகரத்தில் தங்கிவிட்டு அடுத்த நாள் விமானம் ஏறி வேறு நகரத்துக்குச் சென்றுவிடுவார். ரொறொன்ரோ சுற்றுலாவுக்கு வரும்போது அவர் கூட்டங்களுக்குச் சென்று அங்கே கூடும் வாசகர் தொகையைக் கண்டு நான் பிரமித்திருக்கிறேன். ஒருநாள் அவரிடம் எப்படி உங்களுக்கு எழுதுவதற்குப் புதுப்புது விதமான கருக்கள் கிடைக்கின்றன என்று கேட்டேன். 'நான் பயணம் செய்யும் போதும், நூதனமான ஆட்களைச் சந்திக்கும் போதும் ஏதாவது தோன்றும். அல்லது எனக்குப் புதுவிதமான அனுபவம் ஏற்படும்போதும் எழுதுவதற்குக் கரு கிடைக்கும். அப்படி ஒன்றும் தோன்றாவிட்டால் என்னுடைய பழைய டைரிகளை எடுத்துப் புரட்டிப் பார்ப்பேன். 1977இல் இருந்து நான் டைரிக் குறிப்புகள் எழுதி வருகிறேன். டைரியை எழுதும்போது தோன்றாத ஒன்று பலவருடங்கள் கழித்துப் படிக்கும்போது வரும். உடனே எழுதுவேன். இதுவரை என் டைரி என்னைக் கைவிட்டதில்லை என்றார்.

பல எழுத்தாளர்கள் தொடர்ந்து டைரி எழுதுகிறார்கள். இது எழுத்தாளருக்கு நல்ல பயிற்சி என்றும் சொல்வார்கள். ஆனால்

இவருடைய டைரி கொஞ்சம் வித்தியாசமானது. இவருடைய டைரியில் உள்நோக்கிய குறிப்புகள் இல்லை; அநேகமாக எல்லாமே வெளிநோக்கியவை. இவர் தன்னைப் பற்றியோ, தன் உணர்வுகளைப் பற்றியோ எழுதுவதில்லை. தன்னைச் சுற்றி உள்ளவர்களைப் பற்றியே குறிப்புகள் இருக்கும். தான் கண்ட அபூர்வமான காட்சி, விநோதமான சம்பாசணை, கேள்விப்பட்ட நகைச்சுவை துணுக்கு, தொலைபேசி மிரட்டல்கள், வாசகர் கடிதங்கள் என்று டைரியை நிறைத்திருக்கும். அதுதான் 'கண்டெடுத்த திருட்டு' என்று புத்தகத்துக்குத் தலைப்பு வைத்ததன் காரணமாக இருக்கலாம். இந்தக் குறிப்புகளை ஊடுருவிப் படித்து இவர் வாழ்க்கையை ஒருவாறு ஊகிக்கலாம். நேரடியாகத் தன் வாழ்க்கையை இவர் பேசவில்லை.

சில நாட்களுக்கு முன்னர் ரொறொன்ரோவில் மைக்கெல் ரெட்ஹில் என்பவருக்குக் கில்லர் பரிசு கிடைத்தது. கனடாவில் வழங்கப்படும் ஆகச் சிறந்த இலக்கிய விருது. இவர் 100,000 டொலர் பரிசுப் பணத்தை வங்கியில் போட்டுவிட்டு அந்த ரசீதை ட்விட்டரில் பகிர்ந்து கொண்டார். அவருடைய புதிய வங்கிக் கணக்கு 100,411 ஆக உயர்ந்திருந்தது. அதாவது அவரிடம் வங்கியில் இருந்த பணம் வெறும் 411 டொலர்கள்தான். பரிசுப் பணத்தை என்ன செய்வார் என்று கேட்டபோது வீடு வாங்கப் போவதாகவோ, கார் வாங்கப் போவதாகவோ அவர் சொல்லவில்லை. கடன்களை அடைக்கப் போகிறார்.

தமிழ் எழுத்தாளர்கள் மட்டுமில்லை, உலகில் உள்ள பல எழுத்தாளர்களின் நிலைமை இதுதான். டேவிட் செடாரிஸ் அனுபவித்த வறுமையையும், சிறுமையையும் விவரிக்கமுடியாது. டைரியில் சில இடங்களை இப்போது படிக்கும்போது நம்பமுடியாமல் இருக்கிறது. வாழ்க்கைக் குறிப்புகளை 21 வயதில் இருந்து எழுதுகிறார். அவர் தன்னைப்பற்றி எழுதியது குறைவு. வேறு சம்பவங்கள் மூலம் அவர் வாழ்க்கையை ஊகிக்க முடிகிறது. இவர் போதைப்பொருள் அடிமை. அத்துடன் ஓரினச் சேர்க்கையாளர். படிப்பைத் தொடராமல் பாதியில் விட்டவர். அவர் ரோட்டிலே போகும்போது கல்லால் அடிப்பார்கள். போத்தலை வீசுவார்கள். ஓரினச் சேர்க்கையாளரை ஏற்றுக் கொள்ளாத காலகட்டம் அது. வீட்டிலே இருந்து வெளியேறி விட்டதால் எந்நேரமும் பணத்துக்குத் தட்டுப்பாடு. அவர் தங்கியிருந்தது ஒரு சின்னஞ்சிறிய அறை. அதை இப்படி வர்ணிக்கிறார். 'கிழக்குப் பக்கம் இரண்டடி வைத்ததும் அறை

முடிந்துவிடும். வடக்குப் பக்கம் இரண்டடி வைத்ததும் அறை முடிந்துவிடும்.' அறை வாடகையைக் கட்டமுடியாமல் திண்டாடுகிறார். வீட்டுச் சொந்தக்காரர் அவரை வெளியேற்றப் போவதாக அச்சுறுத்தியபடியே இருக்கிறார். இவருடைய தொலைபேசியை அடிக்கடி வெட்டிவிடுகிறார்கள். இவர் போய் மன்றாடுவார். பழைய சைக்கிள் ஒன்றில் ஓடுவார். அடிக்கடி அதன் கைப்பிடி கழன்று கையோடு வந்துவிடும். ஆரம்பக் காலங்களில் இப்படியான குறிப்புகள்தான் அதிகம்.

இவருடைய குடும்பம் ஒற்றுமையானது போலவே தோற்றமளிக்கும். ஆனால் நிறையச் சண்டைகள். வருடத்தில் ஒருமுறை விடுமுறை நாளில் ஒன்றுகூடுவார்கள். தகப்பன் கண்டிப்புக்காரர். பிள்ளைகளுக்கு அறிவுரை சொல்வதை அவர் நிறுத்தவே இல்லை. பிள்ளைகளும் அவர் சொல்வதை உதாசீனப்படுத்துவதை நிறுத்தவில்லை. இவருடன் சேர்த்துக் குடும்பத்தில் ஆறு பிள்ளைகள். அவர்கள் ஒருவரோடு ஒருவர் பேசும் விசயங்கள் அதிர்ச்சியளிக்கும். இவர் பிற்காலத்தில் தன் நண்பனுடன் ஒன்றாகச் சேர்ந்து வாழ ஆரம்பித்த பின்னர் இவருடைய அக்கா இவரை ஒரு கேள்வி கேட்டார். ஓர் அக்காவும் தம்பியும் இப்படியா பேசுவார்கள் என்று அதிர்ச்சி தரும். 'நீ உன் நண்பனுடன் வாரத்துக்கு எத்தனை தடவை உடலுறவு வைப்பாய்?' அதற்கு இவர் பதில் சொல்கிறார். என்ன சொன்னார் என்பது குறிக்கப்படவில்லை.

இவர் செய்யாத வேலையே கிடையாது. வீடுகளுக்கு வர்ணம் பூசுவது இவர் தொடர்ந்து செய்த வேலை. துப்புரவுப்பணியும் இவர் விரும்பிச் செய்த ஒன்று. உணவகங்களில் கோப்பை கழுவுவதும் அடிக்கடி நடக்கும். ஒருமுறை வேலை ஒன்றும் கிடைக்கவில்லை. ஆகவே ஓர் ஓவியக் கல்விக்கூடத்தில் model ஆக வேலைசெய்கிறார். ஆனாலும் 'நான் என் உடுப்புகளை முற்றாகக் கழற்றவில்லை' என்று டைரியில் எழுதிவைக்கிறார். இவர் செய்த வேலைகளில் இவரால் மறக்க முடியாதது, ஜேட் என்று சொல்லப்படும் பச்சை மணிக்கல்லை மினுக்கியது. இவருடைய இமைகள், காது ஓட்டைகள், மூக்குத் துவாரங்கள் எல்லாமே பச்சை நிறமாக மாறிவிட்டன. ஆர்ஜெண்டினா அதிபர் ஜெனரல் பெரோன் தன் மனைவி ஏவா ஞாபகமாகச் சிலை செய்வதற்கு 15 அடி நீளம், 5 அடி அகலம் கொண்ட ஜேட் கல்லை வாங்கினார். அந்தக் கல்லை எப்படியோ இவருடைய முதலாளி அவரிடம் 100,000 டொலர்கள் கொடுத்து வாங்கிவிட்டார்.

அதைத்தான் இவர் இரவு பகலாக மினுக்கினார். அந்தக் கடினமான வேலைக்கு இவருக்குக் கிடைத்த ஊதியம் வெறும் 14 டொலர்கள்தான்.

இவருக்கும் தாயாருக்கும் இடையே இருந்த உறவுகூட வித்தியாசமானதுதான். ஒருமுறை தாயாரின் பிறந்த நாளின்போது அவருக்குப் பரிசு கொடுக்க இவரிடம் ஒன்றுமே இல்லை. தாயார் சொன்னார், 'நீ எனக்குப் பத்து டொலர் கடன் தரவேண்டுமல்லவா? அதை நீ தரத் தேவையில்லை. அதுவே உன் பரிசு.' இவரைக் காரிலே ஏற்றிக்கொண்டு தாயார் ஓர் இடத்துக்குச் செல்கிறார். அடிக்கடி தொலைந்து போகிறார்கள். தாயார் தன் மகனிடம் சொல்கிறார், 'பார், அடிக்கடி வழி தவறுகிறது. இன்று மது அருந்தாததால் என் மூளை வேலை செய்ய மறுக்கிறது.' ஒருநாள் இவர் அறையிலே பட்டினியாகக் கிடக்கிறார். சமைக்க ஒன்றுமில்லை. அந்த நேரம் தாயார் ஒரு கூடை நிறைய மளிகைச் சாமான்களுடன் அவரைப் பார்க்க வருகிறார். அப்படி அன்பைத் தாயார் அவரிடம் செலுத்தியதே கிடையாது. எப்படித் தாயாருக்கு நன்றி கூறுவது என்று தெரியாமல் திகைத்துப்போய் நிற்கிறார்.

அவருடைய 27வது வயதில் புத்தி மாறி படிக்கவேண்டும் என்ற எண்ணம் தோன்றுகிறது. சிகாகோவில் உள்ள கலைக்கூடம் ஒன்றில் படிக்க இடம் கிடைக்கிறது. இந்த நாலு வருடங்கள் அவர் வாழ்க்கையில் முக்கியமானவை. எதிர்காலத்துக்கு அவரைத் தயாராக்குகின்றன. அந்தக் காலகட்டத்தில் நடந்தவற்றை சுவாரஸ்யமாகப் பதிவு செய்கிறார். அவருடைய அறை மிகச் சிறியது. அதை இப்படி விளக்குகிறார். 'இந்த அறையைக் குளிர் காலத்தில் வெப்பமாக்குவது பற்றிக் கவலைப்படத் தேவையில்லை. ஒரு மெழுகுத்திரியைக் கொளுத்தி வைத்தால் போதும், அறை சூடாகிவிடும். இங்கே உடுப்புகளை இஸ்திரி செய்வதற்கு ஒடுங்கிய மேசை ஒன்று உண்டு. அதையே உணவு மேசையாகவும் பாவிக்கலாம்.'

பல விதமான சின்னச் சின்ன அனுபவங்களை அன்றாடம் எழுதுகிறார். ஒருநாள் இவர் ரயில் வண்டியைப் பிடிப்பதற்கு வேகமாக ஓடுகிறார். ரயிலை நெருங்கினாலும் அதைப் பிடிக்க முடியவில்லை. பக்கத்தில் நின்றவர் 'நீங்கள் ரயிலைத் தவற விட்டுவிட்டீர்கள்' என்கிறார். இவர் 'ஆமாம்' என்கிறார். அவர் தொடர்ந்து பணம் தரச்சொல்லி இவரைத் தொந்திரவு செய்கிறார். 'நான் ஏன் பணம் தரவேண்டும்?' 'நான் உங்களுக்கு உதவி செய்தேனே. நீங்கள் எனக்கு உதவமுடியாதா?' 'நீங்கள் என்ன

உதவி செய்தீர்கள்?' 'செய்தேனே. நீங்கள் ரயிலைத் தவறவிட்டதை உங்களுக்குச் சொன்னேனே.'

இவருடைய கடைசித் தங்கை ரிஃவானிக்கும் இவருக்கும் இடையில் நடக்கும் சம்பாசணைகள் சுவாரஸ்யமானவை. அடிக்கடி சண்டையிடுவார்கள். ஒருவருடன் ஒருவர் பேசாமல் சில காலம் செல்லும். பின்னர் பேசி சிநேகமாவார்கள். ரிஃவானி 14 வயதில் வீட்டைவிட்டு ஓடி பின்னர் பிடிபட்டுச் சிறார் சீர்திருத்தப்பள்ளியில் படித்தவர். மாணவியாக இருந்தபோதே கர்ப்பமாகிவிட்டார். சிசு கர்ப்பப்பை வாசலில் உண்டாகி விட்டதால் அதை அறுவைச் சிகிச்சை மூலம் அகற்றினார்கள். குணமானபோது ரிஃவானி மருத்துவரிடம் கேட்ட முதல் கேள்வி 'நான் எப்போது மீண்டும் உடலுறவு வைத்துக்கொள்ளலாம்?'

*1985*இல் அவருடைய *29*வது வயதில் ஒரு மாற்றம் வருகிறது. வகுப்புப் பேராசிரியர் மாணவர்கள் தங்கள் தங்கள் அனுபவங்களில் ஒன்றைக் கதையாக எழுதிவரவேண்டும் எனச் சொல்கிறார். இவர் இரவிரவாக உட்கார்ந்து எழுதுகிறார். வீட்டுக்கு வர்ணம் பூசுவது போல எழுத்துத் திட்டுத் திட்டாக வருகிறது. ஒரு மூலையில் வர்ணம் பூசிவிட்டு அடுத்த மூலைக்கு ஓடுவதுபோல தொடர்ச்சி இல்லாமல்தான் எழுதமுடிகிறது. ஆனாலும் விடாமல் எழுதுகிறார். ஒரு பிடிப்பு வருகிறது. தனக்குள் எழுத்துத் திறமை இருப்பதையும், அதில் சொல்லமுடியாத ஓர் ஆர்வம் உண்டாவதையும் அவர் கண்டுபிடிக்கிறார்.

இரண்டு வருடங்கள் கழித்து, அவர் பட்டதாரியான பின்னரும் தொடர்ந்து கூலிவேலையே செய்கிறார். ஒருநாள் முதலாளியைப் பார்ப்பதற்காக மின்தூக்கியில் ஏறுகிறார். காவலாளி அவரைத் தடுத்துக் கண்டபாட்டுக்கு வைகிறான். கூலிக்காரர்கள் பின்னுக்குச் சாமான்கள் கொண்டுபோகும் மின்தூக்கியில்தான் ஏறவேண்டும் என்று அவரைத் துரத்துகிறான். அவருக்கு அவமானமாகப் போய்விட்டது. பட்டதாரியாக இருந்தால் மட்டும் போதாது மதிப்பான வேலை வேண்டும் என்று நினைக்கிறார். 'நான் ஏன் உயிர் வாழவேண்டும்?' என்று காரணங்களைப் பட்டியல் இடுகிறார்.

அதில் 'என் பெயரை அச்சில் பார்க்க வேண்டும். என் கதைகள் பிரசுரமாக வேண்டும்' என எழுதி வைக்கிறார்.

அவர் மனதுக்குள் என்ன ஓடியதோ தெரியவில்லை. பட்டியல் போட்ட பின்னர் அவருடைய சிறுகதை ஒன்று வெளியாகிறது. அதைத் தொடர்ந்து வேலையும் கிடைக்கிறது. கல்லூரியில் புனைவு

இலக்கியம் கற்பிக்கும் ஆசிரியர் வேலை. வகுப்பிலே எட்டுப் பேர்தான். உற்சாகமாகப் படிப்பிக்க ஆரம்பிக்கிறார். அவர் மாணவர்களுக்குக் கொடுத்த முதல் வீட்டுப் பாடம் இதுதான். 'நான் என்னுடைய காலை எப்படி இழந்தேன்?' இந்தத் தலைப்பில் கட்டுரை எழுதவேண்டும். மாணவருடைய எழுத்துத் திறமையையும், கற்பனை பெருக்கத்தையும் ஒரே கட்டுரையில் அளந்துவிடலாம் என்பது அவர் கணிப்பு.

இந்தக் காலகட்டத்தில் அவர் மூன்று சம்பவங்களைப் பதிவுசெய்கிறார். ஒன்று சோகமானது. மற்றது விளையாட்டுத் தனமானது. மூன்றாவது அதிர்ச்சி தரக்கூடியது. அவர் வீட்டுக்குப் போகிறார். அங்கே அவரை எல்லோரும் சந்தேகத்துடனேயே நடத்துகிறார்கள். அவர் தொட்டெடுத்த பொருளை மற்றவர் தொடுவதில்லை. அவர் பாவித்த கிளாசை மற்றவர் பயன்படுத்தப் பயந்தனர். அவருக்கு எய்ட்ஸ் இருக்கக்கூடும் எனக் குடும்ப அங்கத்தினர் சந்தேகப்பட்டதன் விளைவுதான் இத்தனை கெடுபிடிகள் என்பதை அவர் உணர்ந்து கொள்கிறார். கவலையுடன் தன் அறைக்குத் திரும்புகிறார்.

இவருடைய விளையாட்டுத்தனத்தை அடுத்த பதிவு காட்டுகிறது. இவருடைய தங்கை ரிஃவ்வானி ஒரு தபால்காரரைக் காதலிக்கிறார். இதை அறிந்ததும் செடாரிஸ் தன் தங்கைக்கு விதம் விதமான தபால் அட்டைகளை எழுதிக் குறும்பு செய்கிறார். தபால்காரர் அவற்றைப் படித்து அதிர்ச்சியடையவேண்டும் என்பதுதான் காரணம். 'மருத்துவர் இன்று உறுதியாகச் சொல்லிவிட்டார். உனக்கு வந்தது positive தான்.' 'நீ கடன் வாங்கிய 10,000 டொலர்களை எப்போ திருப்பித் தருவாய்?' தபால்காரர் தங்கையை விட்டுவிட்டு ஓடினாரா என்ற தகவலை அவர் எழுதவில்லை.

மூன்றாவது அதிர்ச்சியானது. வகுப்பு கடைசி நாள் இவர் மாணவர்களிடம் ஒன்று சொல்கிறார். அவரிடம் கைக்கடிகாரம் இல்லை. மாணவர்களிடம் அன்றைய வகுப்பு முடியும்போது இப்படிச் சொல்கிறார். 'இன்று கடைசி நாள். மாணவர்கள் தங்கள் ஆசிரியருக்கு ஏதாவது பரிசு தருவது வழக்கம். உங்களுக்குப் பிரியமானால், இந்தக் கடையில், இன்ன கடிகாரம் 140 டொலர் விலைக்கு விற்கிறது. உங்களுக்குப் பிரியமானால், நீங்கள் அதை வாங்கி எனக்குப் பரிசாகத் தரலாம்.' கடிகாரம் அவருக்குக் கிடைத்ததா என்பது மர்மமாகவே இருக்கிறது.

1990ஆம் ஆண்டு பல மாற்றங்கள் அவர் வாழ்க்கையில் நிகழ்கின்றன. அவர் நியூயோர்க் நகருக்கு வேலைதேடி வருகிறார். அங்கே முதன்முதலாக மீதி வாழ்நாள் முழுக்க அவருடன் வாழப்போகும் ஹியூ என்ற நண்பரைச் சந்திக்கிறார். இருவரும் ஒன்றாக இணைந்து வாழ ஆரம்பிக்கிறார்கள். பல நல்ல காரியங்கள் இந்த நட்பில் கிடைக்கின்றன. போதைப்பொருள் பாவிப்பதை நிறுத்துகிறார். மது அருந்துவதையும் கொஞ்சம் கொஞ்சமாக விட்டுவிடுகிறார். ஆனால், எந்த வேலையில் சேர்ந்தாலும் அவரால் தொடர்ந்து இருக்க முடியவில்லை. மேசையில் உட்கார்ந்து அவரால் வேலை செய்யவே முடியாது. ஒருமுறை மேலதிகாரி இவரிடம் வருமான வரிப் பத்திரத்தைக் கொடுத்து நிரப்பச் சொல்கிறார். பாதியில் 25இல் 8 1/4% எவ்வளவு என்று கணக்கீடு செய்யத் தெரியவில்லை. வருமானவரி அதிகாரியையே தொலைபேசியில் தொடர்புகொண்டு அதற்கு விடை கேட்கிறார். அவரோ 'இப்படியான கேள்விகளுக்குப் பதில் சொல்ல எனக்கு அதிகாரம் இல்லை' என்கிறார்.

இவருடைய வாழ்க்கை கொஞ்சம் கொஞ்சமாக மாறுகிறது. ரேடியோவில் இவரை நேர்காணல் செய்கிறார்கள். அதன் பின்னர் நாலு இடங்களுக்குப் போய்த் தன் துப்புரவுப் பணியை முடித்துவிட்டுத் தன் அறைக்குத் திரும்புகிறார். அவரால் நம்பமுடியவில்லை. தொலைபேசியில் பாராட்டுகள் வந்து குவிகின்றன. அவருடைய தொலைபேசி உள்பெட்டியில் தகவல்கள் நிரம்பி புதுதகவல்களுக்கு இடமில்லாமல் ஆகிறது. தன்னில் ஏதோ தனித்தன்மை இருக்கிறது. தனக்குத் தெரியாத திறமை ஒன்று தன்னிடம் இருக்கிறது என்ற எண்ணம் வருகிறது.

பாரிஸ் சென்று பிரெஞ்சு மொழி கற்கவேண்டும் என்ற ஆசை திடீரென்று பிறக்கிறது. பாரிஸில் இவருடைய ஆசிரியைக் கண்டிப்பானவர். இவருடைய பிரெஞ்சு உச்சரிப்பைத் திருத்துவதே அவரது பொழுதுபோக்கு. ஆசிரியைக்கு இவரைப் பிடிக்காது. இவரோ அவரைச் சீண்டியபடியே இருப்பார். ஒருநாள் ஆசிரியை இவரை ஒரு கட்டுரை பிரெஞ்சு மொழியில் எழுதிக்கொண்டு வரச் சொல்கிறார். எதிர்காலத்தில் செல்வச்செழிப்புடன் அவர் சுகமாக வாழப்போகும் ஒரு வாழ்க்கை பற்றி அவர் எழுதவேண்டும். இவர் பிரெஞ்சு மொழியில் இப்படி எழுதி ஆசிரியைக்கு சமர்ப்பிக்கிறார்.

'நான் கிழவனாகி, தோல் சுருங்கி, பல் இல்லாமல் முதியோர் இல்லத்தில் வாழ்வேன். இரவு மூன்று தடவை தாதியின் உதவியுடன்

கழிவறைக்குப் போவேன். கஞ்சி குடிப்பேன். மாதம் ஒரு முறை குளிப்பேன். என்னை ஒருவரும் வந்து பார்க்க மாட்டார்கள். ஏனென்றால் அவர்கள் எல்லோரும் சவப்பெட்டிகளினுள் இருப்பார்கள். நான் கூரையைப் பார்த்துச் சலித்துப்போய் படுத்திருப்பேன். பக்கத்து அறையில் என்னுடைய பழைய பிரெஞ்சு ஆசிரியைச் சுவரில் சோக் கட்டிகளை எறிந்தபடி பொழுதைப் போக்குவார். நான் கத்துவேன், 'நிறுத்து. போதும் எறிவதை நிறுத்து.' அவர் என் உச்சரிப்பைத் திருத்துவார்.'

பாரிஸில் இருந்தபோது சிலந்தி வளர்க்க ஆரம்பிக்கிறார். அவருடைய சிலந்திக்குப் பெயர் கிளிவ்டன். ஒருநாள் இரண்டு ஈக்களையும், ஒரு விட்டிலையும் உணவாகப் பிடித்து அதற்குக் கொடுக்கிறார். சிலந்தி ஈக்களைத் தின்று முடிக்க ஆறுமணிநேரம் ஆகிறது. இரையைக் கண்டதும் சிலந்தி பாய்ந்து வந்து கடிக்கும். அவை மயக்கமாகிவிடும். பின்னர் சாவதானமாக இரையை உறிஞ்சிக் குடித்துவிடும். வெறும் கோதுதான் மிஞ்சும். ஒரேயொரு பிரச்சினை, தினம் ஈக்களைப் பிடிப்பதுதான். ஆனால் பாரிஸ் போன்ற ஒரு நகரில் அவற்றின் எண்ணிக்கைக்குக் குறைவே இல்லை.

இவர் தன் அப்பாவுடன் சுமுகமான உறவு பேணியதில்லை. இவரைத் தொலைக்காட்சியில் லெட்டர்மன் ஒருமுறை நேர்காணல் செய்தார். லெட்டர்மனால் நேர்காணல் செய்யப்படுவது பெருமதிப்பான விசயம். அமெரிக்க ஜனாதிபதி, வெளிநாட்டுத் தலைவர்கள், அதிமேதாவிகள் ஆகியோரை அவர் நேர்காணல் செய்பவர். நேர்காணலை டிவியில் பார்த்துவிட்டு இவருடைய தகப்பனார் தொலைபேசியில் இவரை அழைத்துத் திட்டினார். 'உனக்கு ஆளுமை கிடையாது. என்ன சப்பாத்து? என்ன உடை? நான் வாங்கித்தந்த டையைக் கட்டியிருக்கலாமே.' டேவிட் டைரியில் இப்படி எழுதுகிறார் 'என் அப்பா சப்பாத்தும், டையும் ஒருவர் சொல்வதை மேம்படுத்தும்; சாதாரண வார்த்தைகளை உயரிய இலக்கியமாக மாற்றிவிடும் என நம்புகிறார்.'

அவருடைய புத்தகம் Me Talk Pretty One Day வெளிவந்து அமோகமாக விற்றுத் தள்ளுகிறது. புத்தகங்களில் கையொப்பம் இடுவதற்காக இவர் நகரம் நகரமாகச் செல்கிறார். ஒஹையோ நகரத்தில் நடந்த சம்பவத்தை விவரிக்கிறார். 'என்னை விமான நிலையத்தில் மர்லின் என்பவர் வந்து சந்தித்து அழைத்துச் செல்கிறார். நான் புத்தக அரங்கத்துக்கு ஒரு மணி நேரம் முன்னதாகப் போகலாம் என்று சொன்னேன். அவர் தேவையில்லை

என்று சொல்லி 15 நிமிடம் இருக்கும்போது அழைத்துப் போகிறார். கார் தரிக்கும் இடம் நிரம்பி விட்டதால் சுற்றிச் சுற்றி வந்து சிரமப்பட்டு ஓர் இடத்தைக் கண்டுபிடித்துக் காரை நிற்பாட்டினோம். 'யாரோ இங்கே பெரிய விருந்து இன்று கொடுக்கிறார்கள் போல' என்றார் மர்லின். பேசுவதற்கு முன்னர் 15 நிமிடமும், பேசிய பின்னர் மூன்று மணிநேரமும் வாசகர்களுடைய புத்தகங்களில் கையொப்பமிட்டேன். திரும்பும்போது மர்லின் சொன்னார் 'இவ்வளவு சனங்களும் இங்கே தற்செயலாகக் கூடியது நல்லதாகப் போய்விட்டது.' கடைசிவரை அந்தப் பெண்ணுக்குத் தெரியாது அத்தனை மக்களும் அங்கே அன்று கூடியது டேவிட் செடாரிஸ் என்ற எழுத்தாளரைச் சந்திப்பதற்காக என்று.

மிக நல்ல செய்தியுடன் டைரிக் குறிப்புகள் முடிவுக்கு வருகின்றன. இவருடைய புத்தகம் நியூயோர்க் டைம்ஸ் வெளியிடும் ஆகச் சிறந்த புத்தகங்கள் பட்டியலில் தொடர்ந்து ஒரு வருடம் இடம் பிடிக்கிறது. இவருக்கு அந்தச் செய்தி பிரமிப்பு ஏற்படுத்துகிறது. 52 வாரங்களா? அவரால் நம்ப முடியவில்லை. உடனே வேறு ஒரு சிந்தனையும் தோன்றுகிறது. ஒரு விருந்துக்குச் சென்று அங்கே அளவுக்கதிகமான நேரம் தங்கிவிட்டது போல ஒரு குற்றவுணர்வு. 'என்னிலும் சிறந்த எழுத்தாளர் ஒருவருடைய இடத்தைப் பிடித்துவிட்டோமோ' என்ற மன உறுத்தல் அவரை வாட்டுகிறது. அங்கேதான் உண்மையான டேவிட் செடாரிஸ் வெளிப்படுகிறார்.

ஆரம்பத்தில் 3 டொலர் கூலியாக வேலை பார்த்தவர் படித்துப் படிப்படியாக முன்னேறி இன்று மிகப் பிரபலமான ஓர் எழுத்தாளராக உலகை வலம் வருகிறார். இன்றுவரை ஒற்றை விரலால்தான் டைப்செய்கிறார். அவர் கனடா வரும்போது நான் அவரைச் சந்திப்பேன். இலவச டிக்கட்டை எனக்கு முதலிலேயே அனுப்பிவைப்பார். 2000 பேர் அமர்ந்திருக்கும் சபையில் ஒரு மணிநேரம் பேசுவார். பின்னர் மூன்று அல்லது நாலு மணிநேரம் நின்றுகொண்டே கையெழுத்திடுவார். பிரபலமான பின்னரும் அவர் ஒரேமாதிரித்தான் இருக்கிறார். ஒரு மாற்றமும் தெரியவில்லை.

ஆரம்பத்தில் கையினால் எழுதி அவரிடமிருந்து கடிதங்கள் வந்தன. பின்னர் தட்டச்சு செய்து அனுப்பினார். நான் அவரிடம் கம்ப்யூட்டரில் எழுதுவது உங்களுக்கு வசதியாக இருக்கும் என்று சொல்லியிருக்கிறேன். அவர் கேட்கவில்லை. திடீரென்று 2003இல் கம்ப்யூட்டரில் எழுத ஆரம்பித்துவிட்டார். இதற்குக் காரணம் அவருடைய நண்பர் ஹியூ என்றே நினைக்கிறேன்.

அவருடைய கடைசித் தங்கை ரிஃவானி பற்றிய பதிவுகள் டைரியில் இருக்கின்றன. குப்பைத் தொட்டியில் மற்றவர்கள் வீசிய வான்கோழி இறைச்சியை ரிஃவான் சாப்பிட்டதை வருத்தத்துடன் பதிவு செய்திருக்கிறார். அத்தனை வறுமை. 2013 மே 14 டேவிட் செடாரிஸை ரொறொன்ரோவில் சந்தித்தபோது அவர் தங்கை பற்றிப் பேசினார். அப்படி நாங்கள் பேசிக்கொண்டு இருந்தபோதே ரிஃவானி இறந்திருக்கக்கூடும். தற்கொலை செய்திருக்கிறார். பல நாட்கள் தள்ளி, கதவை உடைத்து அவர் உடலைக் கண்டுபிடித் தார்கள். சில வாரங்கள் கழித்து செடாரிஸ் தன்னுடைய தங்கையின் நினைவுகளைப் பகிர்ந்து நியூயோர்க்கரில் ஒரு கட்டுரை எழுதினார். காலம் மாறிக்கொண்டே இருக்கிறது. அதுதான் கட்டுரையின் அடிநாதம். அவருடைய குடும்பத்தில் ஆறு பேர். நாலு பெண்கள், இரண்டு ஆண்கள். கட்டுரையின் தலைப்பு 'இப்பொழுது நாங்கள் ஐவர்.' கட்டுரையில் சோகமாக ஒன்றுமே சொல்லப்படவில்லை. அது முடியும்போது மனம் பாரமாகிவிடும்.

25 வருடத்து டைரிக் குறிப்புகள் புத்தகமாக வந்துவிட்டது. மீதி 15 வருட குறிப்புகள் 2018இல் வரலாம். ஓர் எழுத்தாளரின் சாதாரண டைரி இத்தனை புகழ்பெற்றது ஆச்சரியம்தான். 'அடுத்து உங்கள் கடிதங்களைப் புத்தகமாக வெளியிடுங்கள்' என எழுதியிருக்கிறேன். கடிதங்கள் இன்னும் சுவாரஸ்யமானவை. அப்படி வரும்பொழுது அவர் எனக்கு எழுதிய கடிதங்களும் இடம்பெறும் என நினைக்கிறேன். நிச்சயம் அவை வித்தியாச மானவையாக இருக்கும்.

பின்குறிப்பு:

2 ஒக்டோபர் 2024 அன்று டேவிட் செடாரிஸ் ரொறொன்ரோ வருகை தந்தார்.

எனக்கு மூன்று இலவச டிக்கட்டுகள் ஏற்கனவே அனுப்பி யிருந்தார். நானும் கவிஞர் சேரனும். நண்பர் திருமூர்த்தியும் அவருடைய உரையைக் கேட்கச் சென்றோம். 2750 மக்கள் நிறைந்த Massey Hall மண்டபத்தில் மூன்றாவது வரிசையில் அமர்ந்து அவர் பேச்சை ரசித்தோம். ஒரு நிமிடத்திற்கு மூன்று தடவை சிரித்தோம்.

குழலி மாணிக்கவேல்

பல மாதங்களுக்கு முன்னர் அமெரிக்காவில் ஒரு நண்பர் தொகுப்பு நூல் ஒன்றைத் தந்தார். அது Flash Fiction, அதாவது மின்னல் கதைகளின் தொகுப்பு. உலகத்தின் பல நாடுகளில் இருந்து எழுத்தாளர்கள் எழுதியிருந்தார்கள். குட்டிக் குட்டிச் சிறுகதைகள். அதிலே ஒரேயொரு தமிழ் எழுத்தாளருடைய கதையும் இருந்தது. அவர் பெயர் குழலி மாணிக்கவேல். ஆச்சரியமாயிருந்தது. ஆங்கிலத்தில் எழுதும், நான் முன்னர் கேள்விப்பட்டிராத ஓர் எழுத்தாளர். அப்படித்தான் என் ஆராய்ச்சி தொடங்கியது.

என் நண்பர்களிடம் விசாரித்தேன். அவர்களுக்குத் தெரியவில்லை. இந்தியாவில் சிலரிடம் கேட்டுப் பார்த்தேன். பலன் இல்லை. பொஸ்டன் பல்கலைக்கழகத்தில் ஒரு பகுதியாகச் செயல்படும் 'அக்னி' ஆங்கிலப் பத்திரிகையில் இவர் சிறுகதை ஒன்று வெளியானது மங்கலாக நினைவுக்கு வந்தது. அக்னி பத்திரிகை தங்கள் பெயருக்கு இப்படி விளக்கம் எழுதியிருந்தது. Literary magazine named after vedic fire god. அந்தப் பத்திரிகையில் வெளியாகியிருந்த இவருடைய சிறுகதையின் பெயர் The Statue Game. இது யூலை, 2010இல் வெளியானது.

குழலியைத் தமிழ் வாசகர்களுக்கு அறிமுகப்படுத்தும் விதமாக இந்தக் கதையை மொழிபெயர்க்கலாம் என்று தீர்மானித்தேன். ஆங்கில எழுத்தாளர்களின் வழக்கம் போல இவருக்கும் ஓர் ஏஜெண்ட் இருந்தார். பெயர் கன்னா, நல்ல மனிதர். அவர் அக்னி பத்திரிகையுடன் தொடர்புகொண்டு அவர்களுக்காக என்னிடம் சில வழக்கமான கேள்விகளைக் கேட்டார். பின்னர் ஓர் ஒப்பந்தம் போட்டு, சன்மானம் பற்றித் தீர்மானித்த பிறகு, கையெழுத்து வாங்கினார். அதன் பின்னர்தான் இந்தக் கதை இங்கே மொழியாக்கம் செய்யப்பட்டது.

குழலியின் முழுப்பெயர் வண்டார்குழலி மாணிக்கவேல். அந்தப் பெயர்தான் என்னை முதலில் ஈர்த்தது. குழலியிடம் அதுபற்றிக் கேட்டபோது அவருடைய தகப்பன் தமிழ் பற்றாளர் என்று குறிப்பிட்டார். சிறுவயதில் இருந்தே எழுதவேண்டும் என்ற முனைப்புடன் தான் இயங்குவதாகச் சொன்னார். தனக்குப் படைப்புக் கான ஆதர்சம் என்று ஒருவரும் இல்லை, தானே தன் பாதையை உருவாக்கியதாகப் பெருமைப்படுகிறார்.

இவர் பிறந்தது கனடாவில், வின்னிபெக் என்ற நகரத்தில். அங்கே 13 வயது வரைக்கும் வாழ்ந்த பின்னர் தன் சொந்த நாடான இந்தியாவுக்குத் திரும்பினார். அங்கேயே படித்து முழுநேர படைப்பாளராக இன்று நாவல்கள், சிறுகதைகள், கட்டுரைகள் என எழுதி வருகிறார். இவர் எழுதிய சில நூல்கள்:

Things we found during the autopsy

How to love mathematical objects

Eating sugar, Telling lies.

இவருடைய சிறுகதைகள் Granta, Strange Horizons, Agni, Michigan Quarterly Review ஆகிய அமெரிக்க இலக்கியப் பத்திரிகைகளில் வெளியாகியுள்ளன. இந்தப் பத்திரிகைகள், அவைக்கு அனுப்பிய சிறுகதைகள் ஏற்றுக்கொள்ளப்பட்டனவா, இல்லையா என்பதை அறிவிக்கவே கிட்டத்தட்ட மூன்று மாதங்கள் எடுக்கின்றன. சன்மானம், 1000 வார்த்தைகளுக்கு $50. பொதுவாக 100 கதைகள் சமர்ப்பித்தால் இரண்டு கதைகள் ஏற்கப்படும். இப்படியான சூழ்நிலையில்தான் குழலி ஆங்கிலத்தில் எழுதிக் கொண்டிருக்கிறார்.

இது தவிர, இலக்கியம் அல்லாத பத்திரிகை சிலதிலும் எழுதுகிறார். ஏன் என்று கேட்டபோது வீட்டு வாடகை கட்ட வேண்டுமே என்றார். இவருடைய The Statue Game சிறுகதையைத் தமிழில் 'சிலை விளையாட்டு' என்ற தலைப்பில் மொழிபெயர்த்திருக்கிறேன். பல இடங்களில் சிரித்தபடியே மொழிபெயர்த்ததால் களைப்பு தெரிய வில்லை.

சிலை விளையாட்டு

அஞ்சலி தன் அப்பெண்டிக்ஸை விற்கும் முயற்சியில் இருக்கும்போது தன் பல்லைத் தொட்டுக் காட்டுவாள். 'இது கனடா பல்' அதை ஒரு தட்டுத் தட்டியபடிச் சொல்வாள். 'ரொம்ப வலிமையானது. இந்தப் பற்கள் இவ்வளவு திறமானவையாக இருந்தால் என்னுடைய அப்பெண்டிக்ஸ் எத்தனை உயர்ந்ததாக இருக்கும்?'

அவளுடைய துரதிர்ஷ்டம் அதை வாங்க ஒருவரும் முன் வரவில்லை. இந்தியாவில் உடல்பாகங்கள் அறம்புறமாக விற்பனையாகும்போது ஏன் அப்பெண்டிக்ஸ் விற்பதற்கு மட்டும் இத்தனை பிரச்சினை என்பது அஞ்சலிக்குப் புரியவில்லை. 'இங்கே அப்பெண்டிக்ஸுக்கு அத்தனை பெரிய டிமாண்ட் இல்லை. உன்னுடைய சிறுநீரகம் அல்லது கல்லீரலை விற்கப்பார்,' என்றேன் நான்.

'ஏன் நான் அதை விற்கவேண்டும்? சிறுநீரகம் அளவுக்கு அப்பெண்டிக்ஸும் முக்கியமானதுதான்' என்றாள் அஞ்சலி. 'என்னைக் கறுப்புப் பட்டியலில் தள்ளி வைத்திருக்கிறார்கள் என்று நான் நினைக்கிறேன். நான் ஒரு கனடியன். என்னுடைய இந்த விநோதமான உச்சரிப்பு இல்லாவிட்டால் என் குடல்வாலை எப்போவோ விற்றுத் தள்ளியிருப்பேன்.'

'உன்னுடைய உச்சரிப்பு அல்ல, உன்னுடைய இளஞ்சிவப்பு நிறமும், தசை முறுக்கும்தான் காரணம். அநேகமான இந்தியப் பெண்களுக்கு இளஞ்சிவப்பில் முறுகிய தசைகள் இருப்பதில்லை. இதுதான் ஆட்களைச் சந்தேகப்பட வைக்கிறது,' நான் சொன்னேன்.

எனக்கு அஞ்சலி திரும்பிப் போவதுதான் விருப்பம். ஒரு கனடியருக்குக் கனடாவைத் தவிர வேறு நல்ல இடம் இருப்பதாக எனக்குத் தெரியவில்லை. ஆனால், அவள் இங்கே சௌகரியமாக இருந்தாள். என்னுடைய பாட்டியிருக்கும் அதே வீதியில் ஒரு சின்ன அறையில் அவள் தங்கியிருந்துகொண்டு தன்னுடைய

கனடா ஆட்களுக்குத் தபால் அட்டைகள் அனுப்பினாள். தனக்கு நல்லாய் வாய்த்த இந்திய நகரத்தைப் பற்றி எழுதினாள். அங்கே அதிக மாடுகள் இல்லை, ஆனால் ஓயாமல் வாயு பறிக்கும் பன்றிகளும் ஆடுகளும் நிறைய இருப்பது பற்றி எழுதினாள். குழாய்களில் ஒருநாளைக்கு இரண்டு தரம்தான் தண்ணீர் வந்தது. ஆனால், அந்தத் தண்ணீரைக் குடிக்க முடியாது. ஏனென்றால் அவற்றில் காலரா, குடல்காய்ச்சல், அம்மை மற்றும் மலேரியா காய்ச்சல் கிருமிகள் நிறைந்திருக்கும். பகலிலே தான் கண்ட இறந்த எலிகள் பற்றியும், மின்சாரம் அது நினைத்தபோது வந்து நினைத்தபோது போனது பற்றியும், சனங்கள் வீதியின் ஓரத்தில் சிறுநீர் கழிப்பது பற்றியும் எழுதினாள்.

மாதத்தில் ஒருதடவை அவள் சகோதரி 50 டொலர் காசு அனுப்பினாள். ஆனால், அவளுடைய இந்திய அனுபவங்களைப் போதுமான அளவிற்கு விஸ்தரிப்பதற்கு அந்தக் காசு போதவில்லை. அதற்குத்தான் அஞ்சலி தன் குடல்வாலை விற்பதற்கு விரும்பினாள். ஒருநாள் பாட்டியின் வீட்டுக்கு அவள் வந்து முன் கதவை இழுத்தாள். 'என்ன வேண்டும்?' நான் யன்னல் வழியாகக் கத்தினேன். வீட்டின் உள்ளே அவளை அழைக்க எனக்கு விருப்பம் இல்லை. ஏனென்றால் அவளைத் திரும்பவும் வீட்டைவிட்டு வெளியேற்றுவதற்கு வெகுநேரம் எடுக்கும்.

'என்னுடைய சகோதரி வருகிறாள்,' என்றாள். 'இந்தக் கதவு பூட்டியிருக்கிறதா? எதற்காகக் கதவு பூட்டியிருக்கிறது?'

'அவர் உன்னைத் திரும்பவும் கனடாவுக்குக் கூட்டிச் செல்வாரா?' 'அவர் என்னுடைய சேமத்தை அறிவதற்கு விரும்புகிறார் என்பது உனக்குத் தெரியும்தானே.'

'எங்கே அவர் தங்குவார்?'

'உங்கள் வீட்டில் கூடுதலாக அறை இருப்பதால், நான் நினைக்கிறேன்....'

'முடியாது.'

'ஓகே, அப்ப என்னோடு அவர் தங்குவார். அவருக்காக ஒரு குளிரூட்டி யந்திரம் வாடகைக்கு எடுக்கமுடியும். நீ கதவைத் திறக்கப் போகிறாயா? இல்லையா?'

'எவ்வளவு நாள் அவர் தங்குவார்?'

'எனக்குத் தெரியாது. சில சமயம் நீயே அவரைச் சந்திக்கலாம்.'

'ஒருவேளை உன்னை அவர் திரும்பவும் கனடாவுக்குக் கூட்டிப் போகலாம்' நான் சொன்னேன்.

திருநெல்வேலிக்கும் நாகர்கோயிலுக்கும் இடையில், எங்கோ ஓர் இடத்தில் ஒரு வெள்ளை அம்பாசடர் காரில் தூக்கத்திலே என்னுடைய பாட்டி இறந்துபோனார். அவரை எரித்த பிறகு அவர் வீட்டுக்குச் சென்று சில்லறைக் காரியங்களை முடிக்குமாறு எனக்குச் சொன்னார்கள். அந்தச் சில்லறைக் காரியங்கள் என்ன என்பது எனக்கு முற்றிலும் தெரியாது. அவருடைய வீடு ஐதாகவும் மர்மமாகவும் இருந்தது. வைக்கோல் பாய்கள், ஓர் உடைந்த கிராமபோன் பெட்டி, பழைய பட்டுச் சேலைகள் அலமாரி, சமையல் பாத்திரங்கள், ஒரு சின்னக் குழந்தை அளவில் உடைந்துபோகும் நிலையில் காணப்பட்ட கிருஷ்ணரின் சிலை எனப் பலதும் இருந்தன. சிலையில் பல இடங்களில் சிராய்ப்புகளும், கீறல்களும் காணப்பட்டன. பல லட்சம் சிறு குருவிகள் சிலையைக் கொத்தியது போல இருந்தது. இரண்டு கைகளையும் சிலையில் காணவில்லை. வலது முழங்கால் இருக்கவேண்டிய இடத்தில் ஓர் ஓட்டை மட்டும் இருந்தது. கிருஷ்ணருடைய புல்லாங்குழல் அவருடைய வெடித்த உதட்டில் ஒட்டியிருக்கும் கறள்பிடித்த கம்பியாக எஞ்சியிருந்தது.

'எனக்கு அதைத் தா.' அஞ்சலி சொன்னாள்.

'ஏன்?'

'ஏனென்றால் கிருஷ்ணர் எனக்குப் பிரியமானவர். என்னுடைய அறையில் இந்தச் சிலை அழகாகவும், பொருத்தமாகவும் இருக்கும்.'

'ஆயிரம் ரூபாய்.'

'நான் என்னுடைய அப்பெண்டிக்ஸை விற்றவுடன் நூறு ரூபாய் தருவேன்.'

கிருஷ்ணருடைய முழங்கால் ஓட்டையிலிருந்து ஒரு குளவி உள்ளேயும் வெளியேயுமாகப் பறந்தது. கிருஷ்ணருடைய கைகளுக்கு என்ன நடந்தது என்று யோசித்தேன். அவற்றை முறித்து விட்டதுபோல பட்டது.

'அப்ப எனக்குக் கிடைக்குமா?' அஞ்சலி கேட்டாள்.

'ஆயிரம் ரூபாய்க்கு உனக்குக் கிடைக்கும்.'

வீதியின் எதிர்ப்புறத்தில் இருந்த கடைச் சொந்தக்காரர்தான் பாட்டி வீட்டின் பொறுப்பாளர். வீட்டின் திறப்புக்கும் அவர்தான்

காப்பாளர். எனக்குத் தெரிந்த வரையில் என்னை அவருக்கு மூன்று காரணங்களுக்காகப் பிடிக்காது.

எனக்கு மிச்சக் காசை கணக்குப் பார்க்கத் தெரியாது.

இடது, வலது குழப்பம் எனக்கு இன்னும் இருக்கிறது.

பத்து வரைக்கும்தான் என்னால் தமிழில் எண்ண முடியும்.

ஒருநாள் காலை கடைக்காரரிடம் கேட்டேன். 'இந்தப் பழைய சிலையை நான் என்ன செய்வது?' 'வெளியே எறிந்துவிடு,' அவர் சொன்னார்.

'கடவுள் சிலைகளை எறிவது பிழையல்லவா?'

'எனக்கு நீ அதைச் சொல்லியிருக்கவேண்டும். எப்படி அது கடவுள் சிலை என்று எனக்குத் தெரியும்?'

'அது கடவுள் சிலை.'

'அதை நீ ஆற்றில் வீசவேண்டும்.'

'எனக்காக அதை உங்களால் ஆற்றில் எறிய முடியுமா?'

'முடியாது.'

'என்னுடைய பாட்டி அதை விரும்பியிருப்பார்."

'ஏன் பொய் சொல்லுகிறாய்.'

'நான் பொய் சொல்லவில்லை.'

'இல்லை நீ சொல்கிறாய்.'

நான் வீட்டுக்குப் போய் பின் தாழ்வாரத்தில் அந்தச் சிலையை மடியில் வைத்துக்கொண்டு உட்கார்ந்தேன். அப்படி மனச்சோர்வு தரும் ஒரு கிருஷ்ணர் சிலையை நான் பார்த்ததில்லை. சிலையின் கண்ணில் காணப்பட்ட சிறிய குழி ஒரு ரத்தக் காட்டேரியை நினைவுக்குக் கொண்டுவந்தது. அதே சமயம் குருட்டுத் தன்மையையும் கொடுத்தது. சிலையின் சிரிப்பு அதன் கைகள் போன அதே இடத்துக்கு விழுந்து போவதற்கான ஒரு தருணத்துக்குக் காத்திருந்தது.

முழங்கால் ஓட்டைக்குள் உற்றுப் பார்த்தபடி 'நீ அந்த மனிதனை ஞாபகப்படுத்துகிறாய்' என்றேன். 'சாகமுடியாத அந்த மனிதனை அவர்கள் வெட்டுக்கிளியாக மாற்றிவிட்டார்கள். எனக்கு

அது உண்மையில் புரியவே இல்லை. என்னத்திற்காக ஒன்றை வெட்டுக்கிளியாக மாற்றவேண்டும்?'

கிருஷ்ணர் சிலையை உடைந்த பிள்ளைபோல என் இடையில் காவிக்கொண்டு வீட்டைச் சுற்றிச் சின்னச்சின்ன பொருட்களைத் தேடியபடித் திரிந்தேன். பூட்டப்பட்ட மரப்பெட்டிகள் கட்டிலுக்கு கீழே காணப்பட்டன. அவற்றின் உள்ளே என்ன இருக்கும் என்று அறிய ஆவல்தான், ஆனால் என் சோம்பல் தன்மையால் அவற்றை நான் திறக்கவில்லை.

'பெட்டிகளின் உள்ளே சின்னப் பொருள்கள் இருக்க முடியாது. சின்னப் பொருள்களை ஒருவரும் பூட்டி வைக்கப் போவதில்லை,' என்று நான் சொன்னேன்.

சில அறையின் யன்னல்கள் இன்னொரு அறைக்குள் திறந்தன. யன்னல் கண்ணாடிகள் பச்சை, செம்மஞ்சள் நிறத்தில் இருந்தன. சட்டங்கள் வெள்ளை, பழுப்பு, பச்சை நிறங்களில் வண்ணம் பூசப்பட்டிருந்தன.

இங்கே வந்து தங்கும் ஒரு விருந்தாளியின் ஏமாற்றம் பற்றி நான் யோசித்தேன். அவர் ஒரு பக்க யன்னலை ஆவலோடு சூரியனையோ, ஆகாயத்தையோ பார்ப்பதற்குத் திறப்பார். ஆனால், அவர் வீட்டின் இன்னொரு அறையைக் காண்பார்; அங்கே ஒரு வயதுபோன மனிதர் சத்தமாக மூச்சு விட்டுக்கொண்டு ஒரு மூலையில் கிடப்பதைப் பார்க்கலாம். நான் கிருஷ்ணரின் தலையை ஒரு யன்னல் கண்ணாடிக்குப் பக்கத்தில் வைத்தேன்.

'அங்கே ஏதோ அழுக்கான, சந்தேகத்தை ஏற்படுத்தும் ஏதோ ஒன்று இருப்பதுபோலத் தோன்றுகிறது. நீ என்ன நினைக்கிறாய்?' நான் கிசுகிசுத்தேன்.

அந்தச் சிலையின் தலை ஒரு தாளத்துடன் ஆடத் தொடங்கியது. அது தன் தலையைப் பிளப்பதற்கு முயன்றதுபோலத் தெரிந்தது.

'எனக்கு மச்சான் முறையான ஒருவன் தன்னுடைய சின்ன வயதில் இப்படிச் செய்தான். அவன் இன்னும் அப்படிச் செய்யலாம் என நினைக்கிறேன்,' என்றேன்.

வெகு சீக்கிரத்தில் அஞ்சலியின் சகோதரி சொந்தம் கொண்டாட வரவில்லை. அவர் அஞ்சலியை அழைத்துப் போக வருகிறார் அல்லது மாதம் ஐம்பது டொலர் காசு அனுப்பும் கரிசனை அப்படியே காய்ந்து முடிந்துவிட்டதால் அவரைத்

நற்றிணை பதிப்பகம் ★ 55

தன்னிடம் இருந்து ஒரேயடியாகப் பிரிப்பதற்கு வருகிறார் என்பது தெரிந்தது.

'என்னுடைய அப்பெண்டிக்ஸை என்னால் விற்க முடியுமானால் அவர் வந்தாலும் வராவிட்டாலும் எனக்கு ஒரு கவலையும் இல்லை. அவர் இழவு பிடித்தவர்; இந்த உலத்தின் அதி மோசமான இழவு பிடித்தவர்.'

நான் என்னுடைய விரலால் கிருஷ்ணரின் முகத்தையும் முடியையும் தடவினேன். சில இடங்கள் சிராய்ப்பாகிக் குட்டிக் குட்டித் துவாரங்களுடன் தழும்பாகியிருந்தன.

'ஒரு கூட்டம் சின்னக் கரண்டிகளால் சிலையைத் தாக்கியது போல இருக்கிறது,' என்று நான் கன்னத்து ஓட்டைகளைத் தட்டிக்கொண்டு சொன்னேன்.

'நான் ஒருமுறை தூக்குகிறேனே' என்றாள் அஞ்சலி.

'இல்லை.'

'ஓ யேசுவே. என்னுடைய சகோதரி இங்கே வந்து என்னுடைய வாழ்க்கையை நாசமாக்கப் போகிறார். ஒருத்தரும் என்னுடைய அப்பெண்டிக்ஸை வாங்கப் போவதில்லை. எனக்கு ஒன்றுமே வேண்டாம், இந்தக் கர்மத்தை ஒருக்கால் காவ விடு.'

அவள் சிலையைத் தன் மடியில் வைத்தாள், பின்னர் இடையில் வைத்தாள். சிலையின் புருவத்தையும் நெஞ்சோடு ஒட்டியிருந்த மாலையையும் தன் விரலினால் தடவினாள்.

'இதை எனக்குத் தா. உனக்குத் தேவையில்லை. எனக்குத் தருவதில் உனக்கு என்ன பிரச்சினை?'

'நான் இதை ஆற்றில் எறிய வேண்டும். இது சிக்கலானது.'

'என்ன சிக்கல்?'

'அது ஓர் இந்திய வழமை. உனக்குப் புரியாது.'

'என்ன இழவு, எனக்குப் புரியாதா?'

'நீ என்ன செய்யவேண்டும் என்பது உனக்குத் தெரியுமா? ஒரு நல்ல கிருஷ்ணர் சிலையை, கைகள், முழங்கால்கள் நல்லாய் வேலை செய்யும் ஒன்றை, காசு கொடுத்து வாங்கு.'

'இதை எடுத்துப் போகவேண்டும் என்று நான் நினைக்கிறேன்.'

'நீ ஒரு புதிய கிருஷ்ணர் சிலையை உனக்குச் சொந்தமாக்க வேண்டும்; பின்னர் கனடாவுக்குப் போகலாம்.'

அடுத்த நாள் நான் அஞ்சலியைப் பார்க்கவில்லை. நான் கடைக்காரரிடம் அஞ்சலியைப் பார்த்தாரா என்று கேட்டேன்.

அவர், 'எனக்கு வேறு வேலை இல்லையா? யார் யார் எங்கே போகிறார்கள், வருகிறார்கள் என்று கண்காணிப்பதுதான் என் வேலையா?' என்றார்.

'நான் அப்படிச் சொல்லவில்லை. அப்படி ஒருவரும் கண்காணிப்பதில்லை, போலீஸ்காரர்களைத் தவிர,' என்று சொன்னேன்.

'உனக்கு வேறு ஏதாவது தேவையா?' கடைக்காரர் கேட்டார்.

'நான் அந்த வீட்டில் வேறு என்ன கண்டுபிடித்தேன் என்று உங்களுக்குத் தெரிய வேண்டுமா?'

'நான் வேலையில் இருக்கிறேன்.'

'அங்கே உள்ள யன்னல்கள் இன்னொரு அறைக்குள் திறக்கின்றன. எதற்கு அப்படி யன்னல்கள் வைத்திருக்கிறார்கள்? ஒருவேளை பகிரங்கமாக வேவு பார்ப்பதற்காக இருக்கலாம்.'

கணக்குப் புத்தகத்தை எடுத்தபடி 'வேறு ஏதாவது வேண்டுமா?' என்றார் கடைக்காரர்.

நான் வீட்டுக்குச் சென்று யன்னல் பக்கமாக அஞ்சலி வீட்டைப் பார்க்கக்கூடியதாக உட்கார்ந்தேன். பின்னர் சிலையைப் பழைய கார் கொட்டகைக் கதவுக்குப் பின் ஒளித்து வைக்கத் தீர்மானித்தேன். சிலையை ஒளித்து வைத்தபடி நான் பேசினேன். 'வெளிநாட்டவர்கள் இங்கே வருவதை அவர்கள் தடைசெய்ய வேண்டும். இந்தியா அவர்களுக்குப் பைத்தியம் பிடிக்க வைக்கிறது. சூரியனுடைய அதீத வெப்பம் உடலைச் சீரழித்து மூளையைப் பேதலிக்க வைக்கிறது.'

நான் மேலே பார்த்தபோது வெளவால்கள் குட்டிக் குடைகளைச் சுருக்கியதுபோல கூரையிலே தொங்கின. எனக்கு ஏழு வயதாயிருந்தபோது அவற்றை இங்கே பார்த்திருக்கிறேன். ஒரு பையன் மூங்கில் கம்புகளால் கூரையை இடித்துச் சுத்தம் செய்தபோது சூரியஒளி உண்டாக்கிய தூசுத் திரையில் வெளவால்கள் இங்குமங்கும் சிதறிப் பறந்தன. வெளவால்கள் எம்மைத் தாக்கினால் ஓடுவதற்குத் தயாராக நான் கதவுக்குப்

பக்கத்தில் நின்றேன். ஆனால், இப்போது முழுவதும் நல்லாய் வளர்ந்த நான் துணிச்சலாக இங்கே முழுத்தூரமும் நடந்து வந்திருக்கிறேன்.

சிலையைத் தலையில் தூக்கிக்கொண்டு 'உன்னை நான் வீட்டில் வைத்திருக்கப் போகிறேன்' என்று சொன்னேன். அன்றைய நாளின் மீதி நேரத்தை யன்னல் பக்கத்தில் உட்கார்ந்து கழித்தேன். சனங்கள் வலைப் பைகளைக் காவிக்கொண்டும், கைக்கடிகாரங் களைப் பார்த்துக்கொண்டும், தங்களை ஏமாற்றிய சம்பவங்கள் குறித்துப் பேசிக்கொண்டும் வீதியில் நடந்தார்கள்.

'அவர்கள் எதற்கு அப்படிச் செய்கிறார்கள்?' நான் சொன்னேன்.' அவர்கள் அருகில் ஆண் நண்பர்கள் இருக்கும்போது, வாட்டிய இறைச்சி சாப்பிடத் தாராளமாகக் கிடைக்கும்போது இங்கே வந்து ஏன் பரிதாபமாக வாழ்கிறார்கள். இந்தியாவில் போதை அடிமைகள், சிறார் வசியக்காரர்கள், ஆவியோடு பேசுபவர் கள் ஆகியோர் இருக்கிறார்கள் என்று நான் கேள்விப்பட்டிருக்கிறேன்.

குனிந்த என் கன்னத்தில் சாய்ந்தபடி சிலை வெளியே உணர்ச்சியின்றிப் பார்த்தது. இந்தச் சிலை ஒன்றுக்குமே அசையவில்லை. மென்சிவப்பு நிறம் கூடிய, தசை முறுக்கு அஞ் சலி வந்து தன்னைக் கைப்பற்றிப் போகலாம் என்ற கவலை சிலைக்கு இருந்ததாகத் தெரியவில்லை. அஞ்சலி வீட்டுப் பக்கம்கூட சிலை தன் பார்வையைச் செலுத்தவில்லை.

அஞ்சலி திரும்பவும் அடுத்தநாள் மாலை செர்ரி மணம் எழுப்பியபடி, ஒரு நேர்ப் பார்வையற்று, கண்களில் கோபம் கொப்புளிக்க வந்தாள். 'நீ ஓர் இனிப்புப் பண்டம் போல மணக்கிறாய்' என்றேன். 'பெனட்ரில், ஏதோ ஏதோ' என்றாள். சுவரில் சாய்ந்து கொண்டு குறுக்குக் கால் போட்டு நிலத்தில் அமர்ந்தாள்.

சிலையை மடியிலே வைத்தபடி நான் ஒரு பிளாஸ்டிக் கதிரையில் அவளுக்கு எதிராக உட்கார்ந்திருந்தேன்.

'நான் வீட்டுக்குப் போகிறேன்,' அவள் சொன்னாள்.

'நல்லது.'

'என்னுடைய சகோதரி வருகிறார். நாங்கள் எல்லாச் சாமான் களையும் காரில் ஏற்றிக்கொண்டு வீட்டுக்குக் கிளம்புவோம். நான் அங்கே போனபின் என்ன செய்வேன் என்று உனக்குத் தெரியுமா?'

‘நீ பேகிள் சாப்பிடுவாய். உன் நாயை மிருகவைத்தியரிடம் அழைத்துப் போவாய்,’

‘இல்லை.’

‘நீ ஹொாக்கி விளையாட்டுகளை மதுக்கடையில் பீர் அருந்தியபடி பார்ப்பாய்.’

‘நாசமாய்ப்போன மூடத்தனம்,’ என்று தலையை ஆட்டியபடிச் சொன்னாள். ‘நாங்கள் அதைத்தான் நாள் முழுக்கச் செய்கிறோம் என்று நினைக்கிறாயா?’

‘ஆம்.’

‘மூடத்தனம்,’ அவள் தலையைப் பிடித்தபடிச் சொன்னாள்.

அவள் சுவரைப் பிடித்துக்கொண்டு எழுந்து நின்றாள்; பின்னர் நடந்து வந்து கிருஷ்ணரின் தலையில் ஒரு பக்கத்தில் தன் விரலை வைத்தாள்.

‘என்ன அழுக்கான சிலை,’ அதன் தலையை மெல்ல ஆட்டியபடிச் சொன்னாள்.

‘கொஞ்சம் உடைந்த சிலை, ஆனால் அழுக்கானது அல்ல’ என்றேன்.

‘அது உண்மையில் அழுக்கானது. என்னை நம்பு.’

‘இவ்வளவு அழுக்கான சிலையை ஏன் நீ வேண்டும் என்கிறாய்?’

அவள் தோளை அசைத்து ஒரு பட்டனை அழுத்துவதுபோல சிலையை அழுத்தினாள்.

சிலை ஆடி நழுவிக் கீழே விழுந்து உடைந்தது. நாங்கள் உடைந்த கைகள், கால்கள், முகம் ஆகியவற்றைக் குவியலாகப் பார்த்தோம்.

‘என்னை மன்னித்துவிடு. நான் இதை வேண்டுமென்றே செய்யவில்லை,’ என்றாள் அஞ்சலி. அவள் சிலையின் தோள் மூட்டையும், சில்லுகளையும் காலால் கூட்டிப் பெருக்கினாள்.

‘இது என்ன பெரிய விசயம். நான் புதிதாக ஒன்றை வாங்குவேன்,’ என்றாள்.

கிருஷ்ணரின் கறள் பிடித்த புல்லாங்குழல் அவளுடைய பின் பாக்கெட்டில் துருத்திக்கொண்டு தெரிய அஞ்சலி புறப்பட்டாள்.

நான் மீதிச் சில்லுகளைப் பொறுக்கி ஒரு பச்சை பிளாஸ்டிக் பையில் போட்டு என் தோள்மேல் எறிந்துவிட்டு வீட்டைச் சுற்றி நடந்தேன்.

பூட்டிய பெட்டிகளை என் காலினால் தட்டிப் பார்த்தேன். பின்னர் உள்பக்க யன்னல்களைத் திறக்க முயற்சி செய்தேன். ஆனால், அவை எல்லாம் ஆணி அடித்து மூடப்பட்டிருந்தன. ஆணிகள் கறள் பிடித்து யன்னல் சட்டங்களுக்கு மேல் வளைந்து தூங்குவது போலக் கிடந்தன.

'இதன் பொருள் என்ன தெரியுமா?' நான் சொன்னேன். 'உள்ளுக்கு வசித்த யாரோ போதும் என எழுந்து எதிர்வினை யாற்றியிருக்கிறார்கள்.'

என்னுடைய பைக்குள் இருந்த சில்லுகள் இடம் மாறுவதை என் முதுகு உணர்ந்தது. ஒரு கறள் பிடித்த கம்பி என் முதுகைக் கீறி எனக்கு ஏற்புவலி தந்து விடுமா என்ற பயம் வந்தது.

அடுத்த நாள் காலை நான் வீட்டைப் பூட்டிவிட்டு எதிரே இருந்த கடைக்குச் சென்றேன்.

'இங்கே' என்று சொல்லி வீட்டுத் திறப்பை மேசையில் வைத்துத் தள்ளினேன்.'

'நீ போகிறாயா? கணக்குகளைத் தீர்த்துவிட்டாயா?'

'ஆம்' என்று பிளாஸ்டிக் பையை மேசையில் வைத்தபடிப் பொய் சொன்னேன். 'நான் உனக்குச் சொன்ன சிலை இதுதான்.'

'எனக்குத் தேவையில்லை.'

'நான் உனக்குத் தரவில்லையே.'

'நீ இங்கே அதை வைக்க முடியாது.'

'நான் அதைச் செய்யப் போவதில்லை. அந்தச் சிலையை அந்தப் பைத்தியம் பிடித்த கனடாக்காரி உடைத்துவிட்டாள். நேற்று என் வீட்டுக்கு அவள் வந்து தன் விரலால் ஒரு காரணமும் இல்லாமல் சிலையை உடைத்துவிட்டாள்.

'நான் என்ன செய்யவேண்டும் என எதிர்பார்க்கிறாய்.'

'நான் உங்களை எச்சரிக்கிறேன். உங்களுடைய கடைக்கு வந்து அவள் பொருள்களை உடைக்கக்கூடும். அவள் தன் ஒரு விரலால் சாமான்கள் அனைத்தையும் உடைப்பாள். அப்போது நீங்கள் என்ன செய்வீர்கள்? ஏனென்றால் அதைத்தான் அவள் எனக்குச் செய்தாள்.'

அரைமணி நேரத்துக்குப் பின்னர் நான் ஒரு பஸ்சில் 'என்ன நேரம்?' என்று திரும்பத் திரும்பக் கேட்ட ஒரு பெண்ணின்

பக்கத்தில் உட்கார்ந்திருந்தேன். நான் அவளுக்குப் பலமுறை என்னிடம் கைக்கடிகாரம் இல்லை என்று சொன்னபோதும் அவள் நிறுத்தவில்லை.'

'உன்னிடம் ஒரு செல்பேசி இல்லையா?'

'இல்லை.'

'ஏன் இல்லை? என்னுடைய மகளிடம் செல்பேசி உள்ளது.' அவளுடைய நிறுத்தம் வந்ததும் என்னை உரசிக்கொண்டு இறங்கினாள். அவள் விட்டுப்போன பெரிய காலி இடம் பழைய வெற்றிலை மற்றும் செத்துப்போன மல்லிகை மணத்தால் நிறைந்தது. நான் என்னுடைய பையை அந்தப் பெண் இருந்த ஈரமான, சூடான, அருவருப்பான இடத்தில் வைத்தேன். இரண்டு பேர் வந்து தாங்கள் உட்காருவதற்கு அந்தப் பையை அகற்றச் சொன்னார்கள். நான் மறுத்தேன். அவர்கள் என்னைப் பற்றியும், என் வளர்ப்பு பற்றியும் கூடாத வார்த்தைகளை முணுமுணுத்தபடி அகன்றனர். நான் ஆட்டோவில் வீட்டுக்குத் திரும்பியபோது என் பையை மறந்துவிட்டது நினைவுக்கு வந்தது. ஏனோ திரும்பிப் பார்த்தேன். ஆட்டோ ஓட்டுநர் 'ஏதாவது மறந்து விட்டீர்களா?' என்றார். நான் 'என்னுடைய பை' என்று சொன்னேன். 'அதற்குள் காசு இருந்ததா? செல்பேசி இருந்ததா?'

'என்னிடம் செல்பேசி இல்லை,' என்றேன்.

யாராவது அந்தப் பையைத் திறந்து இரண்டு விரல்களை விட்டு மூக்கைச் சுருக்கிக்கொண்டு துளாவுவார்கள். உடைந்த சில்லுகளைப் பார்த்து 'அட மண்' என்று சொல்லி தங்கள் ஏமாற்றத்தை மறைக்கப் பார்ப்பார்கள். அல்லது சிலையின் உடைந்த கைகள் அல்லது முகத்தைப் பார்த்து 'அட' என்பார்கள். பின்னர் அவர்கள் தாங்கள் போகவேண்டிய இடத்துக்குப் போய் அங்கே சந்திப்பவர்களுடன் பேசும்போது அட, பஸ்சிலே என்ன நடந்தது தெரியுமா? நான் என்ன கண்டேன், தெரியுமா? என்பார்கள். பின்னர் ஒரு சமயத்துக்கு எதிரானவர்கள் சிலைகளை உடைத்து பஸ்களில் விடுகிறார்கள் என்ற வதந்தியைக் கிளப்பி விடுவார்கள்.

ஆனால் இதுவெல்லாம் நடக்க முன்னர், அவர்கள் அந்தப் பையை போதிய பலத்துடன் வீதியின் கரையை எட்ட வீசுவார்கள். பின்னர் அது பின்னோக்கிச் சென்று மெலிந்துபோன எருமைகளுடனும், முடிக்கற்றைகளுடனும் தொடக்கத்தில் இருந்தே புழுதியில் கலந்திருந்ததைக் காண்பார்கள்.

முற்றும்

தோமஸ் கோர்ஸ்கார்ட்

வெளிநாட்டுப் பத்திரிகைகளில் சிறுகதைகள் ஆங்கிலத்தில் மொழிபெயர்க்கப்பட்டு வந்தால் அவற்றை தேடிப் பிடித்துப் படித்துவிடுவது என் வழக்கம். ஆசியா வில் இருந்து ஏதாவது கதை மொழிபெயர்ப்பில் வந்திருக்கிறதா என்பதை உன்னிப்பாகக் கவனிப்பேன். என் கண்களுக்கு அவை தென்படுவதில்லை. ஸ்பானிஷ் மொழி, யப்பான் மொழி, ஜேர்மன் மொழி, பிரெஞ்சு மொழிக் கதைகளை எல்லாம் மொழிபெயர்ப்பில் பார்ப்பேன். நியூயோர்க்கரில் டேனிஷ் மொழியிலிருந்து ஆங்கிலத்துக்கு மொழியாக்கப்பட்ட கதை ஒன்று வெளியாகியிருந்தது. அதன் ஆசிரியர் பெயர் தோமஸ் கோர்ஸ்கார்ட். மூன்று நாவல்களும், இரண்டு சிறுகதைத் தொகுப்புகளும் வெளியிட்டிருக்கிறார். டென்மார்க்கின் அதி உயர் Golden Laurels விருதைப் பெற்றவர். இவருடைய கதையை மொழிபெயர்க்கலாம் என முடிவு செய்தேன்.

ஒரு பத்து வயதுச் சிறுவன் பற்றிய கதை இது. அவனுடைய அப்பாவித்தனமும், தன்னைப் பெரியவனாக வெளிப்படுத்த அவன் எடுக்கும் முயற்சிகளும் பரிதாபமாக இருக்கின்றன. பெரியவர்கள் உலகத்தில் ஒரு சம்பவம். அதற்குள் சிறுவன் சிறிது சிறிதாக உள்ளே இழுத்துச் செல்லப்படுகிறான். பாதி அவனுக்குப் புரிகிறது மீதியை அவன் ஒருநாள் புரிந்துகொள்வான்.

இதை மொழிபெயர்க்க நான் எடுத்த முயற்சி பற்றியும் சிறிது சொல்லவேண்டும். ஆசிரியரைத் தொடர்பு கொண்டபோது அவர் ஏஜண்டிடம் கைகாட்டிவிட்டார். ஏஜண்ட் பதிப்பாளரைத் தொடர்புகொண்டு ஒப்பந்தம் போட்டார். நூறு டொலர் அவர்களுக்குக் கொடுக்க வேண்டும் என்று பேசி முடிவு செய்யப்பட்டது. இந்த விசயத்தில் அவர்கள் காட்டிய ஆர்வமும், கறார்த் தன்மையும் என்னை ஆச்சரியப்பட வைத்தன. வெளி உலகத்தில் என்ன நடக்கிறது என்பது தமிழ் வாசகர் களுக்குத் தெரிய வேண்டும் என நான் நினைத்ததால் அதை இங்கே எழுதுகிறேன்.

அவன் மாதிரி ஒருத்தன்

தோமஸ் கோர்ஸ்கார்ட்

கெவினிடம் மழைக் கோட்டு இல்லாததால் அவன் அதை அணியவில்லை. அவன் மாட்டியிருந்த மழைக் காலணிகள் மேலே அவனுடைய இரவு ஆடையின் கீழ்ப்பகுதி சுருண்டுபோய் உட்கார்ந்திருந்தது. அவனுடைய இடது தோளின்மேல் தட்டையான மடிக் கணினி ஒன்று தொங்கியது. அது அவனுடைய பள்ளிக்கூடத்தில் தொலைந்த பொருட்களின் பெட்டியில் நாலு மாதமாகக் கிடந்தது. கெவின் அதைத் தனக்காக மீட்டெடுத்திருந் தான். இப்பொழுது அது ஒருவித தாளத்துடன் அவனுடைய இடுப்பை இடித்தபடிக் கிடந்தது. அதனுள்ளே அப்படி ஒன்றும் இல்லை, ஆனால் அது அவனுக்கு ஒரு தொழில்முறை தோற்றத்தைக் கொடுத்தது என அவன் நினைத்தான்.

அந்தச் செவ்வாய் பின்னேரம் கெவின் மாத்திரமே வெளியே வந்திருந்தான். அவன் வீட்டை விட்டுப் புறப்பட்ட பின்னர் இருள் பரவத் தொடங்கியிருந்தது. மழைத் தூறல் முகத்தில் அடித்தது.

தகப்பனிடம் அவன் தான் வெளியே காற்று வாங்கப் போவதாகச் சொல்லியிருந்தான். தகப்பனுக்கு அது கேட்டதோ என்பது அவனுக்கு நிச்சயமில்லை. காசை மீட்பதற்காக வெற்றுப் போத்தல்களைச் சேகரிக்கும்போது அவருக்கு ஒன்றுமே கேட்பதில்லை.

ரோட்டின் கரையோரமாகக் கெவின் நடந்துகொண்டிருந்தான். எப்போதாவது கார்கள் வருகின்றனவா என்று அவன் நிமிர்ந்து பார்த்தான். அவன் நடந்த அரை மணி நேரத்தில் ஒரேயொரு பாரவண்டி மட்டுமே அவனைத் தாண்டிப் போயிருந்தது.

அவன் அயல் கிராமத்தை நெருங்கிக் கொண்டிருந்தான். இவ்வளவு தூரம் அவன் என்றும் சென்றது கிடையாது. உண்மையில் அது அவனுடைய கிராமத்துக்கு அண்மையில்தான் இருந்தது. ஆனால் அவனுடைய தகப்பன் அவனை அந்தப் பக்கம் அழைத்துச் சென்றதில்லை.

'எதற்காக நாங்கள் அங்கே செல்லவேண்டும்?' என்று ஒருமுறை கெவின் தேவாலயத்துக்குப் பக்கத்தில் இருக்கும் வழிகாட்டிப் பலகையைச் சுட்டிக்காட்டி கேட்டபோது தகப்பன் சொன்னார். 'அது ஒரு முக்கியமில்லாத சின்னக் கிராமம். அங்கே பார்ப்பதற்கு ஒரு நாசமும் கிடையாது. அதைத் தாண்டிப் போவதுதான் சிறந்த காரியம்.'

அந்தக் கிராமத்தின் பெயர் பலகையைப் பார்த்தபோது அது அப்படியொன்றும் சின்னக் கிராமம் அல்ல என்று கெவினுக்குத் தோன்றியது. மெல்லிய ஒளிவீசும் விளக்குக் கம்பங்கள்கூட தென்பட்டன. ரோட்டுக்கு நடுவாக வெள்ளைக் கோடுகள் ஓடின. ஆரம்பத்தில் நல்ல இடைவெளிவிட்டு இருந்த வீடுகள் பின்னர் நெருக்கமாகக் காட்சியளித்தன.

ஒரு வீட்டின் முகப்பில் எழுதிவைத்த எழுத்துகள் கழன்று கொண்டிருந்தன. கோப்பி. புகையிலை. பந்தயம். உள்ளே சில விளக்குகள் எரிந்தன. ஒரு யன்னலில் கையினால் எழுதிய பேப்பர் ஒன்று ஒட்டப்பட்டிருந்தது. பேப்பரின் எழுத்துகள் மற்ற எல்லையை அடையும்போது கொஞ்சம் கொஞ்சமாகச் சிறிதாகிக் காட்சி யளித்தன.

சந்திப்புக்கு ஏற்கத் திறக்கப்படும்.

ஆனால், அழைப்பதற்குத் தொலைபேசி எண் கொடுக்கப்பட வில்லை.

கெவின் நுனிக்காலில் நின்றுகொண்டு முன்னே சாய்ந்தான். அவனுடைய நெற்றி, கண்ணாடியில் முட்டி நின்றது. அந்தக் கடை யன்னலை நிறைத்து தலையிலே பின்னல் தொப்பி அணிந்த சீனப் பொம்மைகள் காணப்பட்டன. தோளோடு தோள் ஒட்டிக்கொண்டு அந்தப் பொம்மைகள் ரோட்டை வெறுமனே பார்த்துக் கொண்டிருந்தன. இரண்டு மேடம் பிலாவின் வடிகட்டிகளுடன் ஒரு சோடி மருத்துவமனை ஊன்றுகோல்கள். அத்துடன் உள்ளே பழைய காலத்து கைராட்டையும், ஒரு மேசைக் கம்புயூட்டரும் அதற்கான விசைப்பலகையும் காணப்பட்டன. எல்லாவற்றுக்கும் விலைக்குறிப்புகள் ஒட்டப்பட்டிருந்தன.

யாரோ தும்மினார்கள். மீண்டும் ஒரு தும்மல். அது 'நோ' என்ற சத்தமாக இருந்தது. கெவின் குதிக்காலுக்கு மாறி வீட்டைச் சுற்றி நடந்தான். உயரமான படிக்கட்டுகள் வீட்டின் கதவுக்கு இட்டுச் சென்றன. பாசியில் செய்த ஒரு ரெடிக் கரடியை உச்சிப் படியில் பார்த்தான். அவன் கையை உயர்த்தி, வீட்டைத்

தட்டுவதற்கு உபயோகப்படும் சாதனத்தை இறுக்கிப் பிடித்தான். அது பித்தளையில் செய்த காலணிபோல தோற்றம் கொண்டிருந்தது. ஆனால், அவன் அதைக் கதவில் தட்ட முன்னர் வீட்டினுள்ளே வெளிச்சங்கள் ஒன்றன்பின் ஒன்றாக அணைந்தன.

உலகின் பல மனிதர்களை நீ சந்திக்கவே மாட்டாய். அவன் அந்தப் பித்தளை காலணியை அது இருந்த அதே இடத்தில் வைத்துவிட்டுப் பழையபடி ரோட்டுக்குச் சென்றான்.

அடுத்த வீட்டுக்கு முன்னர் ஒரு நாரையின் உருவம் நின்றது. அதனுடைய கழுத்தில் இளஞ்சிவப்பு ரிப்பன் ஒன்று தொங்கியது. விளக்குகள் எரியவில்லை. இருந்தாலும் அவன் கதவுக்குக் கிட்டப்போய் சிலமுறை தட்டினான். யாராவது கதவைத் திறந்தால் என்ன சொல்லவேண்டும் என்று திட்டமிட்டதை நினைவுக்குக் கொண்டுவர முயன்றான். அப்போது பின்னுக்கிருந்து 'நான் எப்படி உதவலாம்?' என்ற குரல் வந்தது. கெவின் சுழன்று திரும்பிய போது அவனுக்கு முன்னால் சதுரமான தோள்களுடனும், ஒட்டவெட்டிய முடியுடனும் ஒரு மனிதர் நின்றார்.

'ஏனென்றால் நான் ஸ்டிக்கர்ஸ் விற்கிறேன்...'

கெவினின் ஈரத்தலைமுடியில் பார்வையைச் செலுத்துவது போல அந்த மனிதர் குனிந்தார். அவர் கெவினை மேலும் கீழுமாகப் பார்த்த பின்னர் தன் கோட்டின் சிப்பை இழுத்து மூடினார். அது ஒரு உள்ளூர் விளையாட்டுச் சங்கத்தின் கோட்டு. அதிலே பல்வேறு அனுசரணையாளர்களுடைய சின்னங்கள் பொறிக்கப்பட்டிருந்தன. அவற்றிலே சிலதைக் கெவினால் அடையாளம் காணக்கூடியதாக இருந்தது.

'அப்ப, உன்னுடைய பெயர் என்னவாக இருக்கும்? அவர் கேட்டார்.'

'கெவின்.'

'என்ன கெவின்?'

'கெவின் ஜோர்கென்ஸன்.'

'உனக்கு பெரிய துணிச்சல்தான்' அவர் சொல்லியபடியே கைகளை மடித்தார்.

கெவின் அவர் கண்களைப் பார்த்தான். கண்ணோடு கண் பார்ப்பது முக்கியம் என்று அவன் கேள்விப்பட்டிருந்தான். ஆனால், அந்த மனிதனின் கண்கள் விலகின.

'நீ உன் முகத்திலுள்ள இளிப்பை அகற்றிவிடு. இது உனக்கு நல்லதல்ல.'

ஒரு குழந்தை வீட்டினுள்ளே அழுதது; அதைத் தொடர்ந்து ஒரு பெண்ணின் குரல் அழைத்தது. அந்த மனிதர் உடனே உள்ளேபோய் கதவை மெதுவாகச் சாத்தி பூட்டுகின்ற கிளிக் சத்தம் கேட்டது. அதைத் தொடர்ந்து உள்ளே வெளிச்சம் வந்தது.

கெவின் திரும்பி மறுபடியும் ரோட்டை அடைந்தான். மழை இப்போது பலமாகப் பெய்தது. காலணி கணுக்காலில் எரிச்சல் ஏற்படுத்தியது. அவன் சில குறுணிக் கற்களைக் காலணியிலிருந்து அகற்றினான்.

கெவின் கிராமம் வழியாகச் சிறிது தூரம் நடந்து, வீடுகள் கட்டுமானம் நடைபெறும் ஓர் இடத்துக்கு வந்து சேர்ந்தான். நடைபாதையைப் புதிய கேபிள் உருளைகள் நிறைத்திருந்தன. பதியப்பட்ட சில கற்கள் அவன் பாதம் பட்டு அசைந்தன. ஒரு வீடு ஏறக்குறைய முடிந்துவிட்டதுபோலத் தோன்றியது. வீட்டில் பெரிய யன்னல்கள் பல அமைக்கப்பட்டிருந்தன. அதன் கண்ணாடிகளில், பாதுகாப்பு நிறுவனத்தின் கண்காணிப்புக் காமிரா பற்றிய விவரங்கள் விளம்பரங்களாக ஒட்டப்பட்டிருந்தன. தோட்டத்தில் சின்னச் சாக்குகளில் பல்லாண்டுகள் நின்றுபிடிக்கும் கன்றுகள் நடுகைக்காகக் காத்திருந்தன. தட்டைக் கற்களும், தரையைக் கெட்டியாக்கும் சாதனங்களும் நிறைந்திருந்தன. அது ஓர் இரண்டு மாடிக் கட்டடம். சில விளக்குகள் எரிந்தன, வாசலில் ஒரு பூசணி விளக்கில் சுடர் மின்னியது. அஞ்சல் பெட்டியில் மூன்று வரிகள் எழுதியிருந்தன.

மெழுகுவர்த்தி காட்சி அறை

அத்துடன்

றொன்பேர்க் மாட்ஸென் குடும்பம்

அவர்களுடைய முதல் பெயர்கள் பிரிட்ஜிட் மற்றும் ஹெண்டிரிக். ஒவ்வொரு வருடமும் சில பெட்டிகளில் மெழுகுவர்த்திகளை அவர்கள் பள்ளிக்கூடத்துக்குக் கிறிஸ்துமஸ் நன்கொடையாக வழங்கியிருக்கிறார்கள்.

அவன் கதவுக்குக் கிட்டச் சென்று தன் முகத்துத் தண்ணீரைக் கையினால் வழித்தான். தன் பற்களைச் சரி செய்துகொண்டு அழைப்பு மணியை அடித்தான். ஒரு சிக்கலான மெல்லிசை உள்ளே ஒலித்தது, ஆனால் ஒருவரும் கவனித்ததாகத் தெரியவில்லை.

மீண்டும் ஒருமுறை விரலினால் மணியை அழுத்திப் பிடித்தபடி நின்றான். பழையபடி இசை ஒலித்தது, ஆனாலும் ஒரு பயனுமில்லை.

சிறிது நேரம் கழித்து, அவன் பின்னுக்குக் காலடி வைத்துத் திரும்ப எத்தனித்தபோது கண்ணாடிக்குப் பின்னால் ஒரு விளக்கு எரிந்தது.

ஒரு பெரிய நிழல் விழுந்த கணம், கெவினுடைய கன்னங்களில் ஒருவித கூச்ச உணர்வு ஏற்பட்டது. சமையல் மேலாடை அணிந்த ஒரு பெண் அவன் முன்னே நின்றார்.

'ஆம்' என்றார் பெண்.

'ஆம்' கெவினால் அந்த வார்த்தையைத்தான் சொல்ல முடிந்தது.

'விளம்பரமா?'

'விளம்பரம்' அவன் சொன்னான்.

'அவற்றை அங்கே அஞ்சல் பெட்டியில் போட்டுவிடுங்கள்.'

அஞ்சல் பெட்டியை சைகை மூலம் காட்டிவிட்டு உள்ளே போகத் திரும்பினார்.

'உண்மையில் இது விளம்பரம் இல்லை.'

ஒரு நறுமணம் உள்ளேயிருந்து வந்தது. சத்தம் வெளியே வராமல் அந்த மணத்தை உள்ளே இழுத்தான். அது கறுவாவும், வேறொன்றும்போல இருந்தது. அவனால் அந்தப் பெண்ணைத் தாண்டி பளபளக்கும் தரை ஓடுகளைக் கொண்ட சப்பாத்து அறையையும், மேலே போகும் நீளமான படிக்கட்டுகளையும் பார்க்க முடிந்தது.

'அப்ப வேறு என்ன வேண்டும் உனக்கு?'

பிரிட்ஜிட் தன் தலைமுடியைக் காதுக்குப் பின்னால் தள்ளினாள்.

'என்னவென்றால், அதாவது ஒரு செக்கண்ட் பொறுங்கள்.' கெவினுடைய கை அவனுடைய மடிக்கணினியைக் கண்டுபிடித்தது. கரகரவென்று சத்தமிட்ட வெல்கிரோவை இழுத்துக் கையை நுழைத்து பிளாஸ்டிக் அட்டையை வெளியே எடுத்தான்.

'இதோ. இந்தக் குளிர் நாளில் இவற்றைத் தனித்தனியாகப் பிரிப்பது சிரமம்' என்றான்.

'இந்தக் குளிர் நாளில் நீ கொஞ்சம் கதகதப்பான உடுப்பை அணிந்திருக்கவேண்டும்.'

'இல்லை, நான் சேமமாகத்தான் இருக்கிறேன்,' அவன் முதிர்ந்த குரலில் சொன்னான். 'நான் வெளியே புறப்பட்டது இந்தப் பொருட்களை விற்பதற்குத்தான், நீங்களே பாருங்கள்.'

'அவை என்னவாயிருக்கும்?'

'இதோ ஸ்டிக்கர்ஸ்.'

'ஸ்டிக்கர்ஸ். ஒட்டிகளா?'

'ஆமாம்.'

'எதற்கு?'

ஒவ்வொரு தாள் விற்கும்போதும் உங்களுக்கு ஐந்து குரோனர் காசு கிடைக்கும். மீதி ஒரு நல்ல காரியத்துக்குப் பயன்படும். அவனுக்கு இரண்டு கட்டு தாள்கள் கொடுத்திருந்தார்கள். ஆனால், அத்தனை பேர் அந்தச் சுற்றுப்புறத்தில் வசிக்கவில்லை.

'நீங்கள் அவற்றைக் கிறிஸ்துமஸ் வாழ்த்து அட்டைகளில் ஒட்டலாம்,' அவன் சொன்னான்.

அவன் அவருக்கு ஒரு தாளை நீட்டினான். அவர் அதைப் பார்த்துவிட்டு அவனிடம் திருப்பிக் கொடுத்தார்.

'கிறிஸ்துமஸ் வருவதற்கு இன்னும் பல நாட்கள் இருக்கின்றனவே.'

'48 நாட்கள்.'

'ஓ, அத்தனை நாட்கள்.'

'நீங்கள் சாதாரண கடிதங்களிலும் அவற்றை ஒட்டலாம்.'

'ஓ, அப்படியா.'

'உங்கள் விருப்பப்படியே செய்யலாம்.'

அவன் அசைவதாகக் காணவில்லை. இறுதியில் பெண் தலையைத் திருப்பி வீட்டை நோக்கிக் கத்தினார்.

'ஹெண்டிரிக்.'

ஒரு செக்கண்டுக்கு ஒருவரும் பேசவில்லை. மேலேயிருந்து இசை வந்தது. ஒரு மனிதன் அந்த இசையுடன் சேர்ந்து பாடினான். 'ஹெண்டிரிக்' மீண்டும் கத்தினார். 'ஹெண்டிரிக், அந்த சத்தத்தைக் குறையுங்கள். எங்களிடம் சில்லறைக் காசு இருக்கிறதா? எங்கள் கிறிஸ்துமஸ் அட்டைகளில் ஒட்டுவதற்கு ஏதோ ஒன்று. அதைக் குறையுங்கள், அப்பொழுதுதான் நான் பேசுவது கேட்கும். அல்லது கீழே வாருங்கள். ஒரு தாளில் இருக்கும் ஒட்டிகளுக்குக் கொடுக்க பணம் தேவை. ஒரு பையன் இங்கே நிற்கிறான்.'

'ஒரு தாளின் விலை 20 குரோனாக்கள்.' கெவின் சொன்னான். 'அது மிக நல்ல காரியத்துக்குப் பயன்படும்.'

'ஹெண்டிரிக், ஒரு தாளின் விலை 20 குரோனாக்கள்தான்.'

'சரி,' ஒரு குரல் சொன்னது, அத்துடன் இசையும் நின்றது. ஒரு பெருமூச்சும், ஒருவர் படிகளில் இறங்கும் பலத்த சத்தமும் கேட்டன. கட்டம் போட்ட சேர்ட் அணிந்த ஒரு மனிதர் கண்ணில் பட்டார். அவர் கெவினை விசாரிப்பதுபோல பார்த்துவிட்டுத் தன் மனைவியின் பக்கம் திரும்பினார்.

'எங்களிடம் 20 குரோனாக்கள் இருக்கின்றனவா?' மனைவி கேட்டார்.

'எதற்கு?'

'இந்தப் பையன் தன் கைச்செலவுக்குச் சிறிது பணம் சேர்க்கிறான்,'

ஹெண்டிரிக் மழைக்குள் கையை நீட்டிச் சோதித்தார்.'

'என்ன மோசமான காலநிலை,' அவர் சொன்னார்.

'நல்ல காலமாகக் காயப்போட்ட துணிகளை உள்ளே எடுத்துவிட்டோம்.'

'கோடைகாலம் எப்பொழுதோ முடிந்துவிட்டது,' கெவின் சொன்னான். ஒரு மழைத்துளி அவன் கழுத்தில் இறங்கியதை அவனால் உணர முடிந்தது.

'பிரிட்ஜிட், அந்தக் குக்கீக்களை ஏன் வெளியே எடுக்கக்கூடாது,' ஹெண்டிரிக் சொன்னார்.

'அதுக்கு இன்னும் நேரம் இருக்கு.'

'போ, போய் எடு.'

அந்தப் பெண் அவனைத் தாண்டி உள்ளே போனார்.

'இதில் கிடைக்கும் பணம்...' கெவின் ஆரம்பித்தான். ஆனால், பாதியிலேயே அவன் குரல் தடைப்பட்டது. பிரிட்ஜிட் திரும்பி வந்துவிட்டார். அவர் கையில் ஒரு தட்டும் அதன் மேல் குக்கீக்களும் காணப்பட்டன. கையை மெலிதாக ஆட்டினார். தட்டிலே ஒட்டியிருந்த குக்கீக்கள் விடுபட்டு அசைந்தன.

'ஒன்றை எடு,' பிரிட்ஜிட் கெவினிடம் சொல்லியபடி தன் கணவனைப் பார்த்தார்.

'ஒன்றே ஒன்று மட்டும்தான்,' ஹெண்டிரிக் சொன்னார்.

கெவினுடைய கைவிரல்கள் குக்கீக்களின் மேல் அங்குமிங்கும் சிறிது அசைந்த பிறகு ஒரு நடுத்தரமான குக்கீயைத் தேர்வு செய்தன. 'நன்றி,' என்று சொல்லிவிட்டுக் குக்கீயை வாய்க்குள் எறிந்தான்.

மழையில் நனையாமல் சிறிது முன்னுக்கு நகர்ந்தான். சூடாக்கப்பட்ட தரையிலிருந்து மேலெழும்பிய வெப்பக் காற்று அவன் முகத்தில் வீசியது.

'எனக்கு உன்னை யாரென்று தெரியும்,' ஹெண்டிரிக் சொன்னார்.

பிரிட்ஜிட் தன் கணவனை ஆச்சரியத்தோடு பார்த்தார்.

கெவின் அவர்களைத் தனக்குத் தெரியும் என்று சொல்ல நினைத்தான், ஆனால் அவன் வாயில் குக்கீ தடையாக இருந்தது.

'எனக்கு இதில் சந்தேகமே இல்லை,' ஹெண்டிரிக் சொன்னார். பிரிட்ஜிட் ஏதாவது சொல்லவேண்டும் என எதிர்பார்த்தார். 'உனக்குத் தெரியவில்லையா?'

அவர் கெவினை உற்றுப் பார்த்தார்.

'அதே ஜோர்கென்ஸனுடைய மகன்,' ஹெண்டிரிக் சொன்னார்.

பிரிட்ஜிடிடம் இருந்து மூச்சுத் திணறல்போல காற்று வெளியேறியது.

'அப்படித்தான், இல்லையா?' ஹெண்டிரிக் சொன்னார், பின்னர் கெவினுடைய ஆடைகளை உற்றுக் கவனித்தார். தன் கைவிரல்களால் சாப்பிடும் வாயைச் சுட்டிக் காண்பித்துத் தான் பேசமுடியாத காரணத்தைக் கெவின் உணர்த்தினான்.

இறுதியில் உணவை விழுங்கி முடித்துவிட்டுப் பெருமையோடு கெவின் சிரித்தான்.

'ஆம், அது நான்தான்.'

'எனக்கு அது தோன்றவேயில்லை,' பிரிட்ஜிட் சொன்னார். முதலில் கெவினையும் பின்னர் தன் கணவனையும் பார்த்தார்.

'உங்களுக்கு என் அப்பாவைத் தெரியுமா?' கெவின் கேட்டான்.

'ஓ, எங்களுக்கு உன் அப்பாவைத் தெரியாது,' முகபாவம் மாறிப்போக ஹெண்டிரிக் சொன்னார். 'ஆனால், அவர் எப்படிப்பட்டவரென எங்களுக்குத் தெரியும்.'

கெவின் ஒன்றும் புரியாமல் விழித்தான்.

'இங்கே அவர் வாழ்ந்த காலங்களில்,' ஹெண்டிரிக் விளங்கப்படுத்தினார்.

'இங்கேயா?' என்றான் கெவின்.

'ஆமாம்,' என்றார் ஹெண்டிரிக்.

'ஆனால், அவர் இங்கே வாழ்ந்ததே கிடையாது.'

அவர்கள் எல்லோரும் மௌனமானார்கள்.

'நீ ஜான்தானே,' ஹெண்டிரிக் ஓர் இடைவெளி கடந்து சொன்னார்.

'ஜான் அல்ல ஜொன்,' கெவின் சொன்னான்.

'ஜொன்.'

'ஆம், ஜொன், அவன் என்னுடைய தம்பி.'

'ஆம், உனக்கு ஒரு தம்பி இருக்கவேண்டும்,' பிரிஜிட்டை மறுபடியும் பார்த்தபடியே ஹெண்டிரிக் சொன்னார்.

'ஒரு வழியில் பார்த்தால் இரண்டு. என்னுடைய அப்பாவின் புதுச் சிநேகிதியின் மகனையும் கணக்கில் சேர்க்கவேண்டும். ஆனால் அவர்கள் தாய்லாந்தில் பட்டாயா என்னும் இடத்தில் வசிக்கிறார்கள்.'

'அப்படியா,' என்று கெவின் ஒரு நகைச்சுவையான விசயம் சொன்னதுபோல ஹெண்டிரிக் சிரித்தார்.

'நீங்கள் அங்கே போயிருக்கிறீர்களா?' என்று கெவின் தன் உடுப்பின் முன்பக்கத்தை நீவியபடி கேட்டான்.

நற்றிணை பதிப்பகம் ∗ 71

'இல்லை, நாங்கள் அங்கே போகவில்லை,' என்று ஹெண்டிரிக் அவசரமாகச் சொன்னார்.

'நானும் போகவில்லை,' கெவின் சொன்னான். அவனுடைய தலைக்குள் தகப்பனின் குரல் கேட்டது: ஒருநாள் நாங்கள் இருவரும் அங்கே போவோம். ஒரேயொரு பிரச்சினைதான். நாங்கள் எல்லோரும் போவதானால் செலவு அதிகமாகும்.

இழுப்பறை பெட்டகத்தின் மேல் எரிந்த மெழுகுவர்த்தி அணைந்துபோனது. பிரிட்ஜிட் இழுப்பறையைத் திறந்து ஒரு நீண்ட விளக்குக் கொளுத்தியை எடுத்து மெழுகுவர்த்தியை மறுபடியும் பற்ற வைத்தார்.

'அவை அருமையான மெழுகுவர்த்திகள்,' கெவின் சொன்னான்.

'நாங்கள் அவற்றை உற்பத்தி செய்கிறோம்,' ஹெண்டிரிக் சொன்னார்.

'எனக்குத் தெரியும்.'

'அரைவாசி கிராமத்துக்கு இது வேலை வாய்ப்பு கொடுக்கிறது,' ஹெண்டிரிக் சொன்னார். 'ஆனால், உன்னுடைய பெயர் ஜோன் இல்லையென்றால் உன்னுடைய உண்மைப் பெயர் என்ன?'

'கெவின் ஜோர்கென்ஸன்.'

'கெவின்,' ஹெண்டிரிக் சொன்னார்.

'ஆம்.'

'பிரிட்ஜிட்,' அவருடைய தோளில் கையை வைத்துக்கொண்டு ஹெண்டிரிக் சொன்னார், 'கெவினுக்கு இன்னொரு குக்கீ கொடுத்தால் என்ன?'

பிரிட்ஜிட் குக்கீ தட்டத்தை எடுத்து நீட்டினார். கெவின் இன்னொரு குக்கீயைத் தேர்ந்தெடுத்துத் தன் கால்சட்டைப் பையினுள் வைத்தான்.

'மிக்க நன்றி,' அவன் சொன்னான்.

'இன்னும் இரண்டு, மூன்று எடுக்கலாமே.'

கெவின் மறுபடியும் குக்கீ தட்டத்தை ஆராய்ந்தான்.

'வேண்டுமென்றால் எத்தனை வேண்டுமோ அத்தனையும் எடுக்கலாம்,' என்றார் ஹெண்டிரிக். கெவின் முதலில் ஒன்று,

இரண்டு, மூன்று என எடுத்துக் கால்சட்டைப் பையை நிரப்பிக் கொண்டான்.

'அவ்வளவுதானா? இன்னும் எடுக்கலாமே,' ஹெண்டிரிக் சொன்னார்.

'நன்றி, பரவாயில்லை.'

கெவினுக்கு என்ன சொல்வதென்று தெரியவில்லை. அதிர்ஷ்டவசமாக ஹெண்டிரிக்குக்குச் சொல்ல இருந்தது.

'நீ அப்படியே அச்சொட்டாக இருக்கிறாய்,' அவர் சொன்னார்.

'அச்சொட்டாக?'

'ஆமாம். நீ உன்னுடைய அப்பாவைப் போலவே இருக்கிறாய். ஒருவர் இன்னொருவர்போல அச்சொட்டாக இருப்பது அற்புதம்தான்,'

கெவினுடைய தகப்பன் உயரமாகவும் அடர்த்தியான ரோமத்துடனும் இருப்பார். நெற்றியிலே சுருக்கம் இருக்கும். ஓய்வெடுக்கும்போது அது மறைவதில்லை. அவனுடைய தகப்பனின் ஐந்து ஆபாச காணொளித் தட்டுகள் மெத்தைக்குக் கீழே மறைத்து வைக்கப்பட்டிருக்கும். படுக்கைக்குப் பக்கத்தில் ஒரு துடுப்பும் இருக்கும். அவனுடைய தகப்பன் சற்று நொண்டிக்கொண்டுதான் நடப்பார். ஒவ்வோர் இரவும் கழுவுநீர் தொட்டியில் சளியைத் துப்புவார், ஆனால் அதைக் கழுவமாட்டார். உடல் குறைபாடு இருந்தாலும் ஊதியத்துக்கு முழு வேலை செய்ய வேண்டும் என்பதால் அவர் அரசாங்கத்தை வெறுத்தார். அவருடைய ராசி துலாம். அவனுடைய தகப்பனுக்குப் பச்சை கண்கள்.

'எனக்கு என்னுடைய அம்மாவின் கண்கள்,' என்று கெவின் சொல்லியபடி தன்னுடைய கண்களை விரித்து ஹெண்டிரிக்குக்கும் பிரிட்ஜிட்டுக்கும் காட்டினான்.

'உன்னுடைய மூக்குத்தான் உன்னைக் காட்டிக்கொடுக்கிறது,' தன்னுடைய மூக்கைச் சுட்டுவிரலால் தொட்டபடி ஹெண்டிரிக் சொன்னார். 'அவர் இப்பொழுது என்ன செய்கிறார்?'

'இப்பொழுதா?'

'ஆம், இப்பொழுதுதான்.'

'நான் அவரைத் தொலைபேசியில் அழைக்கலாம். ஆனால், அவர் அழைப்பை ஏற்கமாட்டார் என்றே நினைக்கிறேன்.'

'நிச்சயமாக?'

'ஏனென்றால் வீட்டில் ஒரு மின்னூட்டிதான் உள்ளது. எங்கள் நாய் அதைக் கடித்து விடுகிறது.'

'அது நல்லதில்லை.'

'இல்லை, அது எல்லாவற்றையும் கடித்து வைக்கிறது.'

'நாய்களுக்குப் பயிற்சி அளிக்கவேண்டும், அல்லாவிட்டால்..'

'அல்லாவிட்டால் என்ன நடக்கும்?' பிரிட்ஜிட் கேட்டார்.

'அல்லாவிட்டால் நாயை வைத்திருக்கக்கூடாது.'

'அது கொஞ்சம் கற்றுக்கொள்ள வேண்டும், அவ்வளவுதான். அது இன்னும் குட்டிதானே,' கெவின் சொன்னான்.

பிரிட்ஜிட் ஏதோ சொல்ல நினைத்தார், ஆனால் அதற்கிடையில் கணவன் முந்திவிட்டார்.

'உன்னுடைய அப்பா பேப்பரில் கொடுத்த விளம்பரத்தைப் பார்த்தேன். அது என்ன வாசகம்? மறந்துபோய்விட்டது.'

'மாட்டுக்குக் குளம்பை வெட்டவல்ல

என்னை நாடுங்கள் நான் புதிதல்ல,' கெவின் பாடினான்.

'அதேதான். அந்த வாசகத்துக்கு விலையே இல்லை,' ஹெண்டிரிக் சொன்னார்.

கெவின் மகிழ்ச்சியில் சிரித்தான்.

'என்னுடைய அப்பா கூடுதல் வருமானத்துக்காகச் செய்யும் சில்லறை வேலை அது. அவர் ஒரு நிரந்தர வேலையைத் தேடி அலைகிறார். ஆனால், வேலை கிடைப்பது ஒன்றும் சுலபமாயில்லை.

'அப்படியா?'

'ஆமாம், முதலாளிகள் அப்பா அனுப்பும் விண்ணப்பங்களுக்கு ஐந்து நிமிடம் செலவழித்துப் பதில்கூடப் போடுவதில்லை.'

'பதிலே போடுவதில்லை?'

'இல்லை, அவர்கள் பெருமை பிடித்தவர்கள்.'

'போதிய வேலை இருக்கு உண்மையான தேடல் கொண்டவர்களுக்கு,' ஹெண்டிரிக் சொன்னார்.

ஹெண்டிரிக்குக்குச் சொந்தமான நீண்ட புகைக்கூடுகள் கொண்ட தொழிற்சாலையில் அப்பா வாரத்துக்கு 20 மணிநேரம் மெழுகுவர்த்தி செய்வதைக் கெவின் கற்பனைசெய்து பார்த்தான். அப்பா தொழிற்சாலை உணவகத்தில் மதிய உணவு சாப்பிட்டுவிட்டு, வேலை முடிந்ததும் வீட்டுக்கு வந்து எப்படி வேலை நாள் சென்றது என்று தனக்குச் சொல்வதை நினைத்துப் பார்த்தான். மாதம் ஒருமுறை சம்பளம் கிடைத்து தன்னை சினிமாவுக்குத் தகப்பன் அழைத்துப் போவதையும் கெவின் நினைத்துப் பார்த்தான்.

'அதுதான் அவர் பழையபடி காரை ஓட்டிச் செல்கிறார், அப்படித்தானே,' ஹெண்டிரிக் சொன்னார்.' அவர் இப்போது வர்த்தக லைசென்ஸ் பிளேட் பொருத்திய ஒரு பழுப்பு நிற லாடா காரை ஓட்டுவதாகவும், அதிலிருந்து பெரிய சத்தத்துடன் இசை வருவதாகவும் கேள்விப்பட்டேன். அப்படியா?'

'ஆம், அந்தக் காரில் உயர்தர ஸ்டீரியோ பொருத்தப் பட்டிருக்கிறது,' கெவின் சொன்னான்.

'அது சரிதான். இரண்டு வாரங்களுக்கு முன்னர் பிரதான வீதியில் காரைக் கண்டிருக்கிறார்கள்.'

'யார் சொன்னது?' பிரிட்ஜிட் கேட்டார்.

'தச்சுவேலை பார்க்கும் ஸ்வென் சொன்னார்.'

'நான் என்ன நினைக்கிறேன் தெரியுமா?' பிரிட்ஜிட் கைகளை நெஞ்சுக்கு மேல் கட்டிக்கொண்டு சொன்னார். 'ஸ்வென் தன் வேலையைப் பார்க்கவேண்டும். அந்தப் பையனை இதற்குள் இழுக்கக் கூடாது. அவன் பாவம், என்ன குற்றம் செய்தான்?'

ஹெண்டிரிக் ஒரு கணம் அவரைப் பரிசீலிப்பதுபோல உற்றுப் பார்த்தார்.

'தகப்பனுக்கு அவன் பொறுப்பல்ல,' பிரிட்ஜிட் சொன்னார்.

'உங்களுக்கு சம்மதமானால் நான் இன்னொருமுறை வருகிறேன். நாளைக்கு இதைத் தள்ளிப்போடுவதில் ஒரு பிரச்சினையும் இல்லை,' கெவின் சொன்னான்.

'உனக்கு என்ன வயது?' ஹெண்டிரிக் கேட்டார்.

'பத்து,' என்றான் கெவின்.

'பத்து,' ஹெண்டிரிக் வேறு யாரோவுடைய குரலில் சொன்னார்.

‘ஏறக்குறைய பத்து.,’ கெவின் சொன்னான். ‘உண்மையில் ஒன்பதே முக்கால். அடுத்த பிப்ரவரி எட்டாம் தேதி எனக்குப் பத்து வயது நிறைவாகும்.’

‘அப்பொழுது உனக்கு விருந்து கொண்டாட்டம் இருக்கும்.’

‘ஆம்,’ என்று கெவின் சொன்னான். அவனுடைய கன்னங்கள் சூடுபிடிப்பதை அவனால் உணர முடிந்தது. அவனுடைய படுக்கைக்குக் கீழே ஒரு பிறந்தநாள் பெட்டி இருந்தது. அதற்குள் போன வருடக் கொண்டாட்டத்தில் மிஞ்சிய குட்டி குடைகள் பொருத்திய உறிஞ்சு குழாய்கள் இருந்தன, எல்லாமாகப் பதினைந்து. அவற்றை எப்படிப் பங்கிடுவது என மூளையால் கணக்குப் போட்டான். தாத்தா, அவரை யாராவது காரில் அழைத்துவர முடியுமானால். அப்பாவும் ஜொன்னும். அம்மா, அவர் அப்பாவுடன் சமாதானமாய் இருந்தால். ஹெண்டிரிக்கும் பிரிட்ஜிட்டும். கெவின் அவர்களைப் பார்த்துச் சிரித்தான். பிரிட்ஜிட் சிரித்தார்.

‘அது பெரிய கொண்டாட்டமாக இருக்காது,’ கெவின் சொன்னான்.

‘ஏன்,’ என்றார் ஹெண்டிரிக்.

‘இந்தத் தடவை முடியாது. பள்ளியில் அரைத் தவணை விடுமுறை இருக்கிறது. ஆட்கள் கிராமத்துக்கு வெளியே போய்விடுவார்கள். அது தவிர அப்பாவுக்குத் தொல்லையாக இருக்கும். ஆனாலும் அது நல்ல நாளாகவே இருக்கும்,’

‘என்ன தொல்லை? மகனின் பிறந்தநாள்?’

‘அவருக்கு விருப்பம் இல்லாமல் இல்லை.’ கெவின் தன்னுடைய காலை காலணிக்குள் உதறினான். நீண்ட நேரம் நின்றதால் அது விறைத்துப் போய்விட்டது.

‘இதை யாராவது கேள்விப்பட்டிருக்கிறீர்களா?’ ஹெண்டிரிக் பிரிட்ஜிட்டைப் பார்த்துச் சொன்னார். ‘அவருடைய சொந்த மகனின் பிறந்தநாள்.’

‘அப்பாவுக்கு அடிபட்ட அதிர்ச்சியில் மூளை பாதிப்பு இருக்கிறது.’

‘அப்படியா?’

‘இனிப் போதும்,’ பிரிட்ஜிட் சொன்னார்.

'அத்தோடு அவருக்கு ஆடும் முழங்கால்கள்,' கெவின் சொன்னான். 'பாவம். நடமாடுவது அவருக்குச் சுலபமில்லை.'

இருட்டிலே காற்று வேகம் பிடித்து அடித்தது. தூரத்திலே பெரும் சலசலப்புக் கேட்டது. ஏதோ பெரிய சாமான் கீழே விழுந்து உடைந்து சிதிலமாகும் சத்தம். ஒருவேளை கூரை ஓடாகவோ, சாடிலைட் கிண்ணமாகவோ இருக்கலாம். புல்தரையில் தண்ணீர் நிரம்பி குட்டைகள் தோன்றிவிட்டன. மழை பாளம் பாளமாக விழுந்தது.

'மழைக்குள் நிற்கவேண்டாம். நீ முழுக்க நனைந்துபோவாய்,' அப்படி பிரிட்ஜிட் சொல்லியபடி கெவினுடைய கையைப் பிடித்துக் கொஞ்சம் முன்னே இழுத்தார். 'நீ விற்கும் தபால் தலைகள் பற்றி,' என்றார் பிரிட்ஜிட்.' அவை தபால் தலைகள் அல்ல. அவை...'

'யோசித்துப் பார்த்தால் பத்து வருடத்துக்கு மேலாக இருக்கும்,' என்று ஹெண்டிரிக் சொன்னார்.

பிரிட்ஜிட் சொன்னார், 'ஹெண்டிரிக் நீங்கள் உள்ளே போனால் நல்லது என்று நினைக்கிறேன்.' அவரை வாசல் பக்கத்திலிருந்து அகற்றி மூட்டைகட்டி அனுப்புவதுபோல பிரிட்ஜிட் விளையாட்டாக நடித்தார். ஆனால் ஹெண்டிரிக் அசையவில்லை.

'பிலிப்,' என்று அமைதியாகவும் யோசனையுடனும் சொல்லியபடியே தலையை ஆட்டினார்.

'ஹெண்டிரிக் உள்ளே' என்றார் பிரிட்ஜிட்.

'பிலிப்,' ஹெண்டிரிக் சொன்னார்.

'ஆமாம் பிலிப்தான்.' ஹெண்டிரிக் ஏதோ தனக்குத்தான் அந்தப் பெயர் சொந்தமானதுபோல வெடுக்கென்று கத்தினார்.

'என்ன அழகான பெயர்,' ஏதோ சொல்லவேண்டும் என்று ஹெண்டிரிக்குத் தோன்றியது ஆனால் என்ன என்று தெரியவில்லை.

'அவன் கைப்பந்து பயிற்சிக்குப் போய்விட்டு வீட்டுக்குத் திரும்பிக் கொண்டிருந்தான்' ஹெண்டிரிக் சொன்னார்.' 'அவனுக்கு ஐந்து நிமிடம் எடுத்திருக்கும்.' காலநிலை நல்லாயிருந்த ஒரு சாதாரண இரவு அது. கெவினுக்குத் தான் மூச்சு விடுவது கேட்டது.

'அது ஒரு விபத்து,' பிரிட்ஜிட் சொன்னார்.

கெவின் தன்னுடைய கால்சட்டை பையுக்குள் கையை நுழைத்து ஒரு குக்கீயை எடுப்பதற்கு நினைத்தான், ஆனால் செய்யவில்லை.

'விபத்து?' ஹெண்டிரிக் சொன்னார். 'அதற்குப் பெயர் விபத்தா?'

'ஆம்,' பிரிட்ஜிட் சொன்னார். அவர் பேசியது அழுவது போலவே கேட்டது. 'மோசமான அந்த விபத்தைப் பற்றி நாங்கள் இப்போது பேசத் தேவையில்லை, ஹெண்டிரிக்.'

'குடிபோதையில் புத்தி தடுமாறி இருக்கும்போது காரின் ஓட்டு வளையத்தைத் தொடலாமா?'

'ஹெண்டிரிக்,' பிரிட்ஜிட் அவருடைய கையை எடுத்து வைத்து இறுக்கிப் பிடித்துக்கொண்டு மறுபடியும் சொன்னார். 'அந்தப் பையனுக்குப் பாவம் ஒன்றுமே தெரியாது என்பது நிதர்சனமான உண்மை.'

'எதைப் பற்றி,' என்றான் கெவின்.

'எங்கே அந்த ஸ்டிக்கர்களைப் பார்ப்போம்,' பிரிட்ஜிட் அவனைப் பார்த்துச் சிரித்தபடியே சொன்னார். அவன் ஏறக்குறைய அதை மறந்தே விட்டான்.

'அதை விபத்து என்று நான் சொல்லமாட்டேன்,' ஹெண்டிரிக் தொடர்ந்தார்.

அப்பொழுது கெவின் அவனுடைய தகப்பன் தொலைக் காட்சியில் அப்படி ஒரு சம்பவம் காட்டப்படும்போது சொல்லும் வாசகத்தைச் சொன்னான். 'என்ன பயங்கரம்?'

'நீ அப்படியா நினைக்கிறாய்?'

பிரிட்ஜிட் அவரை வீட்டின் உள்ளே தள்ளுவதற்காக அவருடைய நெஞ்சில் தன் கையை வைத்தார்.

'நான் அந்தப் பையனுடன் கதைக்கிறேன். அதற்கு எனக்கு உரிமை இருக்கிறது,' என்றார் ஹெண்டிரிக்.

'இதைப் பற்றி பேச உரிமையில்லை.'

'நான் முன்பு சொன்னதுபோல, ஒரு நல்ல காரியத்துக்காக இதைச் செய்கிறேன்,' என்று மடிக்கணினி பையைத் தட்டியபடி கெவின் சொன்னான்.

ஹெண்டிரிக் மிகக் கனமாக மூச்சை விட்டார். பின்னர் மெதுவாக எல்லாம் அமைதியாகியது.

'அது சரி, அது என்ன நல்ல நோக்கத்துக்கான நன்கொடை?' ஹெண்டிரிக் கேட்டார்.

'எனக்கு நோக்கம் மறந்துபோய்விட்டது,' கெவின் சொன்னான்.

'நினைவில்லையா?'

'குழந்தைகள் சம்பந்தப்பட்டதா?' பிரிட்ஜிட் சொன்னார்.

'ஆமாம்.'

ஹெண்டிரிக் வெளியே தோட்டத்தைப் பார்த்தார்.

'இதுதான் அந்த ஸ்டிக்கர்கள்,' பிளாஸ்டிக் கவரில் அவற்றை வைத்து ஹெண்டிரிக்கிடம் கொடுத்தான் கெவின்.

ஹெண்டிரிக் அவற்றைப் பார்த்தார். 'உண்மையில் இவை தேவையா என்பது எனக்குத் தெரியவில்லை.'

அவற்றைத் திரும்பக் கவரில் போடாமலே கெவினிடம் கொடுத்தார். மழை பெய்தபடியால் கலர்கள் கரையத் தொடங்கின. தேவதைகள் மேகத்தில் மறைந்தனர். புகைக்கூடு கூட்டுபவர்கள் கறுப்புத் திட்டாக மாறி சுண்டெலியைக் காணாமல் செய்தனர். மீதமான கறுப்பு வண்ணம், நட்சத்திரங்களையும், கிறிஸ்துமஸ் இதயங்களையும், மரங்களையும் மாற்றியது.

ஹெண்டிரிக் உள்ளே போய்விட்டுத் திரும்பினார்.

'உனக்கு இன்று அதிர்ஷ்டம்தான். அவருடைய கையில் கடுதாசி உருளை ஒன்று இருந்தது.'

அதைக் கையினால் அமத்தியபோது ஒன்று, இரண்டு என பல நாணயங்கள் வெளியே வந்து விழுந்தன. எல்லாமாக 16 நாணயங்களைக் கெவினின் நீட்டிய கையில் கொடுத்தார்.

'உன்னுடைய ஸ்டிக்கர் அனைத்தையும் நாங்கள் எடுக்கிறோம்.'

'முழுவதையுமா?' என்றான் கெவின். எல்லாமே ஒளிவிடும் ராணியின் தலை போட்ட பளபளக்கும் நாணயங்கள்.

'ஆமாம், முழுவதையும்தான்,' என்றார் ஹெண்டிரிக்.

'மிக்க நன்றி' என்றபடி நாணயங்களைப் பையினுள் வைத்தான்.

'ஒரு நிபந்தனை, இதற்குப் பதிலாக நீ ஓர் உதவி செய்ய வேண்டும்,' என்றார் ஹெண்டிரிக்.

'நிச்சயமாக,' என்றான் கெவின்.

'உன் அப்பாவுக்கு ஹெண்டிரிக் ரொன்பேர்க் மாட்ஸெனிடம் இருந்து ஹலோவென்று சொல்லவேண்டும்.'

'அது தேவையில்லை,' என்றார் பிரிட்ஜிட்.

'நீ இதற்குள் நுழையவேண்டாம்,' என்றார் ஹெண்டிரிக்.

பிரிட்ஜிட் கோபத்துடன் நிலத்தை உதைத்தபடி நடந்து உள்ளே சென்றார்.

'ஹெண்டிரிக் ரொன்பேர்க் மாட்ஸென்.' அந்தப் பெயரை மெதுவாகவும் நிதானமாகவும் சத்தம் வர உச்சரித்தார். இந்தப் பெயர் சரியாகக் கேட்டதா?'

'ஆம், ஹெண்டிரிக் ரொன்பேர்க் மாட்ஸென்,' என்றான் கெவின்.

'சரி, இதுதான் ஒப்பந்தம்,' என்றார் ஹெண்டிரிக்.

'சரி, நான் அப்படியே செய்கிறேன். உங்கள் வியாபாரத்துக்கு நன்றி. இனிய மாலையாக அமையட்டும்,' என்றான் கெவின்.

'மகிழ்ச்சி,' என்றார் ஹெண்டிரிக்.

ஒரு கணம் சாத்தப்பட்ட கதவுக்கு முன்னே இன்னும் ஏதோ நடக்க இருக்கிறது என்பதுபோல கெவின் நின்றான். பாதையில் இறங்கிக் கீழே போனபோது மேல்மாடி யன்னலில் ஹெண்டிரிக் கைவைத்த நாற்காலி ஒன்றில் பொத்தென்று சாய்ந்தது தெரிந்தது. சில நிமிடங்களில் சற்றுக் கூடிய சத்தத்துடன் இசை தொடங்கியது. மடிக்கணினியின் பட்டியைத் தோளில் வசதியாக மாட்டியபடி ரோட்டில் கெவின் மெதுவாக நடந்தான்.

அவன் தன் காலடிகளை ஒன்று, இரண்டு, மூன்று என மனதை அமைதிப்படுத்த எண்ணினான். அவன் அந்தக் கிராமத்தில் நுழைந்தபோது முதலில் பார்த்த வீடுகளைத் தாண்டி நடந்தான். நிலத்திலே ஊன்றப்படாத பொருட்கள் மீது சவுக்கடிபோல காற்று வீசியது. மழை நீரோடையாக அவனை நோக்கிப் பாய்ந்து அவனது இரவு ஆடை நுனியை நனைத்துக் கனமாக்கியது. பஸ் நிறுத்தக் கூடாரத்தில் அவன் ஒரு வாங்கில் அமர்ந்தான். ஒரு முடிந்துபோன புகையிலை டின் நிலத்திலே கிடந்தது. அதைக் காலால் அடித்துத் தள்ளினான். ஒரு பழைய கால அட்டவணை ஒன்று உள்சுவரில் ஒட்டப்பட்டிருந்தது. கண்ணாடியிழைச் சுவரில் சில வார்த்தைகள் கிறுக்கியிருந்தன.

ரோர்கில்ட் லுண்ட் ஒரு கோமாளி

அந்த வேசை மகனுடைய பெரிய தலையை இந்த இடத்தில் வைத்துத்தான் 13.8.2007 அன்று அடித்தார்கள். அவனுக்கு வேண்டும்.

தகவலுக்கு நன்றி

படுப்பதற்கு நல்ல ஆள் தேவையானால் அழைக்கவும் 97528252

பொய்

பொய் இல்லை

நம்பர் வேலைசெய்யாது

வேலை செய்யாது

நம்பர் சரியில்லை

அவனுடைய விரல்கள் விறைத்துப் போய்விட்டன. எவ்வளவு மழை சேர்ந்தால் பெருவெள்ளமாகும் என்பதை யோசித்தான். தலையை வளைத்து மேகத்தைப் பார்த்தான். அவனுடைய அப்பா ஒருமுறை தாய்லாந்தில் உள்ள பட்டாயாவில் காணப்படும் சந்திரனைப் பற்றிச் சொல்லியிருக்கிறார். அது அங்கே மிகப் பெரிதாக ஒரு தோடம்பழம்போல செம்மஞ்சளாக இருக்கும். இங்கே அது சிறியதாக வெளிறிப்போய் இருக்கிறது.

◯

மொஹமட் நசீகு அலி

மொஹமட் நசீகு அலி என்பவர் புகழ்பெற்ற அமெரிக்க எழுத்தாளர். கானா நாட்டில் பிறந்த இவர் நியூயோர்க் பல்கலைக்கழகத்தில் மாணவர்களுக்குப் புனைவு இலக்கியம் கற்பிக்கிறார். இவர் எழுதிய The Prophet of Zongo Street (2016) சிறுகதைத் தொகுப்பு மக்களின் கவனத்தை ஈர்த்தது. இதைத் தொடர்ந்து ஒரு நாவலும் இன்னொரு சிறுகதைத் தொகுப்பும் எழுதியிருக்கிறார். இவை அச்சில் இருக்கின்றன.

இவர் பல இலக்கிய இதழ்களில் தொடர்ந்து சிறுகதைகளும், கட்டுரைகளும் எழுதி வருகிறார். இதுவரை நியூயோர்க்கர் பத்திரிகையில் இவருடைய மூன்று சிறுகதைகள் வெளியாகியிருக்கின்றன. அத்துடன் The Best American Short Stories (2016) தொகுப்பில் இவருடைய சிறுகதை ஒன்று தேர்வாகி வெளி வந்திருக்கிறது.

இருபது வருடங்களாக இவர் என்னுடைய நண்பர். சமீபத்தில் இவருடைய சிறுகதை Allah Have Mercy ஏப்ரல் 2024இல் நியூயோர்க்கரில் வெளியானபோது இவரைத் தொடர்புகொண்டு அதை மொழிபெயர்க்கச் சம்மதம் கேட்டேன். வழக்கமாக நியூயோர்க்கரில் சம்மதம் பெறுவதென்றால் மூன்று மாத கால அவகாசம் எடுக்கும். இவர் அவர்களிடம் உடனேயே சம்மதம் பெற்றுத் தந்தார்.

இவருடைய ஆதர்சம் வி.எஸ். நைப்பால் என்று அடிக்கடி கூறுவார். இந்தக் கதை அவருக்கு எப்படித் தோன்றியது என்று கேட்டேன். இதன் கரு தனக்கு

2012இல் உருவானதாகவும் இத்தனை வருடங்களாக அதை மனதிலே போட்டு உருட்டிக் கொண்டிருந்ததாகவும் சொன்னார். கதையை 30 தடவைக்கு மேலே திருத்தி எழுதியிருக்கிறார். அந்தக் காரணத்தினாலோ என்னவோ அதை நியூயோர்க்கருக்கு அனுப்பியபோது அவர்கள் ஒரு சொல்லைக்கூட மாற்றவில்லை என்றார்.

பல்கலைக்கழக மாணவர்களுடன் விவாதிப்பதற்காகத் தான் பல சிறுகதைகளை வருடாவருடம் தேர்வு செய்வதாகச் சொன்னார். எதிர்வரும் வருடம் மாணவர்களுக்காக, ஆங்கிலத்தில் மொழிபெயர்க்கப் பட்ட ஒரு தமிழ்ச் சிறுகதையை (என்னுடைய சிறுகதை அல்ல, ஏதாவது தங்களுக்குப் பிடித்த சிறந்த சிறுகதைகளில் ஒன்று) தேர்வு செய்யுங்கள் என்றேன். சரி என்றார். பொறுத்திருந்து பார்ப்போம்.

அல்லாவே கருணை காட்டும்
மொஹமட் நசீகு அலி

ரெக்ஸ் சினிமாவை விட்டு வெளியே வந்தபோது பிரம்மாண்டமான கையொன்று என் பின்கழுத்தை நெருக்கிப் பிடித்தது. உடனேயே என் உள்ளுணர்வுக்கு அது யார் என்று தெரிந்துவிட்டது. 'அல்லாவின் நாமத்தால் என்னை மன்னித்துவிடுங்கள்,' நான் மன்றாடினேன். உசாமா சித்தப்பாவின் அகலமான கை என் கன்னத்தில் பாரமாக விழுந்து என்னைத் தடுமாறச் செய்தது. 'வாயைப் பொத்து, வேசைக்குப் பிறந்தவனே,' அவர் கத்தினார். என்னுடன் வந்த இரண்டு நண்பர்களும் வேகமாக சனத்துக்குள் மறைவதைக் கண்ணீர் ஒழுகும் கண்களால் பார்த்தேன்.

சித்தப்பாவின் நீண்ட விரல்கள் என் கழுத்துத் தசையையும், எலும்பையும் சேர்த்து இறுக்கின. 'அல்லாவின் பெயரால் என்னை விட்டுவிடுங்கள், நான் கெஞ்சிக் கேட்கிறேன், இனிமேல் இப்படிச் செய்யமாட்டேன்,' என்று விக்கல்களுக்கிடையில் ஒரு மாதிரிச் சொன்னேன். தாங்க முடியாத வலி தலையில் தொடங்கியது. சித்தப்பாவின் கிடுக்கிப் பிடியில் என் கால்கள் வலுவிழந்தன. என்னுடைய வலியை உணர்ந்ததாலோ என்னவோ கழுத்துப் பிடியை விட்டுவிட்டு எம் முழங்கையைப் பற்றி இழுத்துப் போகத் தொடங்கினார்.

அவருடைய வேகமான நடைக்குத் தாக்குப் பிடிக்க முடியாமல் இழுபட்டு அவர் செருப்பின் மீது என் பாதங்கள் பட்டன. அவர் செருப்பில் கால் இடறும் ஒவ்வொரு முறையும் எனக்கு அடி விழுந்தது. ஆடு மேய்ப்பவர்கள், ஆடுகளைப் புழுதித் தெருவில் பிடித்துச் செல்வதுபோல சித்தப்பா என்னை வேகமாக இழுத்துப் போனார்.

'ஐயா, என்னை விடச் சொல்லுங்கள், ஐயா, என்னை விடச் சொல்லுங்கள்,' என்று தெருவில் போனவர்களிடம் நான்

கெஞ்சியபோது அவர்கள் அதைச் சட்டை செய்யாமல் வினோதமாகப் பார்த்தபடி நகர்ந்தனர். என்னுடைய சித்தப்பாவின் வாட்டசாட்டமான உடல்வாகு, வேறு ஒருவர் எங்கள் விசயத்தில் தலையிடுவதைத் தடுத்தது. அங்கேயுள்ள பழக்கடைக்காரருக்கும், உணவு விற்பனை செய்பவர்களுக்கும் ரெக்ஸ் சினிமா வீதியில் ஒரு பையனை இழுத்துப் போகும் காட்சி புதியதல்ல. ஏனென்றால் 'சொங்கோ' தெருவின் உத்தியோகபூர்வ நல்பழக்க அதிகாரி என் சித்தப்பாதான். பெற்றோர்கள் தங்கள் தங்கள் பிள்ளைகளைத் தண்டிக்க அவரைத்தான் அழைப்பார்கள். அவர் பிஞ்சுத் தோலில் அழியாத வடு உண்டாக்கும் தன்னுடைய புகழ்பெற்ற சவுக்கை விசுக்கியபடி வருவார். தலைமையாசிரியராகிய உசாமா சித்தப்பா இந்தச் சேவையை இலவசமாக வழங்கினார். தன் மக்களைச் சுரண்டும் கொடூரர்களைத் தண்டிக்கும் முகமூடி அணிந்த மாட்டு சவுக்கு வீரனான 'சோர்ரோ' என்ற பட்டப் பெயர் அவருக்கு அப்படித்தான் கிடைத்தது. சித்தப்பாவுக்குத் தனக்கு அப்படி ஒரு பட்டப் பெயர் இருப்பது தெரியும். அது குழந்தைகளிடம் ஏற்படுத்தும் அச்ச உணர்வை அவர் ரசித்தார். அவர் உணர்ச்சி வயப்பட்டு அற்பத்தனமான காரியம் செய்யத் தயங்கமாட்டார். அரிதாகச் சிரிப்பார். பலர் அவருடைய நடத்தை படிப்பாலும், புத்திக் கூர்மையாலும் வந்தது என நினைத்தார்கள். பன்னிரெண்டு வயதான நான் அவரை வித்தியாசமாகப் பார்த்தேன். சித்தி அசிபி, சித்தப்பாவை அசாதாரணமாக அடிமைப்படுத்தியவர். நான் அங்கே அவர்கள் வீட்டில் அரபுப் பாடம் படிக்கும்போது நடக்கும் வாக்குவாதத்தில் அஞ்சா நெஞ்சரான சித்தப்பா அடிமைபோல சுருண்டுபோவதைக் கண்டிருக்கிறேன். அவர் மனைவிக்கு அடங்கியொடுங்கும் தன்மைதான், இப்படி வன்முறைகள் வெடிக்கவைக்கும் ஒருவராக அவரை மாற்றியிருக்கிறது என்று சிறுவனான எனக்கே தெரிந்திருந்தது. எனக்கு அதில் சந்தேகமே இல்லை.

'நீ வாயை மூடாவிட்டால் வீடு சென்றதும் உன் தண்டனை மூன்று மடங்காகக் கூடும்' என்று சொல்லியபடியே பொரித்த கிழங்கு விற்பவர்கள், ரொட்டிக்காரர்கள் மற்றும் விற்பனையை முடித்துவிட்டுப் பாயை இழுத்துச் சுருட்டும் மருந்து விற்பனைக் காரர்கள் மத்தியில் என்னை இழுத்துப் போனார்.

சிறுவர்கள் மகிழ்ச்சியாக ஒளித்து விளையாடும் எரிபொருள் விற்பனை நிலையம் வழியாக நாங்கள் நடந்தோம். ரெக்ஸ் சினிமாவில் 8.30 மணி படம் பார்க்கக் குவியும் உற்சாகமான

நகரத்து மக்களையும் தாண்டினோம். வாசலில் கூடியிருக்கும் பெரிய மனிதர்களிடம் நான் கெஞ்சுவதைத் தவிர்ப்பதற்காகச் சித்தப்பா பாதையை இடது பக்கமாக மாற்றினார். அது பாதி வெளிச்சம் உள்ள சந்துகள் வழியாக, குடியிருப்பு வளாகத்தின் பின்பக்கம் எங்களைக் கொண்டுபோய்ச் சேர்த்தது.

சித்தப்பா மேலும் வேகமாக நடந்தார். அவருடைய வியர்வை என் மேல் தெறித்து என் கண்களை எரிய வைத்தது. பாதி வழியில் எங்கள் தெருவில் வசிக்கும் சீனத்தா ஆச்சியைக் கண்டோம். அவர் எங்களைப் பார்க்க முன்னர் சித்தப்பா என் கைப்பிடியை தளர்த்தினார். என்னுடைய பெரும் பிரச்சினையிலிருந்து தப்புவதற்கு இதுதான் அருமை வாய்ப்பு என்று எனக்குப் பட்டது. பெருங்குரல் எடுத்து அலறத் தொடங்கின என்னை நிறுத்த சித்தப்பா மணிக்கட்டை நசுக்கினார். ஆனால், அந்த வலி என் அலறலை இன்னும் கூட்டியது. 'ஓ அல்லா, அல்லா' என நான் ஓலமிட்டேன்.

'நல்ல மாலை,' என்றார் சித்தப்பா. சீனத்தா ஆச்சியும் 'நல்ல மாலை' என்றார். 'இந்தக் காலப் பிள்ளைகள் பிடிவாதம் பிடித்தவர்கள். அவர்களைப் பொறுமையாகக் கையாளவேண்டும்,' என்று அவர் தன் நடுங்கிய குரலில் சொன்னார். சித்தப்பா அதற்குப் பதில் சொல்லத் தொடங்கினார். ஆனால், இந்தச் சந்தர்ப்பத்தை நழுவவிட எனக்கு விருப்பமில்லை. அவர் தன் வாக்கியத்தை முடிக்க முன்னர் நான் சந்துக்குள் நுழைந்து விட்டேன். அந்தக் கிழவிக்கு முன்னால் சித்தப்பா என்னைத் துரத்தமாட்டார் என்பது எனக்குத் தெரியும். நான் ஒரு நல்ல ஓட்டக்காரனின் உத்வேகத்துடன் என்னுடைய செருப்புகள் பட்பட்டென்று என் இருதயத்துக்குப் போட்டியாக அடிக்க, வேகமாக ஓடினேன். குடியிருப்பை அணுகியவுடன் எங்கள் வீட்டுக்கு நேராகப் போனேன். அம்மாவும் அவருடைய ஆருயிர் சிநேகிதியும் நைலோன் பாய்களில் உட்கார்ந்திருந்தனர். என்னுடைய அப்பா அடிக்கடி பயணம் செய்வதாலும், மமா சாக்கியாவின் கணவர் அவரைக் கவனிக்காததாலும், இருவரும் அடிக்கடி சந்திப்பார்கள். ஏதாவது விசயம் இருந்தால் பேசுவார்கள். இல்லாவிட்டால் மௌனமாக அருகருகே அமர்ந்திருப்பார்கள். அந்த நேரத்தில் அவர்கள் ஏதோ பிரார்த்தனைபோல இரவு நட்சத்திரங்களை உற்று நோக்குவார்கள். அம்மா தன் கணவர் பக்கத்தில் இருந்தால் எத்தனை சுகம் என எண்ணியிருக்கலாம். மமா சாக்கியா தனக்கு அல்லா ஒரு பிள்ளையைக் கொடுத்திருந்தால்

நல்லாயிருக்கும் என நினைத்திருக்கலாம். இறுதியில் ஒருவர் தூங்க ஆரம்பித்ததும், ஒருவருக்கு ஒருவர் மன்னிப்புச் சொல்லியபடி தங்கள் தங்கள் படுக்கைகளுக்குச் செல்வார்கள். நான் அம்மாவின் கையைப் பிடித்தபடி அவர் பக்கத்தில் அமர்ந்தேன். 'ஏதோ சரியில்லையே, என்ன நடந்தது?' என்று அம்மா கேட்டார். 'ஒன்றுமில்லை, நான் வெளியே விளையாடினேன்,' என்றேன். அம்மாவுக்கு நான் கள்ளமாகச் சிநேகிதர்களுடன் சினிமா பார்க்கச் சென்றது தெரியாது. அம்மா என்னுடைய தலைமயிரை ஆதரவாக அளைந்தார். என்னுடைய இருதயம் தொடர்ந்து வேகமாக அடித்தாலும் நான் நிம்மதியாகப் பெருமூச்சு விட்டேன். சித்தப்பாவை மடையனாக்கிவிட்டு நான் தப்பியோடியதற்கு அவர் பொருத்தமான பழிவாங்கத் துடித்துக்கொண்டிருப்பார் என்பது எனக்குத் தெரியும். அன்று மாலையிலிருந்து ஏதாவது சின்னத் தப்பு செய்தாலும் எனக்கு பெரிய தண்டனை கிடைக்கும். சில நிமிடங்களுக்குப் பிறகு, உயரத்தில் கட்டப்பட்டிருந்த சித்தப்பா வீட்டுக் கொசுவலைக் கதவு அடித்து மூடும் சத்தம் கேட்டது. குடியிருப்பில் இருந்த அத்தனை சிறுவருக்கும் அது எலிக்குக் கேட்ட பூனையின் மியாவ் சத்தம்தான். சித்தப்பா வெளியே புறப்படும் சத்தம் என்றால் நாங்கள் உயிரைக் காப்பாற்ற ஓடவேண்டும். அவர் வீட்டுக்குள்ளே நுழையும் சத்தம் என்றால் நாங்கள் ஆசை தீர வெளியே விளையாடலாம். தொடர்ந்து ஒருவாரமாக நான் மிக ஒழுக்கமாக, அப்பழுக்கில்லாத நடத்தையுடன் இருந்தேன். இரவு உணவு முடிந்ததும் சித்தப்பா வீட்டுக்குச் சென்று அவருக்கும் சித்தி அசிபிக்கும் நான் அன்று காலை வாங்கிய ரொட்டி மென்மையாகவும், புதியதாகவும் இருந்ததா என்பதைக் கேட்டு உறுதி செய்தேன். இரண்டு மாதம் கழித்து, அதிர்ஷ்டமில்லாத ஓர் இரவு நான் வாங்கிய ரொட்டி சித்தப்பாவின் அதியுயர்ந்த ருசிக்குக் கிட்டவும் வரவில்லை. அவர் ரொட்டியைப் பிதுக்கிக் காற்றை வெளியேவிட்டு மணந்து பார்த்தபின் அதை என் முகத்தை நோக்கி எறிந்தார். 'இது ஒரு கிழமைக்கு முன்னர் தீயில் சுடப்பட்டது,' என்று கத்தினார். 'இது பழசாய்ப்போய் கட்டைபோல இருக்கிறது. காசு கொடுக்கும் முன்னர் ரொட்டியைச் சோதித்துப் பார்க்கவில்லையா?' உடனே போய் ரொட்டியைக் கடைக்காரரிடம் கொடுத்துக் காசைப் பெற்று, அவருக்குப் பிரியமான லோயர் ஹவுசில் புது ரொட்டி வாங்கிவரச் சொல்லி உத்தரவிட்டார். நான் சரியான இடத்தில்தான் ரொட்டியை வாங்கினேன் என்று சொல்ல வாயைத் திறந்தேன், ஆனால் அவர் கோபம் இன்னும் கூடிவிடும் என்ற பயத்தில்

உடனேயே மூடிவிட்டேன். நிலத்தில் கிடந்த ரொட்டியைத் தூக்கிக்கொண்டு நான் வெளியே ஓடினேன்.

செரிக்கி வீதியை நான் அடைந்தபோது ரொட்டிக் கடைக்காரர் தான் ரொட்டியைத் திரும்ப எடுக்கப் போவதில்லை, காசும் கொடுக்கமுடியாது என்று திட்டவட்டமாகச் சொன்னார். 'நான் அதைத் திருப்பி எடுப்பதற்கு என்ன முட்டாளா?' என்றார். அவர் ரொட்டியை என்னை நோக்கி எறிய, அது நிலத்தைத் தொடமுன்னர் நான் எட்டிப் பிடித்தேன். சித்தப்பாவின் பிசைதலும், ரொட்டிக்கடை மனுசியின் எறிதலும் ரொட்டியைச் சிதிலமாக்கியது. நான் வெறுங்கையோடு போனால் எனக்குக் கிடைக்கும் தண்டனையை நினைத்து எனக்கு அழுகையாக வந்தது. கால்களால் தரையை உதைத்தேன்.

முதலில் ரொட்டிக்கடை மனுசி என்னைக் கண்டதாகக் காட்டிக்கொள்ளவில்லை. ஆனால், நான் அங்கே அழுதுகொண்டு நிற்பது அவர் வியாபாரத்துக்கு நல்லதல்ல என்பதைக் கண்டுகொண்டார். நான் வாடிக்கையாளர்களை விரட்டியடித்துக் கொண்டிருந்தேன். 'இதோ பார், உன் பேயோட்டும் வேலை எல்லாம் இங்கே வேண்டாம்,' என்று கத்தினார். என்னை நோக்கித் தன்னுடைய விரல்களை நீட்டி, 'உங்கள் இனமே இப்படித்தான். இந்த இடத்தை விட்டு உடனே போ. நான் உன்னை எச்சரிக்கிறேன். இன்னொருமுறை சொல்கிறேன் கேள். நான் காசைத் திருப்பி இன்றைக்குத் தரமாட்டேன். நாளைக்குத் தரமாட்டேன். நாளை மறுநாளும் அப்படியே. என்னைத் தன் மேசையிலிருந்து தூரவாகத் தள்ளிவிட்டார். நான் தடுமாறியபோது தினப் பத்திரிகையில் சுற்றி வைத்திருந்த ரொட்டி சத்தமில்லாமல் புழுதி தரையில் விழுந்தது. நான் கத்தியபடி அதை விரைந்து எடுத்தபின்னர் இன்னும் பலமாக அழ ஆரம்பித்தேன். சகலதும் என்னை மீறிவிட்டது எனக்குத் தெரிந்தது.

அதிர்ஷ்டவசமாக என்னுடைய நாடகம் அவ்வழியில் போன சிலர் பார்வையில் பட்டு அவர்கள் என்ன சங்கதி என்று விசாரித்தார்கள். நான் என் பங்கு கதையை ஓர் உயரமான தசை முறுகிய மனிதரிடம் சொன்னேன். அவருடைய வலுவான தோற்றம் என் சித்தப்பாவை நினைவூட்டியது. ஆனால், இவர் கருணையான மனிதராகத் தெரிந்தார். என்னுடைய கதையை அவர் கவனத்துடன் கேட்ட அதே சமயம் ரொட்டிக்கடை மனுசி கோபத்தில் வசைகளை முணுமுணுத்தார். நான் கதையை முடித்தவுடன் ரொட்டிக்கடை மனுசி தொடங்கினார். 'ஐயா

சொல்லுங்கள். இந்த மாதிரி அபத்தம் நடக்க நீங்கள் அனுமதிப்பீர்களா? ஒருவர் உங்களிடம் ரொட்டி வாங்கி அதைத் தொட்டு அழுக்காக்கிவிட்டுத் திருப்பித் தந்தால் பெற்றுக் கொள்வீர்களா? இந்த ரொட்டியை நான் மறுபடியும் எடுத்தால் இதை என்னிடம் யார் வாங்குவார்கள். இதைப் பாருங்கள்.' அந்த மனிதர் பதில் சொல்லவில்லை. அவருக்கு யாருக்கு ஆதரவு தரவேண்டும் என்பதில் குழப்பம் வந்துவிட்டது. 'இந்தப் பையன் ரத்தமாக அழுதாலும் நான் ரொட்டியைத் திருப்பி எடுக்க மாட்டேன். உன்னுடைய நாடகத்தை வேறு எங்காவது காட்டு. ஓடு, என்னுடைய மேசைக்குக் கிட்டவாக நிற்காதே.' நான் தொடர்ந்து அழுதுகொண்டு நிற்க மேலும் சிலர் கடைக்கு வந்தார்கள். அவர்களில் ஒருவர் அணிந்திருந்த வெள்ளை அங்கி, நீண்ட ஆட்டுத் தாடி, மெலிந்த உயரமான தோற்றம் அவர் கேயோ முஸ்லிம் என்று என்னை ஊகிக்க வைத்தது. வேறு இரண்டு நடுத்தர வயதுப் பெண்களும் வந்தார்கள். அவர்களிடமிருந்து வீசிய மணம் அவர்களை மீன் விற்பவர்கள் எனக் காட்டியது. 'கேளுங்கள், அவன் சிறு பையன். அவனை இந்த வேலைக்கு அனுப்பியவர்கள்தான் பிழை விட்டிருக்கிறார்கள். அவன் உங்கள் மகனாயிருந்தால் இந்த நேரத்தில் அவனை வெளியே அனுப்புவீர்களா? அவன்மேல் இரக்கம் காட்டுங்கள்,' என்றார் கேயோக்காரர். 'ஐயா கேளுங்கள். நான் உங்களை மதிக்கிறேன். உங்கள் நேரத்தை வீணாக்க வேண்டாம். என்னிடம் மன்றாடினாலும், கடவுள் வந்தாலும்கூட நான் ரொட்டியைத் திருப்பி எடுக்கமாட்டேன்.

இதைக் கேட்டதும் என்னிடம் இருந்த கொஞ்சநஞ்ச நம்பிக்கையும் உறைந்துபோனது. சிறிது நேரம் கழிந்ததும் கேயோ மனிதர் என்னிடம் உடைந்த ஹௌசா மொழியில் எவ்வளவு காசு என்று கேட்டார் நான் சிறு பொய் விக்கலுடன் '5 செடிக்கள்' என்றேன். அவர் அங்கியின் பக்கவாட்டுப் பையுக்குள் கையை நுழைத்து ஒரு புதிய 5 செடி காசுத்தாளை எடுத்து என் கையில் கொடுத்து 'விசயம் முடிந்தது' என்றார். ரொட்டியை என்னிடமிருந்து பெற்றுக் கடைக்கார மனுசியின் மேசையில் வைத்தார். அவர் உடனேயே அதை எடுத்துக் குப்பைத் தொட்டியினுள் வீசிவிட்டு, 'உன்னுடைய துரதிர்ஷ்டத்தை என்னிடம் விட்டுப் போகாதே,' எனக் கத்தினார். அவருடைய அவமதிப்பு முஸ்லிம்களுக்கு எதிரானது. அது எனக்கு மாத்திரமில்லை, அந்த நல்ல கேயோ மனிதருக்கும்தான். அந்த மனுசி எங்களை எல்லாம் சண்டைக்கு அழைப்பதுபோல ஒரு காலில் இருந்து மற்றக் காலுக்குத் தன்

பாரத்தை மாற்றினார். அப்படியொரு சண்டைக்கு நான் தயாரில்லை. எனக்குக் காசு கிடைத்துவிட்டது; அதுதான் முக்கியம். நான் வீடு வரும்வரைக்கும் நிற்காமல் ஓடினேன். அந்த அவசரத்தில் கேயோ மனிதருக்கு நன்றிகூற மறந்துவிட்டேன்.

நான் சித்தப்பா வீட்டுக்குத் திரும்பியபோது அவர் மத நூல் ஒன்றில் மூழ்கியிருந்தார். அநேக பிரதேசங்களில் இருந்து பலவிதமான அறிஞர்கள் பைபிளில் விடுபட்டிருந்த முக்கியமான தகவல்களைச் சித்தப்பாவுடன் விவாதிப்பதற்காக வந்திருந்தனர். ரொட்டிக் கடையில் நடந்ததைச் சொல்வதற்காக நான் சித்தப்பா தலையை நிமிர்த்தும் தருணத்திற்காகக் காத்திருந்தேன். ஒரு நிமிடம் மௌனத்தில் கடந்தது. கண்களைப் புத்தகத்தில் இருந்து அகற்றாமல் திடீரென்று 'எங்கே ரொட்டி,' என்று கத்தினார். 'நான் பணத்தை மீண்டும் பெற்ற சமயம் எல்லாக் கடைக்காரர்களும் கடைகளை மூடிவிட்டுப் போய்விட்டார்கள்,' வாய் குழற நான் சொன்னேன். 'அப்ப இந்தப் பெரிய குமாசி நகரில் ரொட்டி இல்லை என்று நீ சொல்கிறாய்,' என்னை நிமிர்ந்து பார்த்தபடி சத்தமிட்டார். 'நேரம் கடந்து போனபடியால் ஒரு ரொட்டிக்கடைக்காரரும் அகப்படவில்லை. ஒரு கருணையான வழிப்போக்கர் உதவியால் மட்டுமே என்னால் காசைத் திரும்பப் பெறமுடிந்தது,' என்று நான் சொல்வதற்கு முயன்றேன்.

ஆனால், நான் வாய் திறக்க முன்னர் கொடூரமான ஓர் அடி வலது கன்னத்தில் என் பற்களை அசைத்தபடி விழுந்தது. என்னுடைய நாக்கால் ரத்தத்தை ருசிக்க முடிந்தது. கால்கள் அப்படியே செயலிழந்தன. பக்கத்தில் கிடந்த சாய்கதிரை மரக் கைப்பிடியில் என் தலை அடிபட்டது. சித்தி அசிபி எனக்காகக் கதைக்கவோ, பரிதாபப்படவோ இல்லை. அவர் குழந்தையை மடியில் கிடத்தி அதற்குப் பாலூட்டினார். என் தலைசுற்றலைப் பொருட்படுத்தாமல் எப்படியோ எழும்பி அடுத்த அடி கிடைக்க முன்னர் அறையை விட்டு வெளியே பாய்ந்து கேட் வழியாக ரோட்டுப் பக்கம் ஓடினேன். பல சிறுவர்கள் மாலை விளையாட்டுகள் விளையாடிக் கொண்டிருந்தனர். என்னுடைய வாயிலும், முகத்திலும் நான் உணர்ந்த வலியை மறக்க முயன்றேன். சந்துகளில் இப்போது சனம் இல்லை. சிறிது தூரம் அந்த வழியாகச் சென்ற பிறகு அச்சம் வர நான் கொஞ்சம் பின்வாங்கினேன். ஒரு வாரத்துக்கு முன்னர் வதந்தி ஒன்று உலாவியது நினைவில் வந்தது. சிறுவர்களைப் பிடித்து நைஜீரியா வியாபாரிகளுக்கு விற்கிறார்கள். அவர்களைப் பலிகொடுத்து வியாபாரிகள் உடனுக்குடன் பெரும்

செல்வந்தர் ஆகி விடுகிறார்கள். அது மாத்திரமல்ல, அங்கே சந்து முடிவில் ஆகாயத்தைப் பார்த்தபடி தலையை உயர்த்தி நடக்கும் டான் சமாடோ பைத்தியக்காரன், தடித்த அட்டைகளால் உருவாக்கிய ஒரு குடிசையில் வசிக்கிறான்.

குடியிருப்பில் விளையாடிக்கொண்டிருந்த என் தோழர்கள் என்னையும் அவர்களுடைய அன்றைய கடைசி விளையாட்டில் சேரும்படிக் கெஞ்சினார்கள். நான் அவர்களைப் பொருட் படுத்தாமல் காகா காரி பகுதிக்கு ஓடினேன். அங்கே என் பாட்டி இருக்கிறார். அவர் ஒருவர்தான் சித்தப்பாவின் சவுக்கிலிருந்து அன்றிரவு என்னைக் காப்பாற்றக் கூடியவர். என்னுடைய அம்மாவுக்கு, சித்தப்பாவை மீறிய அதிகாரம் கிடையாது. என்னுடைய அப்பா இல்லாத காரணத்தால் உசாமா சித்தப்பா அந்த அதிகாரத்தைப் பெற்றிருந்தார்.

என்னுடைய கதையைக் கேட்ட பின்னர் காக்காசாத்தி என்னிடம் சொன்னார், 'நீ இங்கேயே இரு. நான் போய் அவருடன் பேசுகிறேன்.' காக்காசாத்திக்கு, எனக்கும் சித்தப்பாவின் மகன் ஹவிசுக்கும் சித்தப்பா கொடுக்கும் தண்டனை அதிகம் என்று தெரியும். ஆனால், அவரும் அடிக்கடி என் அப்பா போல வெளியூர் சந்தைகளுக்குப் போய்விடுவார்.

காக்காசாத்தி திரும்பிவந்து சொன்னார். 'இந்தமுறை உன்னை மன்னித்துவிடும்படி நான் உன் சித்தப்பாவுக்குச் சொல்லிவிட்டேன். ஆனால், நாளை காலை முதல் வேலையாக லோயர் ஹவுசுக்கு நேரே போய் அவருக்கு ஒரு புதிய ரொட்டி வாங்கிக்கொடு, சரியா?' நான் சரி என்று தலையாட்டினேன். 'இப்ப உன் அம்மாவிடம் ஓடு. அவர் உனக்காகக் காத்திருக்கிறார்.'

வழக்கம்போல அம்மா ஒரு பாயில் கால்களை நீட்டிக் கொண்டு சாக்கியாவுக்கு முன் உட்கார்ந்திருந்தார். எங்கள் தாழ்வாரத்தில் இருந்து பார்த்தால் முழுக் குடியிருப்பும் தெரியும். அம்மா அங்கேயிருந்தபடி அன்று மாலை நடந்த சம்பவம் முழுவதையும் பார்த்திருப்பார் என்பது நிச்சயம். எனக்கு விழுந்த அடியின் சத்தமும், சாய்கதிரையில் அடிபட்டு விழுந்த சத்தமும் அவருக்குக் கேட்டிருக்கும். என்னுடைய ஊகம் சரிதான். அம்மா சடுதியாக எழுந்து, சாக்கியாவிடம் மன்னிப்புக் கேட்டுவிட்டு என்னை வீட்டின் உள்ளே அழைத்துச் சென்றார். என் முகத்தைப் பார்த்ததும் அம்மாவின் கண்களில் நீர் பெருகியது. ஒரு வார்த்தையும் பேசாமல் நோவுக் களிம்பை எடுத்து என்

சித்தப்பாவின் விரல் அடையாளம் பட்ட என் கன்னத்தில் தடவினார். என்னுடைய நாக்கினால் ஒரு வட்டம் என் பற்களைச் சோதித்துப் பார்த்தேன். இன்னும் ரத்தத்தின் வாசனை தெரிந்தாலும் அதிர்ஷ்டவசமாக ஒரு பல்லும் உடைந்திருக்கவில்லை. 'என்னை மன்னித்து விடு குஞ்சு' என்று அம்மா ஏதோ தான்தான் பிழை செய்ததுபோலப் பேசினார்.

அடுத்தநாள் காலை சூரியனின் முதல் கிரணங்கள் வீட்டுக்குள் நுழையும்வரை நான் குர் ஆனை ஓதினேன். ஆறு மணியானதும் நான் லோயர் ஹவுசுக்குச் சித்தப்பாவின் ரொட்டியை வாங்குவதற்காகச் சென்றேன்.

அடுத்து வந்த வாரம் முழுவதும் ஒரே பதற்றம்தான். என்னைக் காப்பாற்றும் வல்லமை இல்லாத அம்மா, எப்பொழுது சித்தப்பா வீட்டுக் கதவு அடித்து மூடும் சத்தம் கேட்டாலும் அவரைப் பற்றி வசை பாடத் தொடங்கினார். இரண்டு மூன்று நாட்கள் அவரைப் பார்த்து அம்மா வணக்கம் சொல்லவில்லை. பின்னர் அவருடைய உதாசீனமும், சண்டைக் குணமும் என் நிலையை மேலும் மோசமாக்கும் எனப் பயந்தார். வேண்டுமென்னும்போது கொஞ்சம் சிநேகபாவத்தைக் காட்ட முயன்றார். அத்துடன் அவரை நேருக்குநேர் சந்திக்காமல் இருக்கவும் பார்த்துக் கொண்டார். ஒருநாள் அவர் சாக்கியாவுக்கு இப்படிச் சொன்னது என் காதுகளில் விழுந்தது. 'இன்னொருவரின் பிள்ளைகளை அவர் இப்படி நடத்துவதை என் இருதயம் எப்படித் தாங்கக்கூடும். அல்லாவே, காஜி தன் சகோதரனிடம் இதுபற்றிப் பேசாவிட்டால் நானே அந்த உதவாத மனிதரிடம் பேசுவேன். அவர் என் மகன்மேல் கைவைக்கக்கூடாது. அப்படி வைத்தால் அவர் என்மேலும் கைவைக்க வேண்டி வரும்.' அந்த வாரம் அம்மாவுக்கும், சித்தி அசிபிக்குமான உறவில் விரிசல் ஏற்பட்டது. அசிபிக்கு எப்படியோ அம்மாவின் வசவுகள்பற்றித் தெரிந்துவிட்டது. சித்தப்பாவும் எப்படியோ இதை ஊகித்துவிட்டார். எனக்கு மேலும் பல வேலைகள் கொடுத்துத் தொந்தரவு செய்தார். அப்படியாவது நான் ஏதாவது பிழை விட்டால் என்னைத் தண்டிக்கலாம் என்ற எண்ணம்தான்.

நான் இதை உணர்ந்து என் பணிகளைப் பிழை விடாமல் செய்தேன். கால் பந்தாடுவதை முற்றிலுமாகத் தவிர்த்தேன். மிக அருமையான புது ரொட்டிகளை மாலையில் வாங்கி அவருக்குக் கொடுத்தேன். அம்மாவும் என்னை அரபுப் பாடம் முடிந்த பின்னர் வெளியே போய் விளையாட வேண்டாம் என்றார். 'அவருடைய

வலையில் விழுவதற்கு ஒரு சந்தர்ப்பமும் நீ கொடுக்கக்கூடாது,' என்றார்.

அம்மாவின் இந்த புது மனோபாவம் எனக்கு அதிர்ச்சியாக இருந்தது. அவருடைய சாந்த குணத்துக்கும், பொறுமைக்கும் அவர் நன்றாக அறியப்பட்டிருந்தார். ஆனால், அவருடைய 'நான் போருக்குத் தயார்' என்ற குணாதிசயம் ஆச்சரியமாக இருந்தது.

ஒரு சிறுவனை நல்லொழுக்கம் கற்பிக்க தண்டிக்கும் பெரியவரை ஒரு தாய் எதிர்க்கும் வழக்கமே கிடையாது. நான் என்னுடைய அம்மாவைப் பெரிதும் மதித்தாலும் இது ஒரு பெரும் வாய்ச்சண்டையில் கொண்டுபோய் விட்டால் அது மிக மோசமான விளைவுகளைக் கொண்டுவரும் என்பது எனக்குத் தெரியும். சித்தப்பா என்னையும் என் அம்மாவையும் எங்கள் குடியிருப்பில் பகிரங்கமாக நிறுத்திக் கசையடி கொடுக்கவும் தயங்கமாட்டார். நான் இந்தச் சண்டை முடிவுக்கு வரவேண்டுமென அல்லாவிடம் பிரார்த்தனை செய்தேன். இரண்டு வாரம் சென்று சிறிது சமாதானம் உண்டானது. காக்காசாத்தி என் அம்மாவையும் அசிபியையும் அழைத்துத் தன் முன்னே இருத்தி இந்தச் சில்லறைத்தனத்தை நிறுத்திவிட்டுப் பொறுப்புடன் நடக்கச் சொல்லி அறிவுரை வழங்கினார். சித்தப்பாவுடன் அவர் பேசவே இல்லை. ஆனாலும் நான் மிக அவதானத்துடன், எந்த நேரத்திலும் உடைந்து விழக்கூடிய மண்வீட்டுக் குடிசையில் வசிப்பதுபோல உணர்ந்தேன். உசாமா சித்தப்பாவோ எல்லாம் மறந்ததுபோலவே காணப்பட்டார். ஒரு பின்மதியம் அவர் எனக்கும் ஹவிசுக்கும் எண்ணெய் பணியாரம் வாங்கிக் கொடுத்தார். அவர் அபூர்வமாகவே அப்படி ஒன்றைச் செய்வதுண்டு. இன்னொரு சந்தர்ப்பத்தில் அவர் சித்தி அசிபியிடம் முட்டை பொரித்து, நான் வாங்கும் உயர்தர ரொட்டியில் வைத்து எங்களுக்குக் கொடுக்கும்படி கட்டளையிட்டார்.

சித்தப்பா தொடர்ந்து நல்ல குணத்துடன் நடந்ததால் மதராஸாவில் படிக்கும் பிள்ளைகள் எல்லாம் அவர் நல்லவராக மாறிவிட்டார் என்றே நினைத்தார்கள். ஒரு முழுமாத காலம் அவர் ஒரு சிறுவனைக்கூட சவுக்கினால் அடிக்கவில்லை. அவர் சிவப்பு, கறுப்பு, பழுப்பு கலரில் நீள அங்கி அணியாமல் வெள்ளை நிறத்தில் அதிகமாக அணிய ஆரம்பித்தார். நான் உட்பட எல்லாச் சிறுவர்களுக்கும் இந்த மாற்றம் பெரும் சுதந்திரத்தையும், மகிழ்ச்சியையும் கொடுத்தது. எங்கள் பிரார்த்தனை பலத்தில் உண்மையில் உசாமா சித்தப்பா நல்லவராக மாறிவிட்டார் என நம்பினோம்.

இப்படியான நல்ல சந்தர்ப்பத்தில்தான் நானும் ஹவிசும் தைரியத்துடன் சித்தப்பாவிடம் பல்கலைக்கழக நீச்சல் குளத்தில் நீந்தி விளையாடுவதற்கு அனுமதி கேட்டோம். ஆச்சரியமாக அனுமதி கிடைத்தது. அத்துடன் எங்களுக்குப் பயணக் காசு தந்ததுடன், சிற்றுண்டிக்கும் குளிர்பானத்துக்கும் கூட கூடுதலாகப் பணம் கிடைத்தது.

முதல் தடவையாக அவருக்கு முன் நின்றபோது என் இருதயம் வேகமாக அடிக்கவில்லை. நான் ஏதோ குற்றம் செய்துவிட்டேன் என்ற பதைபதைப்பு இல்லை. ஒரு புதுவிதமான தன்னம்பிக்கை பிறந்தது.

நாங்கள் அங்கே கழித்த இரண்டு மணி நேரமும் என் கண்கள் நீச்சல்குள மணிக்கூட்டின்மேல் இருந்தன. நீச்சல்குளம் வழக்கமாக மாலை 5 மணிக்கு மூடும். காவல்காரர்கள் 4.30க்கு கடைசி நீச்சல் என எச்சரிக்கை கொடுப்பார்கள். நான் லொறி ஸ்டேசனுக்கு அள்ளிவரும் கூட்டத்துக்கு முன்பாகப் போக வேண்டும் என நினைத்தேன். எப்படியும் ஆறு மணிக்கு முன்பாக, மாக்ரிப் தொழுகைக்கு நேரம் பிந்தாமல் போகவேண்டும் எனத் திட்டமிட்டேன். ஹவிசைத் தண்ணீரை விட்டு வெளியே கிளப்புவது பெரும் பாடாகிவிட்டது. எப்படியோ குளித்து உடைமாற்றி லொறி நிறுத்தத்தை நோக்கி நடந்தோம்.

ஹவிசும் நானும் குடியிருப்பை அணுகியபோது சித்தப்பா கைகளைப் பின்னே கட்டியபடி பக்கத்து நுழைவாயிலில் நின்றார். மாக்ரிப் தொழுகைக்கு இன்னும் 30 நிமிடத்துக்கு மேல் இருந்தது.

எனக்குக் கிடைத்த திடீர் சுதந்திரத்தைப் பார்த்துப் பொறாமை யால் வெந்துகொண்டிருக்கும் என் நண்பர்களுக்குப் பெருமையுடன் கையைக் காட்டினேன். எனக்குப் பின்னால் குறைந்த வேகத்தில் நடந்து வந்துகொண்டிருந்த ஹவிசும் தோழர்களுக்குக் கை காட்டினான். அத்தனை தூரத்துக்கு என்னுடன் ஹவிசை அனுப்பி வைத்ததால் நான் என்னைப் பெரிய பையனாக உணர்ந்தேன். வாசலில் இருந்து மூன்றடி தூரம் இருக்கும்போதே நான் முழங் காலில் உட்கார்ந்து எங்கள் பாரம்பரிய வழக்கப்படி சித்தப்பாவுக்கு மரியாதை அளிக்கத் தயாரானேன். நான் முன்னுக்குச் சாய்ந்தபோது என் தலையிலும் கழுத்திலும் பலமான அடி விழுந்ததை உணர்ந்தேன். முகம் குப்புற விழுந்தாலும் சுதாரித்துக்கொண்டு சீக்கிரமாக எழுந்து சித்தப்பாவுக்கு முகமன் கூறினேன். அப்பொழுதுதான் எனக்கு நான் பயங்கரமாகத் தாக்கப்பட்டது தெரிந்தது.

சித்தப்பா தன் மாட்டுச் சவுக்கை முதுகுக்குப் பின் ஒளித்து வைத்திருந்தார். ஹவிஸ் ஏற்கனவே ஏதோ நடக்கப் போகிறது என்பதை உணர்ந்திருந்ததால் எனக்குப் பின்னால் நேரம் கடத்தியபடி தொடர்ந்திருக்கிறான். குடியிருப்பை அணுகியபோது என்னைச் சவுக்கு தொட்டதும் அவன் மறைந்துவிட்டான். ஒருவாரமாக அவனை நான் காணவில்லை.

முதலாவது அடியை தொடர்ந்து இன்னும் பல கொடூரமான அடிகள் விழுந்தன. ஒவ்வொரு அடியும் இடிமுழக்கச் சத்தம்போல ஒலித்தது. ஆறாவதோ, ஏழாவதோ அடி என்னை நிலத்தில் விழுத்தியது. ஆனால், சித்தப்பாவோ அடியை நிறுத்தவில்லை. ஒருவரும் கிட்ட நெருங்க மாட்டார்கள் என்று தெரிந்தும் நான் உதவி கேட்டுக் கூவி அழைத்தேன். பாட்டிகள் சொன்னால் மாத்திரம் சித்தப்பா கேட்பார். ஆனால், அவர்கள் மாக்ரிப் தொழுகை ஆயத்தத்தில் மும்முரமாக இருந்தார்கள். அப்பொழுது தான் எனக்குப் புரிந்தது. சித்தப்பா திட்டமிட்டுத்தான் என்னைத் தண்டிப்பதற்கு இந்த நேரத்தைத் தேர்ந்தெடுத்திருக்கிறார் என்று. அப்பொழுது இன்னொருவிதமான உணர்ச்சி, இதற்குமுன் நான் அனுபவிக்காதது, எனக்கு ஏற்பட்டது. வழக்கமாகச் சித்தப்பா அடிக்கும்போது எனக்குப் பயம் அதிகமாகும். ஆனால், இம்முறை கோபம்தான் கூடியது. இது நியாயமில்லை என்று மனது சொன்னது. நான் கத்துவதையும் மன்றாடுவதையும் நிறுத்தினேன். மயங்கியதுபோலக் கைகளை விரித்துப் படுத்துக் கிடந்தேன். அப்படிச் செய்தால் அவர் அடிப்பதை நிறுத்திவிடுவார் என நினைத்தேன். அப்படி ஒரு நாடகத்தை நடத்த எப்படித் திட்டமிட்டேனோ தெரியாது. அது பல மோசமான விளைவுகளைக் கொண்டு வந்திருக்கும். ஆனால், அன்று கோபத்தில் சித்தப்பாவிடம் அடி வாங்கிச் சாகவே விரும்பினேன். அப்பொழுதாவது அவர் ஓர் உயிரைக் கொலைசெய்த வலியை அனுபவிப்பார். மரணம் இன்னும் சுகமாக இருக்கும். இன்னொரு அடி என் நெஞ்சில் விழுந்து சட்டையைக் கிழித்துத் தோலையும் உரித்தது. 'லா இலாஹ் இலா இலாஹ்' என்று வாய் உச்சரித்தது. சொர்க்கத்தில் உள்ள ஆப்பிரஹாம் கூடத்தில் குழந்தைகளுக்கு ஒதுக்கப்பட்ட இடத்தில் நான் இருக்கும் காட்சி மனதில் தோன்றியது. குமாசி விளையாட்டுத் திடலில் சனம் நெருக்கி இறந்துபோன உறவினனான முன்சூலுவுடன் நான் அங்கே மகிழ்ச்சியாகக் காலத்தைக் கழிப்பேன்.

சித்தப்பா திடீரென்று நிறுத்தினார். ஒன்றுமே நடக்காதது போல, நான் உண்மையில் மயங்கிக் கிடந்தேனா என்பதைக்கூட

சோதிக்காமல், திரும்பிப் பார்க்காமல் நடந்து போனார். கண்களை மூடிக்கொண்டு நான் அங்கேயே கிடந்தேன். சிறிது நேரத்தில் குரல்கள் கேட்டன. நான் பெருமையாகக் கை அசைத்துவிட்டுப் போன விளையாட்டுத் தோழர்கள் என்னைச் சுற்றி ரகஸ்யமாகப் பேசியபடி நின்றனர். இறுதியில், எவ்வளவு நேரம் என்று தெரியாது, நான் மெல்ல எழுந்து உட்கார்ந்தேன். அந்தத் தெருவின் சிவப்புப் புழுதியால் என் உடல் மூடியிருந்தது. என்னுடைய கன்னத்தில் இருந்து ரத்தம் ஒழுகியது. கைகள், கழுத்து, முதுகுக் காயங்களில் வழிந்த ரத்தம் என் மேலாடையைச் சிவப்பாக மாற்றியிருந்தது. எனக்குக் களைப்பாக இருந்தாலும் நான் முயற்சி செய்து எழும்பி நின்றேன். எங்கோ தூரமாக விழுந்து கிடந்த என் குளியல் உடுப்புப் பையை நண்பன் ஒருவன் எடுத்துத் தந்தான். வலியால் துடிக்கும் என் மண்டைக்குள் ஒரு கேள்விதான் இருந்தது. 'ஏன் எங்களுக்கு அனுமதி தந்தார். நாங்கள் செய்த பிழை என்ன?'

நான் குடியிருப்புக்குள் நுழைந்தபோது எல்லாக் கண்களும் என் பக்கம் திரும்பின. அம்மா எங்காவது தென்படுகிறாரா என்று நான் துரிதமாகத் தேடினேன். அவர் தாழ்வாரத்திலும் இல்லை; பொது சமையல் கட்டிலும் இல்லை.

அம்மா அழுதபடி உள் அறையில் மேலும் கீழும் நடந்து கொண்டிருந்தார். நான் உள்ளே நுழைந்ததும் என்னைக் கட்டி அணைத்துவிட்டு, பின் தூரத் தள்ளி என் உடம்பை ஆராய்ந்தார். என்னுடைய நெற்றிக் காயத்தைப் பார்த்து அரண்டுபோய் நீலக் கதிரையில் உட்காரச் சொன்னார். பின்னர் வெளியே ஓடி சிறிது நேரத்தில் ஒரு பாத்திரத்தில் சுடுநீருடன் திரும்பினார். அதில் துணியை நனைத்து முறுக்கிக் கிருமிநாசினியை பயன்படுத்தி என் முகத்தையும் நெஞ்சையும் முதுகையும் ரத்தமும், தூசியும் போக நன்றாகத் துடைத்தார். காயத்துக்குக் கட்டுப்போட்டு, புதுச் சேர்ட்டும், கால்சட்டையும் அணியத் தந்தார். பின்னர் தண்ணீரை வீச வெளியே சென்றார்.

என்னுடைய தலைப்பாரம் கடுமையாக இருந்தது. பார்வை விட்டுவிட்டுத் துடித்தது. அம்மாவின் கை என் நெஞ்சில் பட்டது. நான் எழுந்து உட்கார்ந்தேன். 'ஏன் அழுகிறாய்?' அம்மா கேட்டார். 'தாத்தா இமாம்,' என்று நான் சொன்னேன் கண்ணீரைத் துடைத்தபடி. 'எங்கே அவர்?' அம்மாவின் கண்கள் பயத்தில் அகல விரிந்தன. தன் கையை என் கை மேல் வைத்து 'ரகஸ்யம், ஒருவருக்கும் சொல்ல வேண்டாம்,' என்றார். அவர் என்னைத் தூக்கி அறையைச் சுற்றி வட்டமாகச் சென்றார். பேயை

ஓட்டுவதுபோலச் சுற்றிச் சுற்றிப் போனார். அப்படிச் செய்தபோது அழுதார். பின்னர் சடுதியாக என்னை நாற்காலியில் இருத்திவிட்டு வெளியே ஓடினார்.

அடுத்து காக்காசாத்தி உட்பட ஆறு, ஏழு பெண்கள் என்னைச் சுற்றி நின்றனர். கடும் வெக்கைதான் என்னுடைய நிலைமைக்குக் காரணம் என்றார்கள். இன்னும் சிலர் நான் குற்றம் செய்து அம்மாவை ஏமாற்றி அடுத்த நாள் பள்ளிக்கூடம் போகாமல் இருக்க ஏதோ செய்கிறேன் எனச் சொன்னார்கள்.

என்னுடைய நெற்றியிலும், கைகளிலும் காயங்கள் அப்பட்டமாகத் தெரிந்தாலும் அந்தப் பெண்களுக்கு என்னுடைய பரிதாபமான நிலைமை சித்தப்பாவால் ஏற்பட்டது என்பது தெரியவில்லை. எங்கள் குடும்ப விவகாரத்தில் நுழையக்கூடாது என்ற எச்சரிக்கையாகவும் இருக்கலாம். அத்தோடு உசாமா சித்தப்பாவைக் குற்றம் சொல்ல யாருக்குத் தைரியம் வரும்?

என்னை அம்மாவுடன் விட்டுவிட்டு அவர்கள் போனால் நல்லது என விரும்பினேன். என்னுடைய அப்பா இருந்தால் சொங்கோ தெருவில் எல்லோரும் பயப்படுவது போல அவரும் சித்தப்பாவுக்குப் பயப்படுவாரா என்று கேட்க விரும்பினேன். என்னுடை அப்பா ஏன் சித்தப்பாவைக் கேட்கமுடியாது?

ஒரு மாமி அறைக்குள் ஏதோ களிம்பை அவசரமாக எடுத்து வந்து என் முகத்திலும் உடம்பிலும் அப்பித் தேய்த்தார். அந்த அறை முழுக்கக் களிம்பின்நெடி பரவியது. அதன் பின்னர் அம்மா ஒரு பாத்திரத்தில் அத்தனை நேரமும் தயாரித்த கருவாட்டு மிளகு சூப்பைக் கொண்டுவந்தார். அது எழுப்பிய மனதைக் கவரும் வாசனை என் உடல் வலி எல்லாவற்றையும் மறக்க வைத்தது. என்னுடைய எண்ணெய் முகத்தை பார்த்த அம்மா சில பெண்களைக் கையால் தள்ளிவிட்டு என்னை அணுகினார்.

'அவர்கள் என் பிள்ளையைக் கொல்லமுன்னர் அவனுக்கு உணவு கொடுக்க விடுங்கள்' என்று அம்மா ஆற்றாமையுடன் கத்தினார். அந்தப் பெண்கள் திகைத்துவிட்டார்கள். அவர் சொன்ன வார்த்தைகளால் அல்ல அவர் காட்டிய கோபத்தால். அவர் வழக்கமாக அப்படி நடப்பவர் அல்ல. 'நான் எதிர்ப்புக் காட்டாவிட்டால் அவர்கள் என் மகனைக் கொன்று விடுவார்கள் என்று சொன்னபடியே சூப் பாத்திரத்தை என் முகத்துக்குக் கிட்ட பிடித்தபடி அழுதார். அந்தப் பெண்கள் ஒவ்வொருவராக வெளியேறினர். காக்காசாத்தி மாத்திரம் தங்கினார். நான் என்

அம்மாவை இந்தக் கோலத்தில் பார்த்தது கிடையாது. அவர் எனக்குத் தந்த பாதுகாப்பு மிகவும் பிடித்தாலும் அவருடைய முகம் பழைய மாதிரி மாறுவதையே நான் விரும்பினேன்.

'அவனுக்கு ஏபிசி மருந்து கொடுத்து சற்றுப் பொறுத்து மெந்தலினை உடம்பில் தடவு' என்றார் காக்காசாத்தி. அம்மா தலையை ஆட்டிவிட்டுத் தொடர்ந்து எனக்கு உணவூட்டினார். பாட்டிக்கு மாத்திரம் உண்மை புரிந்தது. என்னுடைய நிலைமைக்குக் காரணம் ஒரு துர் ஆவியல்ல, சித்தப்பாவின் கொடூரமான அடிதான்.. சில நேரம் கழித்து காக்காசாத்தி மெதுவாக அறையைவிட்டு வெளியேறினார். கதவு சாத்தும் சத்தம் கேட்டதும் அம்மா பெரிய பெருமூச்சு ஒன்றை விட்டார். தன் சேலைத் துணியால் என் முகத்திலிருந்த களிம்பை அகற்றியபடி 'உனக்கு சீக்கிரம் குணமாகும்' என்று மெல்லச் சொன்னார். என் இளமைக் காலத்தில் நான் அனுபவித்த அருமையான இரவு அதுதான். உசாமா சித்தப்பாவின் முகத்தைப் பார்க்கத் தேவையில்லை என்பது எனக்கு மகிழ்ச்சி தந்தது. ஆனாலும் யார் அவருக்கு ரொட்டி வாங்கிக் கொடுப்பார்கள் என்ற கேள்வி எனக்கு இருந்தது.

அடி வாங்கிய பின்னர் வந்த முழுவாரமும் என்னை வெளியே போக அம்மா அனுமதிக்கவில்லை. என்னுடைய பள்ளி ஆசிரியருக்கு எனக்குச் சுகமில்லை என அம்மா அறிவித்து விட்டார். உசாமா சித்தப்பாவுக்கும் அது தெரிந்துவிட்டதால் அவர் ரொட்டி வாங்குவதற்கு என்னை எதிர்பார்க்கமாட்டார். அத்துடன் அரபுப் படிப்புக்கும் என்னால் போகமுடியாது. நண்பர்களும் உறவுக்காரர்களும் என்னைப் பார்க்க வந்து உற்சாகப்படுத்தினார்கள். இது எனக்கு வாழ்க்கையில் மறக்கமுடியாத வாரம், ஏனென்றால் நான் எனக்குப் பிடித்ததை எல்லாம் செய்யக் கூடியதாக இருந்தது. என்னுடைய கதைப் புத்தகங்கள் அனைத்தையும் திரும்பவும் படித்தேன்.

எனக்கு விருப்பமான எல்லா உணவு வகைகளையும் அம்மா சமைத்துத் தந்தார். பொரித்த வாழைப்பழம், பாம் சூப், ஆட்டு சூப் அனைத்தையும் என்னைப் பார்க்க வந்த நண்பர்களுடன் பகிர்ந்து உண்டேன். எப்படி ஹவிஸ் ஆறு மைல் தூரம் ஓடிப்போனான் என்ற மர்மம் ஒருவருக்கும் தெரியவில்லை.

நான் வீட்டில் பாதுகாப்பாக இருந்த ஆறாவது நாள் பாட்டி கால்நடையாக ஆறு மைல் தூரம் நடந்து வந்து ஹவிசுக்காக மன்னிப்புக் கேட்டார். அந்தக் கிழவிக்குத் தெரியும் அவர் அப்படி மன்னிப்புக் கேட்காவிட்டால் உசாமா சித்தப்பா தன் மகனுக்கும்

அதே அளவு அடி கொடுக்காமல் விடமாட்டார் என்று. நான் உணவைப் பகிர்ந்து கொடுத்த உளவாளிகள், அரபுப் பாடத்தின்போது உசாமா சித்தப்பா ஹவிசுக்கும் அதே அளவு தண்டனை கொடுக்கப் போவதாகச் சொன்னதை என்னிடம் சொல்லியிருந்தார்கள். ஆனால், அம்மா அவருடைய பிரகடனத்தை நம்பவில்லை. 'அவர் ஒரு பொய்யர். தன்னுடைய அவமானத்தை மறைக்க அதைச் சொல்கிறார். நீ பொறுத்திருந்து பார். அந்த உதவாத மனிதர் ஹவிசைத் தொடப்போவதில்லை.'

சித்தப்பாவை அப்படி 'உதவாத மனிதர்' என்று என் முன்னால் சொன்னது அம்மா எவ்வளவு கோபமாயிருக்கிறார் என்பதை எனக்கு உணர்த்தியது. எனக்கும் கோபம்தான், ஆனால் அது என் சித்தப்பாவின் மீது அல்ல; என்னுடைய அப்பா மீதுதான். சித்தப்பாவுக்குக் கோபம் வந்தால் அவர் சவுக்கினால் அடிப்பதை நிறுத்த ஒருவராலும் முடியாது. என்னுடைய அப்பா எப்போதும் வெளியே பயணம் போனதால்தான் இது நடந்தது. ஹவிசுக்குத் தண்டனை கிடைக்காதது எனக்கு வெறுப்பைக் கொடுத்தது, ஆனால் அது எனக்கு ஆறுதலையும் தந்தது. சித்தப்பாவின் கொடூர நடத்தை அவனை ஏற்கனவே பயந்தாங் கொள்ளியாகவும், பதைபதைப்புக்காரனாகவும் மாற்றியிருந்தது. சத்தங்கள் கேட்டுப் பயப்பட்டான் அத்துடன் திக்குவாய்க்கார னாகவும் மாறியிருந்தான். பள்ளிக்கூடப் பிள்ளைகள் அவனைக் கேலிசெய்தனர். பைத்தியம் என்று அழைத்தனர். சித்தப்பிரமை என்றும் சொன்னார்கள். எனக்கு அந்த வார்த்தைக்குப் பொருள் தெரியாது. ஆனால், அது நல்ல வார்த்தை இல்லை என்பது தெரியும்.

எனக்கு ஒன்பது வயதும், ஹவிசுக்கு ஏழு வயதும் ஆனபோது அவன் கண்ணுக்குத் தெரியாத மனிதர்களுடன் கதைக்கத் தொடங்கினான். காக்காசாத்தி பேய்கள் அவன் புத்தியில் விளையாடுகின்றன என்றார். மற்றப்பிள்ளைகளுடன் விளையாடும் போது ஹவிஸ் வசைபாடுவான். அவனால் மட்டுமே பார்க்கக்கூடிய மற்றப் பிள்ளைகளை உதைக்கவும் அடிக்கவும் செய்தான். உசாமா சித்தப்பா அல்லாவின் 99 நாமங்களையும் பொறித்த தாயத்து செய்து அதை முதலைத் தோலில் மறைவாகத் தைத்து அவன் உடலில் எப்பவும் அதைத் தரிக்க வைத்தார்.

இதனால் ஏற்பட்ட நன்மை என்னவென்றால் அவனுடைய பள்ளித் தோழர்கள் பழிப்பதை அவன் அறியமாட்டான். அவன் ஒரு தனி உலகத்தில் வாழ்ந்தான். இறுதியில் ஆவியின் விளையாட்டா அல்லது சித்தப்பாவின் தாயத்தா ஏதோ ஒன்று

வேலைசெய்து அவன் பழைய நிலைமைக்குத் திரும்பினான். அந்த நாளிலிருந்து நான் ஹவிசைப் பாதுகாத்தேன். அவனுக்கு ஒன்றும் நடக்கக்கூடாது என்று பிரார்த்தனை செய்தேன்.

நான் வீட்டில் அடைப்பட்டுக் கிடந்த ஏழாவது நாள் ஹவிஸ் பள்ளிக்கூட மதிய உணவு நேரத்தில் எங்கள் குடியிருப்புக்கு வந்தான். நான் அடி வாங்கிய அன்று தான் பாட்டி வீட்டுக்கு எப்படித் தப்பித் தனியாக ஓடிப்போன கதையைச் சொன்னான். சித்தப்பா தன்னைத் தேடிப்பிடித்துவர நாலு தடியர்களை அனுப்பியதாகவும் தான் அவர்களிடம் பிடிபடாமல் தப்பியதாகவும் சொன்னான். 'ஆனால் அவர்களுடைய வேகம் என்னுடைய மின்னல் வேகத்துக்குக் கிட்டவும் வரவில்லை' என்றான். அவன், கூட்டிச் சொல்கிறான் என்பது எனக்குத் தெரிந்தது. ஆனால் அவன் சொன்ன இன்னொரு விசயத்தில் என் மனதை நிறுத்தினேன். உசாமா சித்தப்பா வியாபார விசயமாக அக்ராவுக்குப் போய்விட்டார். அன்று மாலைதான் அவர் திரும்பி வருகிறார். அவனை நம்புவதா என்று எனக்குத் தெரியவில்லை, ஏனெனில் அவருக்கு மதராசாவைத் தவிர வேறு வேலை எதுவும் இல்லை என்பது எல்லோருக்கும் தெரியும். அத்துடன் சித்தப்பாவுக்குப் பயணம் பிடிக்காது. பல வருடங்களாக அவர் குமாசியைவிட்டு வெளியே போனதில்லை. அவர் பயணம் சென்ற கதை எனக்கு அளவில்லா மகிழ்ச்சியைக் கொடுத்தது. என்னுடைய வீட்டுச் சிறையை முடிவுக்குக் கொண்டுவரத் தீர்மானித்தேன். அல்லாவின் கருணையால் வெளி உலகம் அருமையாக இருந்தது. அன்று மாலை நாங்கள் மைதானத்தில் பலவிதமான விளையாட்டுகளை விளையாடினோம். முதல்முறையாக சிறுவர்கள் விளையாடுவது போல ஒருவித கட்டுப்பாடுமின்றி சுதந்திரமாக விளையாடினோம். நாங்கள் மும்முரமாக விளையாட்டில் ஈடுபட்டிருந்ததால் பெரியவர்கள் அங்கே ஒன்று கூடினதைக் கவனிக்கத் தவறி விட்டோம். பெண்கள் அவசர அவசரமாக தலை முக்காடு இல்லாமல் அங்குமிங்கும் அலைந்தபடி கூடினார்கள். கொஞ்சம் கொஞ்சமாக ஆட்கள் கூடி அது பெரும் சனத்திரளாக மாறியது. அவர்கள் முகங்களில் இருந்த துக்கச்சாயலும், ரகஸ்ய பேச்சுகளும் ஏதோ அசம்பாவிதம் நடந்ததை ஊகிக்கக் கூடியதாக இருந்தது. திடீரென்று ஒரு பெண்ணின் கிரீச் என்ற குரல் எழுந்தது. பின்னர் அவர் 'இன்னா லிலாஹி' என்று ஓதத் தொடங்கினார். அதன் பொருள் எனக்குத் தெரியுமாதலால் நான் அப்படியே உறைந்துபோனது போல சனக்கூட்டத்தில் நின்றேன். மரண

ஓலத்தைத் தொடர்ந்து பெண்களின் அவலக்குரலும், சிறுவர்களின் அழுகையும் அந்த இரவை நிறைத்தன.

நான் இப்பொழுது ஹவிசுடனும், வேறு ஐந்து சிறுவர்களுடனும் நின்றேன். நாங்கள் இன்னொரு மூலையில் நின்ற வேறு சிறுவர்களிடம் ஓடினோம். ஒருவருக்குமே இறந்தவர் யாரென்று தெரியவில்லை. குமாசியில் இருந்து அக்ரா போகும் வழியில் நடந்த கார் விபத்துபற்றிப் பெரியவர்கள் பேசினார்கள். அப்பொழுது என் மூளையில் சித்தப்பா அக்ராவுக்குப் பயணம் செய்தது நினைவுக்கு வந்தது. இப்படிப் பெரிய கூட்டம் சொங்கோ தெருவில் பிரபலமான சித்தப்பா ஒருவருக்கு மட்டுமே கூடும். ஆனால், உசாமா சித்தப்பா சாகமுடியாது. அவருடைய பலம் அப்படி.

சித்தப்பா எப்படி இறந்தார் என்பதை எங்களால் கண்டுபிடிக்க முடியவில்லை. அந்த மோசமான விபத்துபற்றி அவர்கள் ரகஸ்யமாகப் பேசியது மட்டுமே எனக்குத் தெரியும். எங்கள் முற்றம் மரணவீட்டுக்கு வருகை தருபவர்களால் நிரம்பியது. சிலர் குழந்தைகள்போல விம்மிவிம்மி அழுதார்கள். இன்னும் சிலர் அழுபவர்களைத் தேற்றினார்கள். வேறு சிலர் குர் ஆன் வரிகளை உசாமா சித்தப்பாவின் நினைவுக்காக, மேன்மைக்காக ஓதினார்கள். நான் ஹவிசைப் பார்த்தேன். அவன் முகம், யாருடைய மரணம் என்று தெரியாததுபோல, உணர்ச்சியற்று இருந்தது. நானும் அழவில்லை. என்னிலும் வயது குறைந்த சிறுவர்கள் மரணம் என்றால் என்னவென்று தெரிந்ததுபோல வெறிபிடித்து அழுதார்கள்.

ஆனால், எனக்கு என்ன காரணமோ ஒருவித உணர்ச்சியும் எழவில்லை. கொஞ்சம் குற்ற உணர்வு மட்டுமே ஏற்பட்டது. மதராஸாவில் எங்களுக்குக் கற்பித்தது நினைவுக்கு வந்தது. எந்தச் சந்தர்ப்பத்திலும் இறந்தவர்களை, அவர்கள் உங்கள் விரோதியாக இருந்தாலும், நிந்தனை செய்யக்கூடாது. இறந்தவர்களுக்கான பிரார்த்தனை எங்களுக்குக் கற்றுக் கொடுக்கப்பட்டிருந்தது. அல்லாவிடம் அவர்களுக்காக மன்னிப்புக் கேட்கவும், அல்லாவின் கருணைக்காகவும், தீர்ப்பு நாளில் அவர்களுக்கு நல்ல பேறு கிடைக்கவும்தான் அந்தப் பிரார்த்தனை. நான் கசப்பான நினைவுகளை மனதில் இருந்து அகற்றினேன். 'அல்லாவே அவரிடம் கருணை காட்டும்' நான் திரும்பத் திரும்ப மன்றாடினேன். அந்த வார்த்தைகள் தடையை உடைத்ததுபோல கண்களில் நீர் வழிந்தது.

என்னைக் கண்டதும் ஹவிசும் அலறி அழத் தொடங்கினான். அவன் கண்களில் கண்ணீர் இல்லை. பாட்டி சாத்தி மாமியை அனுப்பி எங்களைத் தன்னிடம் வரவழைக்கும் மட்டும் நாங்கள் ஒருவரை ஒருவர் கட்டி அணைத்து அழுதோம். 'தேவதைகள் பிரார்த்தனைக்கு மட்டுமே செவி சாய்ப்பார்கள். கண்ணீரை நிறுத்திவிட்டுப் பிரார்த்தனை செய்யுங்கள்,' என்றார் பாட்டி கடுமையான குரலில். ஆனால், ஹவிசை பார்த்த ஒவ்வொரு தடவையும் என் கண்களில் நீர் வழிந்தது. 'அல்லாவே கருணை காட்டும்,' நான் மறுபடியும் சொன்னேன். என்னுடைய அழுகையும், பிரார்த்தனையும் சித்தப்பாவுக்கு அல்ல அவை ஹவிசுக்கு என்ற உணர்வு எனக்கு ஏற்பட்டது. அல்லாவின் கருணை, துர் ஆவிகள் ஹவிசை அணுகாமல் விரட்டும். துர் ஆவிகள் ஹவிசை நெருங்காமல் விரட்டுவதற்கு இப்பொழுது எங்களிடம் உசாமா சித்தப்பா இல்லை.

○

கிரிஸ்டென் ரூப்பினியான்

சிறுகதை உலகில் முக்கியமான சம்பவம் ஒன்று 4 டிசெம்பர் 2017இல் நடக்கிறது. நியூயோர்க்கர் பத்திரிகையில் 'பூனை மனிதன்' (Cat Person) என்ற சிறுகதை பிரசுரமாகி ஓர் அதிசயம் நிகழ்கிறது. இரண்டு வாரங்களில் அந்தக் கதையை 1.5 மில்லியன் மக்கள் படிக்கிறார்கள். உலகம் முழுக்க அந்தக் கதை பற்றிய விவாதம் நடக்கிறது. பல பத்திரிகைகள், கதையின் நிறை குறை பற்றி எழுதுகின்றன. சமூக ஊடகங்கள் பற்றி எரிகின்றன. உலகத்தின் முதல் வைரல் சிறுகதை என்ற பட்டத்தைப் பெறுகிறது.

இந்தச் சிறுகதையை எழுதியவர் பெயர் கிரிஸ்டென் ரூப்பினியான் (Kristen Roupenian). அவர் அப்படி ஒன்றும் பெயர் பெற்ற எழுத்தாளர் அல்ல. ஹார்வர்ட் பல்கலைக்கழகத்தில் ஆங்கில இலக்கியத்தில் முனைவர் பட்டம் பெற்றவர். அவர் எழுதிய இந்தச் சிறுகதையைப் பல பத்திரிகைகள் நிராகரித்தன. அவருடைய ஏஜண்ட் ஜென்னி மூலம் இறுதியாகக் கதையை நியூயோர்க்கருக்கு அனுப்புகிறார். அங்கிருந்து சில வாரம் கழித்து பதில் வருகிறது. 'இன்னும் முடிவுக்கு வரமுடியவில்லை. இன்னொரு உள்சுற்றுக்குக் கதை அனுப்பப்பட்டிருக்கிறது. விரைவில் பத்திரிகையின் முடிவு தெரியவரும்.'

சிறிது காலம் கழித்துச் சிறுகதை ஏற்றுக்கொள்ளப்பட்ட செய்தி வருகிறது. எழுத்தாளருக்கு மகிழ்ச்சி தாங்க வில்லை. தாயாருக்கு இந்தச் செய்தியைத் தெரிவித்துவிட்டு 'உங்களால் நம்ப முடிகிறதா, நியூயோர்க்கர் புனைவு ஆசிரியருக்கு என் பெயர் தெரிந்திருக்கிறது' என்று சத்தமிடுகிறார். தாயார் அதைக் கேட்டு அழுகிறார்.

அத்துடன் விசயம் முடிவுக்கு வரவில்லை. சில நாள் கழித்து எழுத்தாளருடைய சிநேகிதி சொன்னார் 'உன்னுடைய சிறுகதை சின்னப் பிரளயத்தைக் கிளப்பிவிட்டிருக்கிறது போலிருக்கிறதே. பெரிய விவாதங்கள் ஓடிக்கொண்டிருக்கின்றன.' எழுத்தாளரால் நம்ப முடியவில்லை. 'உனக்குத் தெரியுமா பராக் ஒபாமா தொடரும் ஒருவர் உன் சிறுகதையைத் திரும்ப ட்வீட் செய்திருக்கிறார்.' அவ்வளவுதான், சிறுகதை வேகமாக உலகம் முழுவதும் பரவுகிறது. பேராசிரியர்கள் விவாதங்களில் கலந்து கொள்கிறார்கள். பத்திரிகைகள் போட்டி போட்டு எழுதுகின்றன.

இந்தச் சிறுகதை 20 வயது மாணவிக்கும், 34 வயது ஆணுக்குமிடையில் நடந்த உடலுறவு பற்றியது. அந்தச் சமயம்தான் 'மீட்டூ' விவகாரம் உலகம் முழுக்க அதிர்ச்சி அலையைக் கிளப்பிக்கொண்டிருந்தது. ஆண்கள் அநேகருக்குச் சிறுகதை பிடிக்கவில்லை. பெண்களில் பலர் சிறுகதையை வரவேற்றனர். சிறுகதை எழுதிய ஆசிரியரைப் பத்திரிகைகளும், தொலைக்காட்சிகளும் நேர்காணல் கண்டன. ஆசிரியரால் வெளியே தலைகாட்ட முடியவில்லை. ஆட்கள் அவரைச் சுற்றி மொய்த்தனர். பதிப்பாளர்கள் அவருடைய அடுத்த சிறுகதைத் தொகுப்பை வெளியிடுவதற்குப் போட்டி போட்டார்கள். ஒப்பந்தம் செய்வதற்கு 'நான் நீ' என்று பலர் வந்தனர். இறுதியில் ஒப்பந்தம் போடப்பட்டு, வேறு எங்கேயும் இல்லாத அளவுக்கு முன்பணமாக 1.2 மில்லியன் டொலர் ஆசிரியருக்கு அளிக்கப்பட்டது.

அத்துடன் நிற்கவில்லை. இந்தச் சிறுகதையை சினிமாவாக எடுக்க முன்வந்தார்கள். சினிமாவுக்குச் சிறுகதையின் நீளம் போதவில்லை. சிறுகதை முடிந்த இடத்திலிருந்து அதை நீட்டி ஓர் உளவியல் சாகசப் படமாக மாற்றினார்கள். படம் எதிர்பார்த்த வெற்றி யடைந்ததாகத் தெரியவில்லை.

கனடாவின் சிறந்த எழுத்தாளர் மார்கிரட் அட்வுட் எதையும் நுணுக்கமாக அணுகுபவர். அவர் சிறுகதையைப் பற்றி இப்படிச் சொன்னார். 'ஆண்களுக்குப் பெண்கள் தங்களைப் பற்றி நகைப்பார்கள் என்று பயம். பெண்களுக்கு ஆண்கள் தங்களைக் கொலை செய்துவிடுவார்கள் என்று பயம்.' இதைவிடச் சிறப்பாக இந்தச் சிறுகதையை வர்ணிக்க முடியாது.

சிறுகதை ஆசிரியரை இலகுவில் அணுக முடியாது. மூன்றடுக்குப் பாதுகாப்பு அரணுக்குள் வாழ்கிறார். அவருடைய ஏஜண்டைப் பிடித்து பதிப்பாளரை என்னால் அணுகக்கூடியதாக இருந்தது. தமிழில் மொழிபெயர்க்க நான் விருப்பம் தெரிவித்தபோது ஆசிரியர் அத்தனை ஆர்வம் காட்டவில்லை. ஒப்பந்தம் செய்து உரிய பணத்தை உடனே கட்டவேண்டும் என்றார்கள். அப்படியே பணத்தைக் கட்டி அனுமதி பெற்றுக் கதை இங்கே மொழிபெயர்க்கப்பட்டிருக்கிறது.

நீங்களே படித்துப் பாருங்கள்.

பூனை மனிதன்
கிரிஸ்டென் ரூப்பினியான்

ஒரு புதன்கிழமை இரவு, பல்கலைக்கழகத்தில் இலையுதிர்கால தவணை முடியும் தறுவாயில், ரோபர்ட்டை மார்கோ சந்தித்தாள். அவள் நகரப்பகுதி தியேட்டர் ஒன்றின் சிற்றுண்டி விற்பனைப் பகுதியில் வேலை செய்தபோது ரோபர்ட் வந்து பெரிய பெப்கோனும், சிவப்பு இனிப்பு பக்கட் ஒன்றும் வாங்கினான். 'இரண்டும் நல்ல பொருத்தம்தான்,' என்றாள் மார்கோ. 'நான் இதுவரை ஒருவருக்கும் சிவப்பு இனிப்பைப் பக்கட்டாக விற்றது கிடையாது.' வாடிக்கையாளர்களுடன் கொஞ்சம் சரசமாடும் கலையை அவள் முன்பு கோப்பிக் கடையில் வேலைசெய்தபோது கற்றிருந்தாள். அங்கே தாராளமாக டிப்ஸ் கிடைக்கும். ஆனால், இங்கே தியேட்டரில் ஒருவரும் டிப்ஸ் தருவதில்லை. அத்துடன் ரோபர்ட் வசீகரமான ஆள் கிடையாது. ஒரு விருந்தின்போது அவளாகக் கிட்ட அணுகக்கூடிய அளவுக்கு கவர்ச்சி கொண்டவன் அல்ல. ஆனால், அவளுடைய அலுப்பூட்டும் வகுப்பில், அவளுக்கு எதிராக அவன் உட்கார்ந்திருக்கும் பட்சத்தில், ஒருவிதமான இச்சை உணர்வை அவன் கிளப்பிவிடக்கூடும். அவன் கல்லூரி வயதை மீறியவன், நிச்சயமாக நடு இருபதுகளைத் தாண்டியவனாக இருப்பான். அவன் உயரமானவன், அது அவளுக்குப் பிடிக்கும். அத்துடன் அவன் உருட்டிவிட்ட நீலக்கை மடிப்பு விளிம்பின் கீழ் பச்சை குத்தியிருந்தது பாதியாகத் தெரிந்தது. அவன் கொஞ்சம் அதிகமாக வாட்டசாட்டமாக இருந்தான். அவனுடைய தாடி சிறிது நீளமாக இருந்தது. அவனுடைய தோள்கள் சற்று முன் வளைந்து எதையோ பாதுகாப்பதுபோலத் தோற்றமளித்தன.

ரோபர்ட் அவளுடைய சரசத்தைக் கவனித்ததாகத் தெரிய வில்லை. சிலவேளை கவனித்திருக்கலாம். ஓர் அடி பின்னே வைத்தான், இன்னும் அவள் முன்னேற வேண்டும் என்பதுபோல. மீதிச் சில்லறையைச் சட்டைப் பைக்குள் போட்டுக்கொண்டு

‘ஓகே’ என்றவாறு புறப்பட்டான். ஆனால் அடுத்த வாரமே மறுபடியும் வந்து இன்னொரு சிவப்பு இனிப்பு பக்கட்டை வாங்கினான்.

‘உன்னுடைய வேலையில் நீ தேறிவிட்டாய். இம்முறை என்னை நீ அத்தனை அவமதிக்கவில்லை.’

அவள் தோள்களைக் குலுக்கினாள். ‘அப்ப, எனக்கு நிச்சயம் வேலை உயர்வு கிடைக்கும்.’ திரைப்படம் முடிந்த பின்னர் அவன் திரும்பினான். ‘விற்பனைப் பெண்ணே, உன்னுடைய தொலைபேசி எண்ணைத் தருவாயா?’ அவளே ஆச்சரியப்படும் விதமாக அவள் தன் நம்பரை அவனுக்குத் தந்தாள்.

சிவப்பு இனிப்பில் ஆரம்பித்த சம்பாசணை தொடர்ந்து பல வாரங்களாக உயரங்களைத் தொட்டு வளர்ந்தது. சிலவேளை அரட்டைகளை வேகமாகத் தொடர்வதற்கு நேரம் கிடைப்பதில்லை. அவன் அதிகெட்டிக்காரனாக இருந்தான். அவனுடைய மதிப்பைப் பெற இன்னும் கடினமாக அவள் உழைக்க வேண்டியிருந்தது.

எப்பொழுது அவள் குறுஞ்செய்தி அனுப்பினாலும் உடனுக்குடன் பதில் கிடைத்தது. ஆனால், சிலவேளை அவள் பதில் அனுப்ப சில மணி நேரம் பிந்தினால் அவனுடைய பதில் சுருக்கமாக இருப்பதுடன் வழக்கான ஒரு கேள்வியுடன் முடியாது. அப்படியானால் அவளே புதிய விசயத்துடன் ஒரு சம்பாசணையைத் தொடங்கிவைப்பாள். சில சமயம் கவனம் வேறு எதிலோ சிக்கி சம்பாசணை அப்படியே நின்று போய்விடுமோ என அவள் நினைத்ததுண்டு. ஆனால், அவளுக்குச் சிரிப்பு சம்பவம் ஒன்று நினைவுக்கு வரும். அல்லது அவர்கள் பேசிய ஒரு விசயம் பற்றி இணையத்தில் ஒரு படம் அகப்படும். அப்போது சம்பாசணை மறுபடியும் தொடங்கும். அவளுக்கு இன்னும் அவனைப்பற்றி ஒன்றும் தெரியாது. அவர்கள் தங்களைப்பற்றி ஒன்றும் பேசிக் கொள்வதில்லை. ஆனால், ஒன்றிரண்டு நகைச்சுவை தொடர்ந்து வந்து ஒன்றன்பின் ஒன்றாக விழும்போது அணைத்து நடனமாடுவதுபோல ஒருவித உற்சாகம் அவர்களுக்குத் தொற்றிக் கொள்ளும்.

ஓர் இரவு, அவர்களுக்கு ஒதுக்கப்பட்ட வாசிப்பு நேரத்தில், மார்கோ தன் கஷ்டத்தை அவனுக்கு எழுதினாள். உணவுக்கூடம் மூடிவிட்டது; அறைத் தோழி மார்கோவின் சாப்பாட்டை அவளுக்குத் தெரியாமல் எடுத்து உண்டுவிட்டாள். அவன்

கேலியாக 'நான் உன் பசியைத் தீர்க்க ஒரு சிவப்பு இனிப்பு பக்கட் வாங்கி அனுப்புகிறேன்,' என எழுதினான். அவள் அதற்கு ஏதோ நகைச்சுவையான பதில் அனுப்பினாள். 'நான் நிசமாகத்தான் சொல்கிறேன். உடனே வா,' என்று ரோபர்ட் எழுதினான். அவள் தன் இரவு ஆடைக்கு மேல் கோட் அணிந்து அவனைச் சந்திக்க 'செவன் இலவுன்' உணவகத்துக்குச் சென்றாள்.

அப்போது இரவு பதினொரு மணி. அவன் தினமும் சந்திப்பவன்போல ஆரவாரம் இன்றி உணவைத் தேர்ந்தெடுப்பதற்காக அவளை உள்ளே அழைத்துச் சென்றான். உணவகத்தில் சிவப்பு இனிப்பு இல்லை. ஆகவே செர்ரி கோக் போன்ற உணவு வகையை வாங்கினான். வெளியே வந்தபோது அவள் நன்றி சொன்னாள்.

ரோபர்ட் அன்று காதை மறைக்கும் முயல் தோல் தொப்பியும், வாத்து சிறகு அடைத்த தடித்த பழைய காலத்து மேலங்கியும் அணிந்திருந்தான். அந்த உடையலங்காரம் கொஞ்சம் அசட்டுத்தனமாக இருந்தாலும், நல்ல தோற்றத்தைத் தந்தது. மரம் வெட்டிகளுடைய வலுவான உடல்வாகை தொப்பி கொடுத்தது. பாரமான கோட்டு, அவனுடைய தொப்பையையும், கூனலான தோற்றத்தையும் மறைத்தது. 'உன்னுடைய நன்றியை ஏற்றுக் கொண்டேன், விற்பனைப் பெண்ணே,' என்றான். அவளுடைய பெயர் அவனுக்கு இப்போது தெரிந்திருந்தாலும் 'விற்பனைப் பெண்ணே' என்றுதான் அழைத்தான். உதட்டில் முத்தமிடப் போகிறான் என்று நினைத்த அவள் அதைத் தவிர்த்துத் தன் கன்னத்தைக் கொடுக்கத் தயாரானபோது அவன் ஏதோ விலைமதிக்க முடியாத ஒரு பெண்ணை அணுகுவதுபோல அவள் நெற்றியில் மிருதுவாக முத்தமிட்டான். 'தீவிரமாகப் படி, அன்பே. நான் விரைவில் உன்னைச் சந்திப்பேன்,' என்றான்.

அவள் விடுதிக்குத் திரும்பும்போது அவளை ஒருவித லேசான காற்று நிறைத்தது. அது 'ஆரம்ப நிலை முதிராக் காதல்' என்று அவளை ஊகிக்கவைத்தது. விடுமுறையில் அவள் வீட்டுக்குச் சென்றபோதும் நிறுத்தாமல் இருவரும் அரட்டை அடித்தார்கள். நகைத்துணுக்குகள் மட்டுமல்லாது தங்கள் நாட்கள் பற்றியும் எழுதினார்கள்.

'காலை வணக்கம்' 'இரவு வணக்கம்' என்று தினமும் சொல்ல ஆரம்பித்தார்கள். ஒரு கேள்விஅனுப்பி அவன் உடனே பதில் சொல்லாவிட்டால் அவளுக்கு ஒருவித பதற்றம் தொற்றியது.

ரோபர்ட்டிடம் இரண்டு பூனைகள் இருப்பது தெரிய வந்தது. ஒன்று 'மு' மற்றது 'யான்.' அவளிடம் சின்ன வயதில் 'பீட்டா' என்று ஒரு பூனை இருந்தது. அவர்கள் ஒரு விளையாட்டைத் தொடங்கினார்கள். பீட்டா எழுதுவதுபோல அவள் யானுக்குச் சரசமான வார்த்தைகளில் கடிதம் எழுதுவாள். யான் எழுதுவது போல அவன் பீட்டவுக்குப் பதில் அனுப்புவான்.

'நீ ஏன் எப்பொழுதும் குறுஞ்செய்தி அனுப்புகிறாய்? நீ யார் மேலாவது காதல் கொண்டிருக்கிறாயா?' என்று அவளுடைய அம்மாவின் புதுக் கணவர் ஒருநாள் இரவு உணவின்போது கேட்டார். 'ஆமாம். அவர் பெயர் ரோபர்ட். அவரை சினிமா தியேட்டரில் சந்தித்தேன். நாங்கள் காதலிக்கிறோம். மணமுடிப்பது பற்றித் திட்டமிடுகிறோம்,' என்றாள். 'ம், அவனிடம் சொல்லு என்னிடம் சில கேள்விகள் இருக்கின்றன என்று.'

'என்னுடைய பெற்றோர் உன்னைப்பற்றி விசாரிக்கிறார்கள்' என்று ரோபர்ட்டுக்குக் குறுஞ்செய்தி அனுப்பினாள். இதற்குப் பதிலாக இருதயத்தைக் கண்களாக வைத்த சிரிப்பு முகம் வந்தது.

அவளுக்கு விடுமுறை முடிந்து பல்கலைக்கழக வளாகத்துக்குத் திரும்பிய பின்னர் ரோபர்ட்டைப் பார்க்க வேண்டும் என்ற ஆர்வம் பொங்கியது. ஆனால், அவனைப் பிடிப்பது சுலபமில்லை. 'வேலை தொந்தரவு அதிகம். விரைவிலேயே உன்னைச் சந்திப்பேன். இது சத்தியம்' என எழுதினான். மார்கோவுக்கு இது பிடிக்கவில்லை. காரியங்கள் அவளைவிட்டு விலகுவதுபோல பட்டது. இறுதியில் அவன் சினிமாவுக்குப் போக அழைத்தபோது உடனேயே சம்மதித்தாள்.

அவன் பார்க்க விரும்பிய சினிமா அவள் வேலைசெய்த தியேட்டரிலேயே ஓடியது. ஆனால், அவள் அந்தப் படத்தைப் பெரிய டவுனில், மல்டிபிளெக்ஸில் பார்க்க விரும்பினாள்.

ரோபர்ட் அவளை அழைத்துப் போவதற்கு அழுக்கு வெள்ளை சிவிக் காரில் வந்திருந்தான். குவளை வைக்கும் இடத்தில் இனிப்பு சுற்றிவரும் பேப்பர்கள் குவிந்திருந்தன. காரிலே போனபோது அவன் அவ்வளவு பேசவில்லை. மௌனமாகவே பயணித்தான். அவளை அடிக்கடி திரும்பிப் பார்க்கவும் இல்லை. ஐந்து நிமிடம் கழியமுன்னரே அவளால் அசௌகரியமாக உணர முடிந்தது. விரைவு சாலையை அடைந்தபோது அவன் அவளை எங்கோ அழைத்துப்போய் வன்புணர்வு செய்துவிட்டு கொல்லப்

போகிறானோ என்று தோன்றியது. அவளுக்கு அவனைப்பற்றி ஒன்றுமே தெரியாது. அவளுடைய சிந்தனை இப்படிப் போய்க் கொண்டிருந்தபோது அவன் 'யோசிக்காதே. நான் உன்னைக் கொலை செய்யப்போவதில்லை,' என்றான். அவளுடைய அசௌகரியம் அவனுக்கு எப்படியோ தெரிந்துவிட்டது. அவளுடைய பிழைதான் அது. அவளுடைய உதறலும் பதட்டமும் அவனுக்குப் புரிந்துவிட்டது. 'அது பரவாயில்லை. உனக்கு விருப்பமானால் நீ என்னைக் கொலை செய்யலாம்,' என்றாள். அதைக்கேட்டு அவன் சிரித்தபடி அவள் முழங்காலைத் தட்டிக் கொடுத்தான். அவன் அப்படி மௌனமாக இருப்பது அவளுக்குக் குழப்பத்தைக் கொடுத்தது. அவளுடைய உற்சாகமான பேச்சும் பயனற்றதாக இருந்தது.

தியேட்டரில் அவன் காசாளரிடம் ஏதோ சிவப்பு இனிப்பு பற்றி நகைச்சுவையாகச் சொன்னபோது அது ஒரு விளைவையும் ஏற்படுத்தாமல் மண்ணில் விழுந்து பெரும் சங்கடத்தை ஏற்படுத்தியது.

சினிமா, திரையில் ஓடியபோது அவன் அவளுடைய கையைப் பிடிக்கவில்லை; கைகளை அவள் தோள்மூட்டு மீது போட்டு அணைக்கவில்லை. படம் முடிந்து கார் தரிப்பு இடத்துக்கு வந்தபோது நிச்சயமாக அவளை அவனுக்குப் பெரிதாகப் பிடிக்கவில்லை என்பது தெரிந்தது.

அவள் கால்களை ஒட்டிப்பிடிக்கும் உடையும், வீட்டுக்கு அணியும் மேலாடையும் தரித்து வந்தது பிரச்சினையாக இருக்கலாம். அவள் காரில் ஏறியபோது அவன், 'நீ எனக்காக அலங்கரித்து வந்தது மகிழ்ச்சியாக இருக்கிறது' என்று சொன்னதை அவள் நகைச்சுவை என்று நினைத்தாள். உண்மையில் அவள் அவனுக்காக அலங்கரித்துப் புறப்படாதது கொஞ்சம் வருத்தத்தைத் தந்திருக்கலாம். அவன் காக்கி கால்சட்டையும், பட்டன் வைத்த சேர்ட்டும் அணிந்திருந்தான்.

காருக்கு வந்ததும், 'உனக்குக் குடிப்பதற்கு ஏதாவது வேணுமா?' என்று கேட்டான். கண்ணியமாக நடப்பதற்குக் கடமைப் பட்டவன்போல அவன் செயல் இருந்தது. அவள் வேண்டாம் என்று சொல்வாள் என்று அவன் எதிர்பார்த்ததாகத் தெரிந்தது. வேண்டாம் என்றால் சம்பாசணை அங்கேயே நின்றுவிடும். அவளுக்குத் துக்கமாக இருந்தது. விடுமுறையின்போது அவனுடன்

இன்பமாக நேரத்தைக் கழிக்க வேண்டும் என நினைத்திருந்தாள். அந்த நினைப்பு சட்டென்று முடிவுக்கு வருவதை அவள் எதிர்பார்க்கவில்லை.

'ஏதாவது குடிபானம் இருந்தால் நல்லாயிருக்கும்,' என்றாள். 'உனக்குத் தேவையென்றால்,' என்றான். இனிமையற்ற இந்தப் பதில் அவளை மறுபடியும் மௌனமாக்கியது. அவள் கால்களைத் தொட்டு, 'என்ன துயரம்?' என்றான். 'எனக்கு ஒரு துயரமும் இல்லை. கொஞ்சம் களைப்பு.' 'நான் உன் இருப்பிடத்துக்கு காரைச் செலுத்தவா?' 'இல்லை, ஒரு பானம் அருந்தினால் நல்லது.'

அன்று அவன் தெரிவுசெய்த திரைப்படம் இனவழிப்பு சம்பந்தமானது; மனதைக் கலைக்கக்கூடியது. ஒரு பெண்ணை முதல்முறை வெளியே அழைத்துப் போகும்போது பார்க்கக்கூடிய படம் அல்ல, அவன் திரைப்படத்தின் பெயரைச் சொன்னபோது நம்ப முடியாமல், 'நீ உண்மை சொல்கிறாயா?' என்று கேட்டாள். அவன் உடனே அவளுடைய ரசனையைத் தவறாகப் புரிந்து கொண்டது பற்றி சொன்னான். பின்னர் 'நான் உன்னை இதற்குப் பதிலாக ஒரு காதல் படத்திற்கு அழைத்துப் போகிறேன்,' என்றான். ஒருவேளை இனவழிப்பு பற்றி அவன் பார்க்க விரும்பியது அவளுக்குத் தன்னைப் பற்றி ஓர் உயர்ந்த எண்ணத்தை உண்டாக்குவதற்காக இருக்கலாம்.'

'எங்கே போகலாம்?' என்று அவன் கேட்டபோது அவள் தான் வழக்கமாகப் போகும் ஓர் இடத்தைச் சொன்னாள். அது மாணவர்கள் போகும் மதுவகம் என்று அவன் சொல்லி அவள் இதுவரைப் போயிருக்காத ஓர் இடத்துக்கு அவளை அழைத்துச் சென்றான். அங்கே உள்ளே நுழைவதற்கான வரிசையில் போய் நின்றார்கள். அப்படி நின்றபோது அவளுக்குப் படபடப்பாக இருந்தது. அவனுக்கு எப்படிச் சொல்வது என்றும் தெரியவில்லை. வரிசைக் காவலன் அடையாள அட்டையைக் கேட்டபோது காட்டினாள். அவன் ஏளனமாகச் சிரித்து அவளைத் தடுத்து பக்கத்தில் நிறுத்திவிட்டு, மற்றவர்களை நகரச் சொன்னான். இதைக் கவனிக்காமல் ரோபர்ட் வரிசையில் முன்னேறினான். 'ரோபர்ட்' என்று அழைத்தாள். அவன் திரும்பியும் பார்க்கவில்லை. இறுதியில் வரிசையில் நின்ற ஒருவன் ரோபர்ட்டின் தோளைத்தட்டி தடுத்துவைக்கப்பட்ட பெண்ணைச் சுட்டிக் காட்டினான். வெட்கத்துடன் நின்ற அவளிடம் ரோபர்ட் வந்தான். 'மன்னித்து விடு, இது பெரிய அவமானம்,' என்றாள். 'உனக்கு எத்தனை

வயது?' அவன் கேட்டான். 'இருபது.' 'ஓ, உன்னுடைய வயது இன்னும் கூடவாக இருக்கும் என்று நினைத்தேன்.' 'நான் பல்கலைக்கழகத்தில் படிக்கும் இரண்டாம் வருட மாணவி என்றுதான் சொன்னேன்.'

ஆட்களுக்கு முன், வரிசையிலிருந்து அகற்றப்பட்டு அவமானத்துடன் நின்ற அவளை ஏதோ குற்றம் செய்ததுபோல ரோபர்ட் பார்த்தான், அவள் கண்களில் நீர் சேர்ந்து விழ ஆரம்பித்தது. எப்படியோ எல்லாமே நாசமாகிவிட்டது. அவளுடைய சுருங்கிய முகத்தை ரோபர்ட் பார்த்த அந்தக் கணத்தில் ஏதோ நிகழ்ந்தது.

அவளுடைய முகம் இப்படி உருகுவதைக் கண்ட ரோபர்ட்டிடம் ஒரு மாற்றம் மந்திரம்போல ஏற்பட்டது. அவனிடம் இருந்த எல்லா பதற்றமும் மறைந்தது. அவன் நிமிர்ந்து நின்று அவனுடைய கரடிக் கரங்களால் அவளைச் சுற்றி அணைத்தான். 'ஓ, என் இனியவளே,' என்றான். 'அன்பே, இது ஒன்றுமே இல்லை. இதையிட்டு வருத்தப் படாதே.' அவனுடைய அணைப்பை முழுவதுமாக ஏற்றுக்கொண்டாள். 'செவன் இலெவனுக்கு' முன் ஏற்பட்ட அதே உணர்வு அவளுக்குக் கிடைத்தது. அவளின் மென்மையான தன்மையை அவன் உடைத்து விடுவானோ என்று பயப்படுவதுபோல அவளுடைய உச்சந்தலையை முத்தமிட்டான். அவள் சிரித்துக்கொண்டு கண்ணீரைத் துடைத்துச் சொன்னாள். 'என்னால் நம்ப முடியவில்லை. மதுவகம் ஒன்றுக்குள் என்னை அனுமதிக்கவில்லை என்பதால் நான் அழுகிறேன். நான் ஒரு முட்டாள் என்று நீ நினைக்கலாம்.' அவன் அப்படி நினைக்கவில்லை என்பது வெளிச்சம். அவன் பார்த்த பார்வையில் தான் கண்ணீருக்குள் சிரித்தபடி, தெரு விளக்கு வெளிச்சத்தில் எத்தனை அழகாகக் காட்சியளிக்கிறாள் என்பது அவளுக்குத் தெரிந்ததுதான்.

அவன் மார்கோவின் உதட்டில் அப்படியே பாய்ந்து முத்தமிட்டான். அவனுடைய நாக்கு அவளுடைய தொண்டைக் குழிவரை போய்விட்டது. அது மிக மோசமான ஒரு முத்தம். மார்கோவால் நம்ப முடியவில்லை. வாலிப வயதைத் தாண்டிய ஒரு முழு ஆண்மகனுக்கு நல்ல முத்தம் ஒன்று கொடுக்கத் தெரியவில்லை. அப்படியிருந்தும் ஒரு கனிவான உணர்வே அவளுக்கு அவனிடம் ஏற்பட்டது. அவன் அவளிலும் பார்க்க வயதில் மூத்தவனாக இருந்தாலும் அவனுக்குத் தெரியாத ஒன்று அவளுக்குத் தெரிந்திருந்தது. அவன் முத்தம் கொடுத்து

முடிந்தபின்னர், அவள் கைகளைப் பிடித்து அழைத்துக்கொண்டு வேறொரு மதுவகத்துக்குப் போனான். அங்கே பில்லியர்ட்ஸ் விளையாடும் மேசை மற்றும் பின்போல் விளையாடும் மேசை எல்லாம் இருந்தன. நிலத்திலே மரத்தூள் பரவியிருந்தது. முக்கியமாக வாசலில் அடையாள அட்டை சரிபார்க்க ஒருவரும் இல்லை.

அவளுடைய முதல் வருடத்தில் அவளுக்கு ஆங்கிலப் பாடம் எடுத்த ஒருத்தர் அங்கே ஓர் அறையில் இருப்பதை அவள் காண நேர்ந்தது. 'உனக்கு ஒரு வொட்காவும், சோடாவும் எடுத்து வரவா,' என்று ரோபர்ட் கேட்டான். அப்படி அவன் கேட்டது சிரிப்பாக இருந்தது. கல்லூரி மாணவிகள் என்ன குடிப்பார்கள் என்பதுகூட அவனுக்குத் தெரியவில்லை. அவள் வொட்கா குடித்ததே கிடையாது. உண்மையில் அவளுக்கு என்ன ஆணை கொடுப்பது என்பதில் பதற்றம் இருந்தது. அவள் வயது 21க்கு கீழே இருந்ததால் அவளை மதுவகத்துக்குள் அனுமதிக்க மாட்டார்கள். கள்ள அடையாள அட்டை உள்ள நண்பர்கள் பியருக்கு ஆணை கொடுப்பார்கள். அவள் 'பட்லைட்' பியர் குடிப்பாள். அந்த வகை பியர் அங்கே இருக்கிறதா என்பது அவளுக்குத் தெரியாது. ஆகவே 'எனக்கு ஒரு பியர்,' என்று அவள் ரோபர்ட்டிடம் சொன்னாள்.

முத்தம் முடிந்து, பியர்கள் மேசையில் முன்னே இருக்க, ரோபர்ட் பதற்றம் தணிந்து பழைய புத்திசாலியாக மாறியிருந்தான். அவள் வகுப்பில் படிக்கும் கலைச் சினிமா பற்றியும், உயர்ந்த ரசனை பற்றியும் கிண்டல் செய்தான். அவன் முதலில் தெரிவு செய்த படத்தை அவள் நிராகரித்தது பற்றிப் பேசினான். அவளுடைய உயர்ந்த கலை ரசனையையும் சீண்டினான். கலைப் படம் பார்த்துவிட்டு அவளும், அவளுடன் பணி புரிபவர்களும் சுற்றியிருந்து ஏனைய படங்களைப் பார்ப்பவர்களைக் கிண்டலடிப்பது பற்றியும் சொன்னான்.

ஒருவேளை தான் ரோபர்ட்டின் உணர்வுகளைப் புண்படுத்தி யிருக்கலாம் என்று மார்கோவுக்குப் பட்டது. அவளுக்குத் தான் வேலை செய்யும் இடத்தில் ஓடிய படத்தைப் பார்க்க விருப்பமில்லை. அவள் அவனைப் புரிய ஆரம்பித்திருந்தாள். ஆனால் மெல்லிய உணர்வுள்ளவனாக, எளிதில் காயப்படுபவனாக ரோபர்ட் இருந்தான். அது அவளை அவனுடன் நெருக்கமாக்கியது. அவளைப் பலமுள்ளவளாகவும் மாற்றியது. அவனை எப்படிக் காயப்படுத்தலாம் என்று தெரிந்தால் அவனை எப்படி ஆற்றலாம் என்பதும் தெரிந்திருக்கும்.

அவள் அவனுக்குப் பிடித்தமான படங்கள் பற்றி நிறையக் கேள்விகள் கேட்டாள். அவள் தன்னை மிகவும் குறைத்துப் பேசினாள். கலைப்படங்கள் எப்படிச் சலிப்பூட்டும் என்றும், சிலசமயம் புரியாது என்றும் சொன்னாள். தன்னுடன் வேலை செய்யும் மூத்த பணியாளர்கள் தன்னை எப்படி மிரட்டினார்கள் என்றும், தனக்கு என ஒரு கருத்தை உருவாக்கத் தகுதியில்லையா என்றும் கவலைப்பட்டாள். இந்த உரையாடல் பெரும் மாற்றத்தை அவளிடம் உண்டுபண்ணியது கண்கூடாகத் தெரிந்தது.

மூன்றாவது பியர் குடித்து முடித்த பிறகு, அவளுக்கு ரோபர்ட்டுடன் உடலுறவு வைத்தால் அது எப்படியிருக்கும் என்ற எண்ணம் தோன்ற ஆரம்பித்தது. அது அந்த மோசமான முத்தம் போலவே இருக்கும். அது அசிங்கமாகவும் அதீதமாகவும் இருக்கும். ஆனால், அவன் அவளை ஈர்த்து அசத்துவதற்கு எத்தனை ஆர்வமாக இருப்பான். அந்த நினைவு அவள் அடிவயிற்றில் ரப்பரை இழுத்து அடித்ததுபோல பெரும் கிளர்ச்சியை உண்டுபண்ணியது.

அவர்கள் குடிபானத்தைக் குடித்து முடித்தபோது அவள் 'நாங்கள் வெளியேற வேண்டுமா?' என்றாள். அவனுக்கு அது கொஞ்சம் வருத்தம் கொடுத்ததுபோல இருந்தது. அந்த நாளை முடிவுக்குக் கொண்டுவர அவள் விரும்புகிறாள் என்று அவன் நினைத்தான். ஆனால், அவள் அவனுடைய கையைப் பிடித்து இழுத்தபோது அவனுடைய முகத்தில் அவள் சொன்னதன் கருத்து புரிந்துவிட்டது என்பது தெரிந்தது. விசுவாசமாக அவளுடைய கைகளைப் பிடித்து அவன் தொடர்ந்தது மறுபடியும் அடிவயிற்றில் ரப்பர் இழுத்து அடித்து போன்ற உணர்வை அவளுக்கு எழுப்பியது.

வெளியே அவள் மீண்டும் அவனிடம் முத்தம் வேண்டி நெருங்கினாள். ஆனால் ஆச்சரியமாக அவன் உதட்டில் உதட்டால் மெல்ல தொட்டான். 'உனக்குக் குடி முற்றிவிட்டது' என்று குற்றம் சாட்டுவதுபோலச் சொன்னான். அவள் உச்சமான குடிபோதையில் இருந்தாலும் 'இல்லை, நான் இல்லை' என்றாள். அவள் தன் உடலை, அவனுடைய பாரிய உடலுக்குப் பக்கத்தில் சிறிதாகத் தோன்ற, நகர்த்தினாள். அவன் பெரிய நடுங்கும் பெருமூச்சு ஒன்றை வெளியே விட்டான். அவளை மெல்ல அணைத்துக் காருக்குக் கிட்ட கொண்டு சென்றபோது 'நான் உன்னை என்வீட்டுக்கு அழைத்துச் செல்கிறேன்,' என்றான். அவள் அவனுக்கு மேல் படர்ந்தபோது அவனுடைய நாக்கு அவள் தொண்டைக்குள்

சென்றது. திகைத்துச் சிறிது பின்வாங்கினாள். பின்னர் அவளுக்குப் பிடித்த விதமாக மென்மையாக அவளை அணுக அவனுக்குக் கற்றுத் தந்தாள். இறுக்கமாக அவன்மேல் விழுந்து அணைத்தபோது, விறைப்பான ஏதோ ஒன்று அவள் மேல் உரசியது. பாரம் இறுகியபோது அவனிடமிருந்து கூர்மையான ஓர் அலறல் வெளியே வந்தது. அவளுக்கு அது கொஞ்சம் அதீதமான நாடகத் தன்மை என்று பட்டது. திடீரென்று அவளைத் தள்ளிவிட்டு அவன் காரைக் கிளப்பினான்.

கொஞ்சம் வெறுப்புத் தோன்ற 'பதின்பருவக்காரர்கள்போல காரின் முன் இருக்கையில் சரசமாடுவதா? நீ இப்படியான விளையாட்டைத் தாண்டிவிட்டாய் என நினைத்தேன். உனக்கு இப்போது வயது இருபது அல்லவா?'

அவள் நாக்கை வெளியே தள்ளி பழிப்பு காட்டி 'அப்ப, எங்கே போகப் போகிறாய்?' என்றாள். 'உன்னுடைய இடம்', 'அது சரி வராது. என்னுடைய அறைவாசி அங்கே இருக்கிறாள்.'

ஏதோ அவள் மன்னிப்பு கேட்கவேண்டும் என்ற தொனியில் 'ஓ, நீ விடுதியில் அல்லவா தங்கியிருக்கிறாய்.' என்றான்.

'நீ எங்கே வசிக்கிறாய்?' அவள் கேட்டாள்.

'நான் வீட்டில்தான் இருக்கிறேன்.'

'நான் அங்கே வரமுடியாதா?'

'வரலாமே.'

அவனுடைய வீடு மரங்களடர்ந்த தோப்பின் அருகாமையில், கல்லூரி வளாகத்துக்குக் கிட்டவாக இருந்தது. மகிழ்ச்சியூட்டும் வெள்ளை மின் விளக்குகள் வீட்டு வாசல் வரை அலங்கரித்தன. காரை விட்டு இறங்க முன்னர் ஓர் எச்சரிக்கைபோலச் சொன்னான், 'என்னிடம் பூனைகள் உள்ளன.'

'எனக்குத் தெரியும், நாங்கள் ஏற்கனவே அதுபற்றிக் குறுஞ் செய்தியில் எழுதியிருக்கிறோமே.' வாய்க்குள் பொதுவான வசைகளை முணுமுணுத்தபடி நீண்டநேரம் முன்வாசல் சாவியைத் தேடி எடுத்தான். அவன் பதற்றத்தைக் குறைக்க மார்கோ அவன் முதுகைத் தடவிக்கொடுத்தாள். அது இன்னும் பதற்றத்தைக் கூட்டியதால் தடவுவதை நிறுத்தினாள். கதவைத் திறந்தபடி 'இதுதான் என் வீடு,' என்றான். பலவிதமான பொருள்கள் நிறைந்த

அந்த வீடு மங்கலான வெளிச்சத்தில் அரைகுறையாகத் தெரிந்தது. அவள் கண்கள் வெளிச்சத்திற்குப் பழகிய பின்னர் எல்லா பொருள்களும் புலப்பட ஆரம்பித்தன. புத்தகங்கள் நிறைந்த இரண்டு பெரிய அலமாரிகள், வைனல் ஒலித்தட்டுகள், விளையாட்டுப் பொருள்கள், பலவிதமான கலைச் செல்வங்கள், சுவரில் ஒட்டாமல் தொங்கும் சுவரொட்டிகள் என வீடு நிரம்பி யிருந்தது.

'எனக்கு வீடு பிடித்திருக்கிறது,' என்று அவள் உண்மையாகவே சொன்னாள். ஒருவித ஆசுவாசமாக உணர்ந்தாள். அவள் முதல் தடவையாக ஒரு வீட்டுக்கு உடலுறவு வைப்பதற்காக வந்திருந்தாள். தன்னுடைய வயது ஒத்த பையன்களையே அவள் உடலுறவுக்குத் தேர்வு செய்வாள். கள்ளமாக அறைவாசிகளைத் தவிர்த்து நடப்பது பழக்கமானது. இது அவளுக்குப் புதிது. கொஞ்சம் பயமாகவும் இருந்தது. இது இன்னொருவருடைய ஆளுமைக்கு உட்பட்ட இடம். ரோபர்ட்டுடைய கலை ஆர்வம், அவளுடையதைப்போலவே இருந்ததால் அவளுடைய தேர்வு சரி என்று பட்டது.

அவள் இப்படி யோசித்தபோது ரோபர்ட் அவளை உற்றுப் பார்த்தபடியே இருந்தான். ஒருவேளை இது சாதாரண அறை இல்லை; இது ஒரு பொறி. ரோபர்ட் சாதாரண ஆள் கிடையாது. வீட்டின் மற்ற அறைகளில் அவன் கடத்திய ஆட்களின் பிணங்கள் கிடக்கலாம். அப்படி அவள் சிந்தனை ஓடியபோது அவன் முத்தத்தைத் தொடங்கிவிட்டான். அவளுடைய கைப் பையையும், மேலங்கியையும் கழற்றி சாய்கதிரையில் வீசியபடி படுக்கை அறைக்குள் அவளை அழைத்துப் போனான். அந்த நேரம் அவன் அவள் பிருட்டத்தையும், மார்பையும், அவன் கொடுத்த முதல் முத்தம் போல, ஒழுங்கற்ற முறையில் அளைந்தான்.

படுக்கை அறை வெறுமையாக இல்லை, ஆனால் முன் அறையிலும் பார்க்க பொருட்கள் குறைவாகவே இருந்தன. படுக்கைக்கான சட்டகமும், கால்களும் இல்லை. தரையிலே ஒரு பெட்டி ஸ்பிரிங்கும், அதற்கான மெத்தையும் இருந்தன. கண்ணாடி மேசையில் ஒரு போத்தல் விஸ்கி காணப்பட்டது. அதிலிருந்து ஒரு மிடறு குடித்தான். பின்னர் அதை அவளிடம் தந்துவிட்டுத் தன் மடிக்கணினியைத் திறந்து இசையை ஓடவிட்டான். மார்கோ படுக்கையில் அமர்ந்தாள். ரோபர்ட் தன் மேல்சட்டையைக் கழற்றிவிட்டுக் கால்சட்டையை முழங்கால்வரை இழுத்தான். காலில் காலணி இருப்பதை அப்போதுதான் உணர்ந்து சப்பாத்துக்

கயிறை அவிழ்க்க குனிந்தான். அவனது ரோமம் நிறைந்த தொப்பை வெளியே தள்ளியது. அவள் மனதில், 'ஐயையோ' என்ற நினைவு ஓடியது. அவள் ஆரம்பித்து வைத்ததை நிறுத்துவது எப்படி? இதற்குச் சாதுர்யமும், மென்மையும் தேவை. ஆனால், அவற்றை வரவழைப்பது சுலபம் இல்லை. அவன் அவளை பலவந்தப்படுத்துவான் என்று அவள் நினைக்கவில்லை. ஆனால், இதை இங்கே நிறுத்தினால் இவள் அடிக்கடி மனம் மாறுபவள், உதவாதவள் என்று அவனுக்குத் தோன்றலாம். ஓர் உணவகத்தில் உணவுக்கு ஆணை கொடுத்து அது வந்த பிறகு வேண்டாம் என்று திருப்பி அனுப்புவது போல அது இருக்கும் என அவள் நினைத்தாள்.

ஒரு மிடறு விஸ்கியை விழுங்கிக்கொண்டு, இந்த எதிர்ப்பைக் கைவிட முடிவெடுத்தாள். ஆனால், அவன் அவள்மேல் விழுந்து அருவருக்கத்தக்க முத்தங்களால் மூழ்கடித்தான். அதே நேரத்தில், அவன் கைகள் மார்புகள் மீதும், கால்கள் சந்திக்கும் இடத்திலும் தீவிரமாக அலைந்தன. அவளுக்குத் தாங்க முடியாத மூச்சுத் திணறல் ஏற்பட்டு இந்தக் காரியத்தை மேலும் தொடரமுடியாது என்று தோன்றியது. கண்களை மூடி 'செவன் இலெவுனில்' அவன் நெற்றியில் முத்தமிட்டதை நினைத்தபடி அவன் பாரத்தில் இருந்து விடுபட நெளிந்து வளைந்து வெளியே வந்தாள். அவள் தன் மேலுடையைக் கழற்றினாள். ரோபர்ட் ஒரு கையை அவள் மார்புக் கச்சுக்குள் நுழைத்தான். அது அசௌகரியமாக இருந்ததால் அவள் சற்று முன்னே வளைந்து உதவினாள். அவன் ப்ரா கொக்கியைக் கழற்ற செய்த முயற்சி தோல்வியில் முடிந்தது. எரிச்சலில் 'இதைக் கழற்றி எறி' என்று ஒருவிதமான குரலில் சொன்னான். அவளும் அப்படியே செய்தாள்.

இதற்கு முன்னர் இவளை நிர்வாணமாகப் பார்த்த ஆறு பேரிலும் பார்க்க இவன் பார்வை அதீத உச்சமாக இருந்தது. ரோபர்ட் நிறைய பால்குடித்த ஒரு குழந்தையைப் போல திக்குமுக்காடி, திகைத்து முட்டாளாகக் காட்சியளித்தான். உடலுறவில் அவளுக்குப் பிடித்த பகுதி இதுதான், ஆணின் முட்டாள்தனமான திகைத்த பார்வை.

அவர்கள் முத்தமிட்டபோது அவளுடைய இன்பக் கற்பனை விரிந்தது. அவன் நினைப்பதாகக் கற்பனை ஓடியது. இவள் அழகான பெண். இவளுடைய உடல் அத்தனை கச்சிதமானது. செப்பமானது. இவளுக்கு வயது இருபது மட்டுமே. இவளுடைய

சருமம் அப்பழுக்கற்றது. எனக்கு இவள் வேண்டும். நான் செத்தாலும் பரவாயில்லை. இவள் வேண்டும். கற்பனை செய்யச் செய்ய மார்கோவின் கிளர்ச்சி மேல்நோக்கி நகர்ந்தது. வெகு சீக்கிரத்தில் அவர்கள் ஒருவித தாள லயத்துடன் இயங்கினார்கள். உச்சத்தை நெருங்கிப் போனபோது அவன் பெண்குரலில் ஊளை போன்ற ஓர் ஒலியை எழுப்பினான். இந்த ஒலியை நிறுத்த என்ன செய்யலாம் என அவள் யோசித்தாள். ஆனால், ஒன்றும் முடியவில்லை. திடீரென்று அவன், 'பொறு, நீ இதை முன்னரே செய்திருக்கிறாயா?' என்றான். அவளுடைய முதல் எண்ணம் 'இல்லை' என்று சத்தமிடுவது. பின்னர் அவன் என்ன அறிய விரும்பினான் என்று எண்ணியபோது பலமாகச் சிரித்தாள்.

அப்படிச் சிரிக்கவேண்டும் என அவள் நினைக்கவில்லை. கன்னிமை இழப்பது பற்றி அவள் நீண்ட ஆலோசனை நடத்தியிருக்கிறாள். பல மாதங்கள் இதுபற்றி அவளுடைய இரண்டு வருட நண்பனுடன் பேசியிருக்கிறாள். அத்துடன் மகப்பேறு மருத்துவருடன் அவள் ஒழுங்குசெய்த சந்திப்பும் அச்சமூட்டுவதாக அமைந்தது. கடைசியில் அவளுடைய அம்மாவுடன் விவரமாக இதுபற்றி உரையாடினாள். அம்மா விடுதியில் அவளுக்காக ஓர் அறையை வாடகைக்கு எடுத்துக் கொடுத்தார். சம்பவம் முடிந்த பின்னர் அவள் அம்மா வாழ்த்து அட்டைகூட அனுப்பியிருந்தார்.

இத்தனை எச்சரிக்கையும், அறிவும் கொண்ட ஒரு பெண், படம் பார்த்து, மூன்று பியர் குடித்து, தெரியாத ஒருவர் வீட்டுக்குப் போய், தியேட்டரில் சந்தித்த முன்பின் தெரியாத ஆணுடன் அவள் தன் கன்னிமையை இழக்கச் சம்மதிப்பாள் என்று அவன் எப்படி எண்ணலாம். அவளுக்குச் சிரிப்பாக வந்தது.

'மன்னிக்கவேண்டும், எனக்குத் தெரியாது,' என்றான் ரோபர்ட். அவள் கெக்கே என்று சிரிப்பதை நிறுத்தினாள். 'நீ என்னிடம் விசாரித்தது சரிதான். நான் இதற்கு முன்னரே உடலுறவு வைத்திருக்கிறேன். நான் சிரித்ததற்கு உன்னிடம் மன்னிப்பு கோருகிறேன்.'

'நீ மன்னிப்பு கேட்கத் தேவையில்லை.' 'ஒருவேளை எனக்குப் பதற்றமாக இருந்திருக்கலாம்,' என்றாள் அவள். 'பதற்றத்துக்கு இடமே இல்லை. நாங்கள் அமைதியாக இதைச் செய்து முடிப்போம்.'

அவன் மறுபடியும் முத்தத்தை ஆரம்பித்தான். அவளுக்குத் தெரியும் இதில் கிடைக்கக்கூடிய இன்பம் எல்லாம் எங்கேயோ

ஓடிவிட்டது என்று. ஆனாலும் தொடங்கியதை முடித்து வைப்போம் என நினைத்தாள். முடி அடர்ந்த தொப்பை தெரிய அவன் 'கொண்டொம்' ஒன்றை எடுத்து மெதுவாக உருட்ட ஆரம்பித்தான். ஒரு வெறுப்பு அலை அவளைத் தாக்கியது.

உடலுறவின்போது அவளை வெவ்வேறு நிலையில் பயன்படுத்தினான். அவள் வளைந்து கொடுத்து, திரும்பவும் சமநிலை அடைகிற ஒரு பொம்மையைப்போல தன்னை உணர்ந்தாள். அவளுடைய தொடையை அடித்து 'அதுதான்' என்றான். அது என்ன கேள்வியா அல்லது ஆணையா என்பது தெரியவில்லை. 'உன்னைப்போன்ற ஒரு பெண்ணுடன் உடலுறவு கொள்வதே என் விருப்பம்' என்று அவன் மார்கோவின் காதுக்குள் சொன்னபோது அவள் தலையணையில் முகம் புதைத்துச் சிரிப்பை அடக்கினாள். இறுதியில் ஒரு கணத்தில் அவன் உடல் நடுங்க ஒரு மரம்போல அவள்மேல் விழுந்தான். அவனால் நசிக்கப்பட்டுக் கிடந்த அவள் 'இதுதான் நான் என் வாழ்நாளில் எடுத்த அதிமுட்டாள்தனமான முடிவு' என நினைத்துக்கொண்டாள்.

சிலநேரம் கழித்து, 'கொண்டம்' விழாமல் தூக்கி கைகளால் பிடித்தபடி, வளைந்த கால்களால் நடந்து கழிவறைக்கு விரைந்தான். மார்கோ படுத்திருந்தபடி முதல் முறையாகத் தட்டைக் கூரையைப் பார்த்தாள். அங்கே இரவு நேரத்தில் மின்னும் நட்சத்திரங்களும், சந்திரன்களும் ஒட்டியிருந்தன. ரோபர்ட் வெளியே வந்து பக்கத்தில் நிழல்போல நின்று 'இப்பொழுது உனக்கு என்ன செய்ய விருப்பம்?' என்றான். 'நாங்கள் தற்கொலை செய்யலாம்,' இப்படிப் பதில் சொல்வதாக அவள் கற்பனை செய்தாள். அவள் தோள்களை அசைத்தாள். 'ஒரு படம் பார்ப்போம்,' என்றபடி ரோபர்ட் தன் மடிக்கணினியை எடுத்து, என்ன காரணமோ கீழே வசனங்கள் ஓடும் ஒரு படத்தைத் தேர்வுசெய்தான். கண்களை மூடியபடியால் அவளுக்கு அங்கே என்ன நடக்கிறது என்பதே தெரியவில்லை. அவள் தலைமுடியை வருடியபடியும், தோள்மூட்டில் சின்னச்சின்ன முத்தங்கள் கொடுத்தபடியும் அவன் இருந்தான்.

திடீரென்று அவன் தன் உணர்ச்சிகள் பற்றி வர்ணிக்கத் தொடங்கினான். அவள் விடுமுறையில் போனபோது அவன் தவித்தான். ஒருவேளை அவள் பழைய உயர்நிலைப்பள்ளி மாணவனுடன் சேர்ந்திருப்பாளோ எனப் பயந்ததையும் சொன்னான். 'நீ ஏதாவது தவறான முடிவு எடுத்திருப்பாய். நீ திரும்பும்போது எங்கள் உறவு நின்றுவிடும்' என்று நான் கவலைப்பட்டேன். ஆனால், நான் உன்னை நம்பியிருக்க வேண்டும்.'

அவள் ஒன்றும் சொல்லவில்லை... கொஞ்சம் வெறுப்பைக் காட்டியபடி மௌனமாக இருந்தாள். ரோபர்ட் 'நீ விழிப்பாக இருக்கிறாயா?' என்று கேட்டான். அவள் ஆம் என்றாள். அவன் 'எல்லாம் சரியாக இருக்கிறதா?' என்றான். 'உன்னுடைய வயது என்ன?' மார்கோ கேட்டாள். 'என்னுடைய வயது 34. ஏதாவது பிரச்சினையா?' அவன் பயப்படுவதை அந்த இருட்டிலும் அவளால் உணரக் கூடியதாக இருந்தது. 'இல்லை, ஒன்றும் பிரச்சினை இல்லை.'

'அதைப்பற்றி நான் பேசவே நினைத்தேன். ஆனால், நீ எப்படி எடுப்பாய் என்று எனக்குத் தெரியவில்லை.'

அவன் உருண்டு அவள் நெற்றியில் ஒரு முத்தமிட்டான். ஒரு நத்தையின்மீது உப்பு தூவியதுபோல மார்கோ அந்த முத்தத்தால் சுருங்கினாள். அவள் மணிக்கூட்டைப் பார்த்தாள். ஏறக்குறைய காலை மூன்று மணி. 'நான் விடுதிக்குத் திரும்ப வேண்டும்.'

'உண்மையாகவா? நீ தங்குவாய் என நினைத்தேன். காலையில் நான் அருமையாக முட்டை கிளறிப் பொரிப்பேன்.' 'நன்றி' அவள் ஒட்டிப்பிடிக்கும் தன்னுடைய கால்சட்டையை அணிந்தபடி சொன்னாள். 'நான் நிற்க முடியாது. என் அறைவாசி கவலைப்பட ஆரம்பித்திருப்பாள்.' 'விடுதி அறைக்கு நீ திரும்ப வேண்டும்,' கொஞ்சம் கிண்டலோடு அவன் சொன்னான். 'ஆமாம், அங்கேதான் நான் வசிக்கிறேன்.'

கார் நெடுநேரம் ஓடியது. பனித்தூறல் மழையாக மாறிவிட்டது. அவர்கள் பேசவில்லை. ரோபர்ட் ரேடியோவைத் திருகினான். அவனுடன் நெடுஞ்சாலையில் புறப்பட்டபோது ரோபர்ட் அவளைக் கொலைசெய்ய முயன்றால் என்ன செய்வது என்று தான் பயந்ததை மார்கோ நினைவுகூர்ந்தாள். அவன் கொல்வதானால், இப்பொழுது கொன்றாலும் ஆச்சரியப்பட முடியாது.

அவன் கொல்லவில்லை. அவளுடைய விடுதிக்குக் காரைச் செலுத்தினான். தன்னுடைய சீட் பெல்ட்டை விடுவித்தபடி அவன் சொன்னான், 'இன்று அருமையாக நேரம் கழிந்தது.' 'நன்றி, எனக்கும் அப்படியே' என்று அவள் தன் கைப்பையை எடுத்துக்கொண்டு சொன்னாள். 'எனக்கு அளவில்லாத மகிழ்ச்சி. இறுதியில் எங்களால் ஒரு டேட்டுக்குப் போக முடிந்தது.'

'டேட்டா?' அவள் தன் கற்பனை சிநேகிதிக்குச் சொன்னாள். 'அவன் இதை டேட் என்று சொல்கிறான்.' அவளும், கற்பனை

சிநேகிதியும் விழுந்து விழுந்து சிரித்தார்கள். 'படத்துக்கும், உங்கள் இன்றைய செலவுகளுக்கும் நன்றி,' என்றபடி கதவு கைப்பிடியில் கை வைத்தாள். 'பொறு' அவள் கையைப் பிடித்து இழுத்தபடி சொன்னான். 'இங்கே வா.' அவளைச் சுற்றிக் கைகளை அணைத்த படி தன் நாக்கைக் கடைசிமுறையாக அவள் தொண்டைக்குள் செலுத்தினான். 'ஓ, கடவுளே, இது எப்போது முடியும்?' தன் கற்பனை சிநேகிதியிடம் புலம்பினாள். கற்பனை சிநேகிதி பதில் பேசவில்லை. 'நல்ல இரவு' என்று சொல்லியபடிக் கதவைத் திறந்து தப்பி ஓடினாள். அவள் அறைக்குள் போனவுடன் அவனிடமிருந்து ஒரு குறுஞ்செய்தி வந்து கிடந்தது. வார்த்தைகள் இல்லை. உணர்ச்சிப் படம்தான். இருதயமும், இருதயக் கண்களும் ஏதோ காரணத்துக்காக ஒரு டொல்ஃபினும்.

அவள் பன்னிரெண்டு மணி நேரம் தொடர்ந்து தூங்கினாள். எழும்பியதும் உணவுக்கூடத்தில் சாப்பிட்டுவிட்டுத் தொடர்ந்து நெட்ஃபிளிக்சில் படம் பார்த்தாள். எப்படியாவது அவன் தன் நினைவிலிருந்து மறைந்து போகவேண்டும் என விரும்பினாள். அதற்கு அவள் ஒன்றுமே செய்யத் தேவையில்லை. அடுத்த குறுஞ் செய்தி அவளுடைய இரவு உணவுக்குப் பின்னர் வந்தது. சிவப்பு இனிப்பு பற்றிய ஒரு சின்ன நகைச்சுவை. உடனேயே அதை நீக்கினாள். அவள் தோலில் ஏதோ ஊர்வது போன்ற வெறுப்பு ஏற்பட்டது. அவனுக்குத் தாங்கள் பிரியும் செய்தியை அனுப்ப வேண்டியது தன் கடமை என அவள் எண்ணினாள். அப்படியே பாதியில் மறைவது நல்லதல்ல, அது கொடூரமானது. அவனுக்குத் தான் பிரியப்போவது தெரியாவிட்டால் அவன் தொடர்ந்து குறுஞ் செய்திகள் அனுப்பிக்கொண்டே இருப்பான் அது முடிவை அடையாது.

அவனுக்கு ஒரு பிரிவுச் செய்தியை அவள் தயாரித்தாள். 'உன்னுடன் கழித்த இன்பமான நேரத்துக்கு மிக்க நன்றி. ஆனால், இதைத் தொடருவதில் எனக்கு விருப்பம் இல்லை.' அது சரியாக வரவில்லை. மன்னிப்பு கேட்கவேண்டுமா? அவன் திரும்பவும் வந்து சாதாரண நண்பர்களாக இருப்போமே என்று சொன்னால் என்ன செய்வது? இதை முற்று முழுதாக நிறுத்த வேண்டும். அவளுடைய செய்தி நீண்டுகொண்டே போனது. அவளால் பிரேக் அப் செய்தியை அனுப்ப முடியவில்லை. ஆனால், அவனிடமிருந்து செய்திகள் தொடர்ந்து வந்துகொண்டேயிருந்தன. ஒவ்வொரு செய்தியும் அதற்கு முன்னர் வந்த செய்தியிலும் பார்க்கத் தீவிரம்

கூடியிருந்தது. தரையிலே கிடக்கும் படுக்கையில் அவன் அமர்ந்திருந்து அவளுக்குச் செய்தி அனுப்புவது காட்சியாக மனதில் தோன்றியது, தான் வளர்க்கும் பூனைகள் பற்றி அவன் நிறையப் பேசியிருக்கிறான். ஆனால், அவள் ஒரு பூனையைக்கூட அவன் வீட்டில் காணவில்லை. ஒருவேளை இதுவெல்லாம் அவனுடைய கற்பனையாக இருக்கலாம்...

அடுத்த சில நாட்களாக அவள் ஒருவித பகல்கனவு மனநிலையில், எதையோ இழந்தது போன்ற தவிப்புடன் இருந்தாள். யோசித்துப் பார்த்தபோது இதற்குக் காரணம் ரோபர்ட் அவள் வாழ்க்கையில் இல்லாதது எனத் தெரிந்தது. ஆனால் உண்மையான ரோபர்ட் அல்ல, குறுஞ்செய்திகள் அனுப்பியபோது அவள் மனதில் தோன்றிய கற்பனை ரோபர்ட்.

கடைசிச் சந்திப்பு முடிந்து மூன்று நாட்களுக்குப் பிறகு அவனிடமிருந்து ஒரு செய்தி வந்தது. 'நீ உண்மையிலேயே வேலைப் பளுவில் இருக்கிறாய் போலிருக்கிறதே.' அப்பொழுது அவளுக்குத் தோன்றியது இது நல்ல தருணம் என்று. இப்படிச் செய்தி அனுப்பினாள். 'மன்னிக்க வேண்டும். விரைவில் செய்தி அனுப்புவேன்.' உடனேயே அவள் நினைத்தாள், 'ஏன் இப்படிச் செய்தேன்?'

அவளுடைய அறைவாசி தமாரா சொன்னாள், 'அவனுக்குச் சொல், உனக்கு அவன்மீது ஒருவித ஈர்ப்பும் இல்லையென்று.' மார்கோ ஒரு மணி நேரமாகப் படுக்கையில் அமர்ந்து என்ன எழுதுவது என்று தெரியாமல் புலம்பியபடி இருந்தாள். தமாரா விடம் சொன்னாள், 'அப்படிச் சுருக்கமாகச் சொல்ல முடியாது. நான் அவனுடன் படுத்திருக்கிறேன்.'

'அப்படியா?'

'அவன் நல்லவன்.' அப்படிச் சொன்னபோதே அவளுக்குள் சந்தேகம் எழுந்தது.

தமாரா பாய்ந்து அவள் செல்பேசியைப் பறித்து இப்படி ஒரு செய்தி அனுப்பினாள். 'எனக்கு உன்மீது ஒருவித ஈர்ப்பும் இல்லை. குறுஞ்செய்தி அனுப்புவதை நிறுத்து.' இதை அனுப்பிவிட்டுச் செல்பேசியை மார்கோவிடம் திருப்பி எறிந்தாள்.'

செய்தியை வாசித்து 'ஓ, கடவுளே' என்றாள் மார்கோ. அவளுக்கு மூச்சு விடுவது கஷ்டமாகவிருந்தது. 'உண்மை, இது என்ன பெரிய விசயம்,' என்றாள் தமாரா. மார்கோவின் வயிற்றில்

ஒரு முடிச்சு விழுந்ததுபோல பயமும் தொடர்ந்து வாந்தி வந்துவிடும் போலவும் பட்டது. ரோபர்ட் அந்தச் செய்தியைப் படிப்பதைக் கற்பனையில் பார்த்தாள். அவன் உடைந்து அழுவது தெரிந்தது.

'அமைதி, வா குடித்தால் எல்லாம் சரியாகும்.' இருவரும் மதுவகத்துக்குச் சென்று ஆளுக்குப் பாதியாகக் குடித்தார்கள். மார்கோவின் செல்பேசி அவர்களுக்கு நடுவில் கிடந்தது. அது செய்தி வந்த சத்தத்தை எழுப்பியபோது இருவரும் ஒருவர் தோளை ஒருவர் கெட்டியாகப் பிடித்து அலறினார்கள். 'என்னால் முடியாது. நீ படி' என்று சொல்லியபடி செல்பேசியை தமாரா பக்கம் தள்ளினாள். 'நீதான் செய்தாய். இது உன்னுடைய பிழை' என்று மார்கோ கத்தினாள். ஆனால், செய்தி இதுதான். 'நல்லது மார்கோ. நீ சொல்வதைக் கேட்க எனக்கு வருத்தமாக இருக்கிறது. நான் உன்னைக் கவலைப்படுத்தும் விதமாக ஒன்றும் செய்யவில்லை என்றே நினைக்கிறேன். நீ மிகவும் இனிமையான பெண். உன்னுடன் கழித்த நேரம் எனக்கு பெருமகிழ்ச்சியைத் தந்தது. உன்னுடைய மனதை மாற்றினால் நீ எனக்குத் தெரியப்படுத்து.' மார்கோ அப்படியே தலையைக் கைகளால் பிடித்தபடி மேசையில் கவிழ்ந்தாள். சின்னக் காயம் உண்டாக்கி நிறைய ரத்தம் குடித்துவிட்டு விழுந்த அட்டைபோல மார்கோ தன்னை உணர்ந்தாள்.

எதற்காக அவள் அப்படி உணர்ந்தாள். அவள் நியாயமாக அவனுடன் நடக்கவில்லை. அவன் ஒருவித பிழையும் செய்யவில்லையே. அவனால் படுக்கையில் சரியாக இயங்க முடியவில்லை. சிலவேளை பூனைகள் பற்றி அவன் பொய் சொல்லி யிருக்கலாம். அல்லது பூனைகள் வேறு அறையில் இருந்திருக்கலாம்.

ஒரு மாதம் கழித்து அவனைப் பல்கலைக்கழக மாணவர்கள் செல்லும் ஒரு மதுவகத்தில் மார்கோ கண்டாள். அவன் ஒரு மேசையில் தனியாக உட்கார்ந்திருந்தான். அவனிடம் புத்தகம் இல்லை. செல்பேசி இல்லை. பியருக்கு மேல் தலை குனிந்தபடி இருந்தான். அவளுடன் வந்த நண்பன் அல்பெர்ட்டின் கையை இறுக்கப் பற்றி 'ஓ, கடவுளே, இவன்தான்' என்று ரகஸ்யக் குரலில் மார்கோ சொன்னாள்.

'அவன்தான் அந்தத் தியேட்டரில் நான் சந்தித்த மனிதன்.' அல்பேர்ட் அந்தக் கதையைக் கேள்விப்பட்டிருந்தான். அந்தச் சம்பவம் எல்லா நண்பர்களுக்கும் தெரிந்ததுதான். அல்பேர்ட்

அவள் முன்னால் நகர்ந்து அவளை மறைத்தபடி வேறு நண்பர்கள் உட்கார்ந்திருக்கும் மேசைக்குச் சென்றான். மார்கோ அந்த நண்பர்களுக்கு அங்கே ரோபர்ட் வந்திருக்கும் செய்தியைப் பிரகடனம் செய்தாள். எல்லோரும் ஆச்சரியத்தில் வெடித்து கும்மாளமிட்டு அவளைச் சூழ்ந்து கொண்டார்கள். ஒரு ஜனாதிபதியை அவருடைய மெய்க்காவல் படையினர் சூழ்வது போல அவளைச் சுற்றி மறைத்தபடி வெளியேறினார்கள். மிக மோசமான ஒரு பெண்ணாக நடந்தாளா என்று மனதில் நினைத்த அதே நேரம் அவள் பயத்தில் இருந்ததும் தெரிந்தது.

அன்றிரவு தமாராவுடன் படுக்கையில் சுருண்டு படுத்துக் கிடந்தபோது அவளுடைய செல்பேசி ஒளிர்ந்து அவர்கள் முகங்களைப் பிரகாசமாக்கியது. செய்தி வரும்போதே மார்கோ அதைப் படித்தாள். மார்கோ, இன்றிரவு நான் உன்னை மதுவகத்தில் பார்த்தேன். நீ செய்தி அனுப்பவேண்டாம் என்று சொல்லியிருந்தாய். ஆனால், நீ நல்ல அழகாக இருந்தாய் என்று சொல்ல விரும்புகிறேன். நீ சேமமாக இருக்கிறாய்தானே.

நான் இதைச் சொல்லக்கூடாது. ஆனால், நீ இல்லாமல் வாழ்வது எனக்கு வெறுமையாகிவிட்டது. எனக்கு இதைக் கேட்க உரிமை இல்லை. நான் உனக்கு என்ன தவறு இழைத்தேன் என்று தெரிந்தால் நல்லாயிருக்கும். உனக்கும் எனக்கும் நல்ல புரிதல் இருந்தது. உனக்கு அப்படித் தோன்றவில்லையா? ஒருவேளை நான் உனக்கு அதிக வயதுக்காரனாகப் பட்டிருக்கலாம். அல்லது உனக்கு வேறு ஒருவரைப் பிடித்திருக்கலாம். உன்னுடன் காணப்பட்ட அந்தப் பையன்தானா உன் நண்பன்? அல்லது அவன் சும்மா நீ படுக்க உபயோகிக்கும் ஒருவனா? மன்னித்துக் கொள். நீ கன்னியா என்று நான் கேட்டபோது சிரித்தாயே. நீ கணக்கள வில்லாத பையன்களுடன் ஏற்கனவே படுத்திருந்தாய் என்பதாலா?

நீ அந்தப் பையனுடன் இந்த நிமிடம் படுத்திருக்கிறாயா?

படுத்திருக்கிறாயா

படுத்திருக்கிறாயா

படுத்திருக்கிறாயா

பதில் சொல்

வேசை.

சமன்ரா ஸ்வெப்லின்

வருடா வருடம் பிரசுரமாகும் ஓ ஹென்றி சிறுகதைத் தொகுப்பு 2022இல் வெளிவந்தபோது அதை வாங்கிப் படித்தேன். அதில் வழக்கம்போல 20 சிறுகதைகள் வெளியாகியிருந்தன. 2022ஆம் ஆண்டு அமெரிக்கப் பத்திரிகைகளில் வெளிவந்த ஆகச்சிறந்த சிறுகதைகள். இந்தத் தொகுப்பில் ஒரு வித்தியாசம். இதைத் தொகுத்தவர் பெயர் வலெறி லூயிசெல்லி. இவர் ஒரு புதுமை செய்தார். தொகுப்பில் பத்து வெளிநாட்டு மொழிபெயர்ப்புக் கதைகளும் பத்து அமெரிக்காவில் வெளியான ஆங்கிலக் கதைகளும் இடம்பெற்றிருந்தன. மொழிபெயர்ப்புக் கதைகள் வெளிநாட்டு எழுத்தாளர்களால் எழுதப்பட்டு ஆங்கிலத்தில் மொழியாக்கம் செய்யப்பட்டு அமெரிக்காவில் பிரசுரமானவை. இதற்கு முன்னர் வந்த தொகுப்புகளில் இப்படி மொழிபெயர்ப்புக் கதைகளுக்கு முன்னுரிமை கொடுக்கப்படவில்லை.

உடனேயே தொகுப்பாளரைப் பாராட்டிக் கடிதம் போட்டேன். அவரும் பதில் அனுப்பினார்.

இது நடந்து ஒரு வருடம் கழிந்து அந்தத் தொகுப்பில் காணப்பட்ட ஒரு கதை அதாவது ஸ்பானிஷ் மொழியில் எழுதி ஆங்கிலத்தில் மொழிபெயர்க்கப்பட்டது என்னைத் தொந்தரவு செய்தது. மறக்க முடியவில்லை. புதுவிதமான கதை. மனிதனின் இருட்டுச் சிந்தனை பற்றியது. அதை மொழிபெயர்க்கலாம் என்று நினைத்தேன். எத்தனை அபத்தமான யோசனை. தொகுப்பாளர் வலெறிக்கு என் விருப்பம் பற்றி எழுதினேன். அவர் ஆசிரியரைத் தொடர்புகொள்ளச் சொன்னார். ஆனால், அங்கேயிருந்து பதில் இல்லை. இதை மொழிபெயர்த்த மேகன்

மக்டோவெல்லுக்கு எழுதினேன். அவர் ஏஜண்டைத் தொடர்புகொள்ளச் சொன்னார். அவர் என்னைப் பதிப்பாளரிடம் கைகாட்டி விட்டார்.

இப்படியே சுற்றிச் சுற்றிப் போனது. ஒரு மொழிபெயர்ப்பு அனுமதிக்கு இத்தனை சுற்றா? ஆறுமாதம் கடந்துவிட்டது. என்ன நட்டம் இவர்களுக்கு? பெருமையல்லவா படவேண்டும். நான் மறுபடியும் ஆசிரியருக்கு எழுதினேன். அவர் பெயர் சமன்ரா ஸ்வெப்லின், ஸ்பானிஷ் மொழியில் எழுதுபவர். ஆர்ஜெண்டினாவில் பிறந்தவர், தற்சமயம் பெர்லினில் வசிக்கிறார். பல விருதுகள் பெற்றவர். மூன்று சிறுகதைத் தொகுப்புகளுக்கும் இரண்டு நாவல்களுக்கும் சொந்தக்காரர். அவருடைய An Unlucky Man சிறு கதையை மொழிபெயர்ப்பதற்குத்தான் நான் அனுமதி கேட்டிருந்தேன்.

நான் அவருக்கு நினைவூட்டினேன். 30 மொழிகளில் உங்கள் எழுத்துகள் மொழிபெயர்க்கப்பட்டிருக்கின்றன. உலகத்தில் தமிழ் பேசும் மக்கள் தொகை ஒன்பது கோடி. தமிழ் மக்கள் உங்கள் கதைகளைப் படித்து இன்புறும் வாய்ப்பை நீங்கள் ஏன் மறுக்கவேண்டும்? அடுத்த நாளே பதிப்பாளர் பல கேள்விகளுடன் என்னைத் தொடர்பு கொண்டார்.

எந்தப் பத்திரிகையில் சிறுகதை வெளிவரும்? அவர்கள் முகவரி என்ன? அச்சுப் பத்திரிகையா, இணையப் பத்திரிகையா? எந்த வருடத்தில் இருந்து பத்திரிகை நடக்கிறது? எத்தனை பேர் அச்சில் படிக்கிறார்கள்? எத்தனை பேர் இணையத்தில் படிக்கிறார்கள்?

ஆனால், கடைசிக் கேள்விக்கு நான் தயாராக இல்லை.

சன்மானம் எவ்வளவு? எனக்குச் சிரிப்பு வந்தது. பெருமையாக ஒன்பது கோடி தமிழர்கள் என்று எழுதிவிட்டேன். சன்மானம் கிடையாது என்று எப்படிப் பதில் எழுதுவது?

இறுதியில் பிரசுரிக்க அனுமதி கிடைத்தது. கடைசியாக ஒரு நிபந்தனை போட்டார்கள். இந்தக் கதை இணையத்தில் ஒருவருடத்திற்கு மேல் ஓடக்கூடாது. நிறுத்திவிடவேண்டும். இது என்னவிதமான நிபந்தனை. புரியவே இல்லை. இவருடைய கதையை மக்கள் தொடர்ந்து படிப்பது இவர்களுக்குப பிடிக்கவில்லையா? இத்தனை இடர்களைத் தாண்டித்தான் இந்தச் சிறுகதை இங்கே பிரசுரமாகிறது.

சமன்ரா எழுதிய சிறுகதையிலும் பார்க்க எனக்குப் பிடித்தது இந்தக் கதையை நான் மொழிபெயர்த்து பிரசுரிக்கப் பாடுபட்ட என் வரலாறுதான்.

அதிர்ஷ்டமில்லாத மனிதன்
சமன்ரா ஸ்வெப்லின்

எனக்கு எட்டு வயதானபோது, எப்பொழுதும் மற்றவர்கள் கவனத்தின் நடுவில் இருக்க விரும்பும் என் தங்கை அபி, ஒரு கோப்பை நச்சுத் தன்மை வாய்ந்த சலவை திரவத்தை விழுங்கிவிட்டாள். அவளுக்கு மூன்று வயதுதான். முதலில் அவள் சிரித்தாள், பின்னர் அதனுடைய மோசமான சுவையில் அருவருத்து அவளுடைய முகம் பயத்திலும், வலியிலும் கோணலாக மாறியது. ஒரு வெறும் கோப்பை அவள் கைகளில் தொங்குவதைக் கண்ட அம்மாவுடைய முகம் அபியினுடையதைப் போல வெள்ளையாக மாறியது.

'ஓ, கடவுளே அபி' என்று அம்மா கத்தினார். இன்னொரு முறை அதையே சொல்லிக்கொண்டு காரியத்தில் இறங்கினார்.

அம்மா அபியின் தோள்களைப் பிடித்து உலுக்கினார், ஆனால் ஒன்றுமே நடக்கவில்லை. அம்மா அப்படிக் கத்திக் கூவியும் அபியின் முகத்தில் அசைவு இல்லை. அம்மா போனைத் தேடி ஓடி அப்பாவை அழைத்துவிட்டுத் திரும்பவும் வந்தபோதும் அபி அப்படியே அதே இடத்தில் நின்றாள். அவள் கைகளில் கோப்பை தொங்கியது. அம்மா வெறும் கோப்பையைப் பிடுங்கிக் கழுவு தொட்டியில் எறிந்தார். அம்மா குளிர் பெட்டியைத் திறந்து பாலை எடுத்து ஒரு குவளையில் ஊற்றினார். குவளையைப் பார்ப்பதும் பின்னர் அபியைப் பார்ப்பதும் மறுபடியும் குவளையைப் பார்ப்பதுமாக அங்கே நின்றார். இறுதியில் குவளையையும் கழுவுதொட்டியில் எறிந்தார். அப்பா மிகக் கிட்டவாகவே வேலை செய்ததால் உடனேயே வந்துவிட்டார். அம்மா அதற்கிடையில் இன்னொரு தரம் பால் குவளையைப் பார்த்துப் பின்னர் அபியையும் பார்த்துவிட்டுப் பாலைக் கழுவுதொட்டியில் வீசியிருந்தார். அப்பா கார் ஒலிப்பானைச் சத்தம் வைத்தபடி வந்து அவரும் தன் பங்குக்குக் கூப்பாடு போட்டார்.

அம்மா மின்வேகத்தில் அபியை நெஞ்சோடு அணைத்துக் கொண்டு வீட்டைவிட்டு வெளியேறினார். முன்கதவு, கேட், கார் கதவு எல்லாம் ஒரே நேரத்தில் திறந்தன. மீண்டும் கார் ஒலிப்பான் அலறலைத் தொடர்ந்தது. காருக்குள் ஏறிவிட்ட அம்மா அழத் தொடங்கினார். அப்பா என்னைப் பார்த்து இரண்டு தரம் கத்திய பின்னர் நான்தான் எல்லா கதவுகளையும் மூடவேண்டும் என்பது எனக்குத் தெரிந்தது.

நான் கதவுகளைப் பூட்டி என்னுடைய சீட் பெல்ட்டை இழுத்து மாட்டுவதற்கிடையில் கார் பத்து சந்திகளைக் கடந்துவிட்டது. ஆனால், பிரதான வீதிக்கு வந்தபோது கார்கள் நகரமுடியாமல் நின்றன. அப்பா ஒலிப்பானை அமுக்கி சத்தம் எழுப்பிக்கொண்டு யன்னல் வழியாகக் கூப்பாடு போட்டார். 'நாங்கள் அவசரமாக மருத்துவமனைக்குப் போகவேண்டும். நாங்கள் அவசரமாக மருத்துவமனைக்குப் போகவேண்டும்.' எங்களைச் சுற்றி நின்ற கார்கள் எப்படியோ அற்புதம் செய்து வழியுண்டாக்கி எங்களை நகர வைத்தன.

ஆனால், சில கார்களைக் கடந்தவுடன் மறுபடியும் வழிகேட்டு நாங்கள் கெஞ்சவேண்டியிருந்தது. அப்பா காரை நிற்பாட்டி, ஒலிப்பானை அமுக்குவதையும் நிறுத்திவிட்டுத் தன் தலையை ஓட்டு வளையத்தின் மீது மோதினார். அப்படி அப்பா செய்வதை நான் ஒரு முறையும் கண்டதில்லை. ஒரு கண மௌனத்தின் பின் அப்பா நிமிர்ந்து உட்கார்ந்து பின் கண்ணாடி வழியாக என்னைப் பார்த்தார். பின்னர் என்னைத் திரும்பிப் பார்த்து 'உன்னுடைய நிக்கரைக் கழற்று' என்றார். நான் பள்ளிக்கூட சீருடை அணிந்திருந்தேன். என்னுடைய நிக்கர் எல்லாம் வெள்ளை நிறம். அந்தச் சமயம் என்னால் சிந்திக்க முடியவில்லை. அப்பா கேட்டதும் எனக்குப் புரியவில்லை. என்னுடைய கைகளை இருக்கையில் நுழைத்து என்னை வலுவாகத் தாங்கிக்கொண்டேன். நான் அம்மாவைப் பார்த்தபோது அவர் 'உன்னுடைய நாசமாய்ப்போன நிக்கரைக் கழற்று' என்றார்.

நான் அதைக் கழற்றினேன். அப்பா அதை என் கைகளிலிருந்து பறித்தார். கண்ணாடியைக் கீழே இறக்கிவிட்டு மறுபடியும் ஒலிப்பானை ஒலித்தபடி யன்னல் வழியாக என்னுடைய நிக்கரை ஆட்டத் தொடங்கினார். அதை வெகு தூரத்துக்கு உயர்த்தி ஒலிப்பானையும் ஒலிக்கவிட்டார். எல்லோரும் எங்களைத் திரும்பிப் பார்த்தார்கள். என்னுடைய நிக்கர் சின்னதாகவும் நல்ல வெள்ளையாகவும் இருந்தது. ஓர் அவசர மருத்துவ ஊர்தி

எங்களுக்குப் பின்னால் ஒரு சந்தி தள்ளி அபாயச்சங்கை ஒலித்த படி வந்தது. எங்கள் காரை நெருங்கி எங்களுக்குப் பாதை உண்டாக்கியது. அப்பா என்னுடைய நிக்கரை அசைத்தபடியே இருக்க மருத்துவ மனைக்கு வந்து சேர்ந்தோம்.

காரை அவசர உதவி வாகனத்துடன் நிறுத்திவிட்டு அவர்கள் குதித்து இறங்கினார்கள். யாருக்காகவும் காத்து நிற்காமல் அம்மா அபியைக் காவிக்கொண்டு மருத்துவமனைக்குள் நுழைந்தார். காரைவிட்டு இறங்குவதா இல்லையா என்று எனக்குத் தெரிய வில்லை. நான் என் நிக்கரை அணியவில்லை. என்னைச் சுற்றிப் பார்த்தபோது அப்பா கையில் நிக்கர் இல்லை, சீட்டிலும் இல்லை. கார் கதவுகளை அப்பாவின் கை பலமாகச் சாத்தியது.

'வா, வா' என்று சொன்னபடி அப்பா கார் கதவைத் திறந்து நான் இறங்க உதவி செய்தார். நாங்கள் அவசர சிகிச்சை அறையை நோக்கிப் போனபோது அப்பா என்னுடைய தோளில் மெல்லத் தட்டினார். அம்மா பின்னுக்கு இருக்கும் ஒரு கதவு வழியாக வெளியே வந்து எங்களுக்குச் சைகை காட்டினார். அம்மா தாதிமாருக்கு விசயத்தை விளங்கப்படுத்திக்கொண்டு இருந்ததைப் பார்த்தபோது நிம்மதியாக இருந்தது.

தங்கும் அறையில் இருந்த செம்பழுப்பு நிற நாற்காலிகளைச் சுட்டிக்காட்டி அப்பா 'இங்கே இரு' என்றார். நான் அமர்ந்தேன். நான் வெளியே இருக்க, அப்பாவும் அம்மாவும் மருத்துவருடைய அறைக்குச் சென்றார்கள். எவ்வளவு நேரம் என்று தெரியவில்லை ஆனால் நீண்ட நேரம்போல பட்டது. நான் என்னுடைய முழங்கால்களை ஒன்றாக அழுத்திக்கொண்டு அன்று அத்தனை வேகமாக நடந்தவற்றைப் பற்றிச் சிந்தித்தேன். முக்கியமாக என்னுடன் பள்ளியில் படிப்பவர்கள் யாராவது என்னுடைய நிக்கர் சமாச்சாரத்தைப் பார்த்திருக்கக்கூடிய சாத்தியம் பற்றியும் யோசித்தேன். நான் நேராக நிமிர்ந்து உட்கார்ந்தபோது என்னுடைய உடை கொஞ்சம் மேலே ஏறியது. அப்போது என்னுடைய நிக்கர் இல்லாத பிருட்டம் பிளாஸ்டிக் இருக்கையில் பட்டது. சில வேளைகளில் தாதி, மருத்துவருடைய அறைக்குப் போவதும் வருவதுமாக இருந்தபோது என்னுடைய பெற்றோர் அங்கே வாக்குவாதம் செய்வது கேட்டது. ஒரு சமயம் நான் தலையை நீட்டிப் பார்த்தபோது அபி அமைதியில்லாமல் படுக்கையில் உழன்றுகொண்டிருப்பது தெரிந்தது. அப்பொழுது எனக்கு அவள் அன்றைக்குச் சாகப்போவதில்லை என்பது நிச்சயமானது. அதற்கு இன்னும் காத்திருக்க வேண்டும்.

ஒரு மனிதன் வந்து எனக்குப் பக்கத்தில் உட்கார்ந்தான். எங்கேயிருந்து அவன் வந்தான் என்று தெரியவில்லை. நானும் கவனிக்கத் தவறிவிட்டேன்.

'என்ன நடக்கிறது?' அவன் கேட்டான். அம்மா சொல்வது போல 'நல்லாய்ப் போகிறது' எனப் பதிலுரைக்கலாம் என்று நினைத்தேன். நானும் தங்கையும் அந்த நேரத்தில் அம்மாவைப் பைத்தியமாக அடித்துக் கொண்டிருந்தாலும் அம்மா அப்படித்தான் சொல்வார். நான் 'பரவாயில்லை' என்றேன்.

'நீ யாருக்காகவும் காத்திருக்கிறாயா?' நான் அதைப்பற்றிச் சிந்தித்தேன். நான் உண்மையில் ஒருவருக்காகவும் காத்திருக்கவில்லை. இந்த நேரம் நான் செய்ய விரும்பும் வேலையல்ல இது. ஆகவே நான் தலையை ஆட்டினேன். அந்த மனிதன் சொன்னான், 'நீ அப்ப எதற்காகக் காத்திருக்கும் அறையில் இருக்கிறாய்?'

அது மிகப்பெரிய முரண் என்று எனக்குப் பட்டது. அவன் தன் மடியில் வைத்திருந்த பையைத் திறந்து அவசரமில்லாமல் கிளறித் தேடினான். பின்னர் தன்னுடைய பணப்பையைத் திறந்து ஓர் இளஞ்சிவப்புப் பேப்பரை எடுத்து தந்தான்.

'இதோ, எனக்குத் தெரியும் இது எங்கே இருக்கிறது என்று.' அந்தப் பேப்பரில் 92 என்ற இலக்கம் அச்சடித்திருந்தது. 'இது ஒரு ஐஸ்கிரீம் கூம்பு வாங்குவதற்கான இலவசச் சீட்டு. என்னுடைய விருந்து' என்றான். நான் வேண்டாம் என்றேன். ஒரு வெளியாளிடம் இருந்து ஒன்றையும் பெறக்கூடாது. 'ஆனால், இது இலவசம். எனக்குக் கிடைத்த வெற்றிச் சீட்டு.' 'வேண்டாம்,' நாங்கள் நேரே பார்த்தபடி மௌனமாக இருந்தோம். 'சரி, அது உன் விருப்பம்' என்று அவன் கோபப்படாமல் சொன்னான்.

அவன் தன்னுடைய பையிலிருந்து ஒரு சஞ்சிகையை எடுத்து அதிலிருந்த குறுக்கெழுத்துப் புதிரை நிரப்ப ஆரம்பித்தான். மருத்துவருடைய கதவு மீண்டும் திறந்தபோது, அப்பாவின் குரல் கேட்டது. 'நான் இந்த அபத்தத்துக்கு ஒரு போதும் உடந்தையாக இருக்க மாட்டேன்.' எந்த விதமான விவாதத்தையும் முடிவுக்குக் கொண்டுவருவதற்கு அப்பா சொல்லும் வழக்கமான வாசகம்தான் அது. எனக்குப் பக்கத்தில் உட்கார்ந்திருந்த மனிதனுக்கு அது கேட்டதாகத் தெரியவில்லை.

'இன்று என்னுடைய பிறந்தநாள்,' நான் சொன்னேன். 'இன்று என்னுடைய பிறந்த நாள்,' நான் மீண்டும் எனக்கு அதைச் சொன்னேன். நான் என்ன செய்யவேண்டும்?

குறுக்கெழுத்துப் புதிரில் பேனாவால் ஒரு சதுரத்தில் அடையாளமிட்டுவிட்டு என்னை அந்த மனிதன் ஆச்சரியமாகப் பார்த்தான். நான் அவனைப் பார்க்காமல் தலையை ஆட்டினேன். அவன் கவனம் என்மீது திரும்பியது எனக்குத் தெரியும்.

‘ஆனால்’ என்று அவன் சொல்லியபடியே சஞ்சிகையை மூடினான். ‘சில வேளைகளில் எனக்குப் பெண்களைப் புரிவதே இல்லை. இன்று உன்னுடைய பிறந்தநாள் என்றால் இங்கே இந்த மருத்துவமனை காத்திருப்புக் கூடத்தில் உனக்கு என்ன வேலை?’

அவன் நல்லாய் அவதானிக்கக்கூடிய மனிதன். நான் மறுபடியும் நிமிர்ந்து உட்கார்ந்தேன். அப்பொழுதும்கூட என்னால் அவனுடைய தோள்மூட்டு உயரத்துக்கு வர முடியவில்லை. அவன் சிரிக்க, நான் என் தலைமயிரைக் கைகளால் ஒதுக்கினேன். பின்னர் நான் சொன்னேன், ‘நான் நிக்கர் அணியவில்லை.’

நான் எதற்காக அதைச் சொன்னேன் என்று தெரியவில்லை. அன்று என்னுடைய பிறந்தநாள் அத்துடன் என்னிடம் அணிய வேறு நிக்கர் இல்லை. இந்த அபத்தமான சூழ்நிலையில் என் யோசனை இப்படிப் போவதைத் தடுக்க முடியவில்லை. அவன் என்னைத் தொடர்ந்து பார்த்தான்; அவன் சிலவேளை அதிர்ச்சியுற்றிருக்கலாம், அல்லது புண்பட்டிருக்கலாம். அது எனக்குப் புரிந்தது. ஆனால், அது என் எண்ணம் இல்லை யென்றாலும் நான் சொன்னதில் கொஞ்சம் ஆபாசம் இருந்தது.

‘ஆனால் இன்று உன்னுடைய பிறந்த நாள்’ அவன் சொன்னான். நான் தலை ஆட்டினேன். ‘இது நியாயமில்லை. ஒருவர் பிறந்தநாள் அன்று நிக்கர்கூடப் போடாமல் அலைய முடியாது.’

‘எனக்குத் தெரியும்,’ நான் அழுத்தமாகச் சொன்னேன். இப்பொழுது எனக்கு அபியின் நாடகம் என்னை எவ்வளவு அவமதித்தது என்று புரிந்தது.

அவன் சற்று நேரம் ஒன்றுமே பேசாமல் அமர்ந்திருந்தான். பின்னர் கார்கள் தரிப்பிடப் பக்கமாக இருக்கும் பெரிய கண்ணாடி யன்னல் வழியாகப் பார்த்தான். ‘எனக்கு எங்கே உனக்கு நல்ல நிக்கர் ஒன்று வாங்கமுடியும் என்பது தெரியும்,’ என்றான்.

‘எங்கே?’

‘பிரச்சினை முடிந்தது.’ அவன் தன்னுடைய பொருட்களைச் சேகரித்து எடுத்துக்கொண்டு எழுந்து நின்றான்.

நான் தயங்கினேன். நான் நிக்கர் அணிந்திருக்கவில்லை என்பதுதான் முக்கிய காரணம். ஆனால், அத்துடன் அவன் உண்மை பேசுகிறானா இல்லையா என்பதும் தெரியவில்லை. அவன் முன் மேசையில் உட்கார்ந்திருந்த உதவியாளனைப் பார்த்துக் கையை அசைத்தான்.

'நாங்கள் உடனே திரும்பிவிடுவோம். இவருடைய பிறந்தநாள்,' என்று என்னைச் சுட்டிக்காட்டினான். 'ஓ, யேசுவே, இவன் நான் நிக்கர் அணியவில்லை என்பதைச் சொல்லாமல் இருக்க வேண்டும்.' ஆனால் அவன் மௌனமாகக் கதவைத் திறந்தபடியே என்னைப் பார்த்துக் கண் சிமிட்டினான். அப்போது அவனை நம்பலாம் என்று எனக்குத் தோன்றியது.

நாங்கள் கார்கள் தரிப்பிடத்துக்குப் போனோம். நின்றபோது நான் அவனின் இடுப்புக்குக் கொஞ்சம் மேலே இருப்பது தெரிந்தது. என்னுடைய அப்பாவின் வண்டி அவசர சிகிச்சை வாகனத்துக்குப் பக்கத்தில் நின்றது. ஒரு போலீஸ்காரன் எரிச்சலுடன் அதைச் சுற்றிவந்தான். நான் அந்தப் போலீஸ்காரனையே பார்த்தேன். நாங்கள் அப்படியே நடந்துபோவதை அவன் அவதானித்தான். என் கால்களைச் சுற்றி காற்று அடித்து என்னுடைய பள்ளிக்கூட சீருடையை ஒரு கூடாரம்போல ஆக்கியது. நான் உடையை மேலே அழுத்திப் பிடித்தபடி இரண்டு கால்களையும் அகலாமல் உரசிக்கொண்டு நடந்தேன்.

அவன் பின்னே திரும்பி நான் அவனைத் தொடர்கிறேனா என்று பார்த்தபோது நான் என்னுடைய கட்டைப் பாவாடையுடன் சண்டை போட்டுக்கொண்டு இருந்தேன்.

'நாங்கள் சுவருக்குக் கிட்டவாக நடப்போம். எங்கே போகிறோம் என்பது எனக்குத் தெரிய வேண்டும்.'

'என்னோடு முரண்டு பிடிக்காதே, குஞ்சு.'

நாங்கள் சாலையைத் தாண்டி பல்கடை அங்காடிக்குள் நுழைந்தோம். அது பெரிதாக ஆட்களை வரவேற்கும் இடமல்ல; எனக்கு நல்லாய்த் தெரியும், என் அம்மா அங்கே போவதில்லை. பின்னால் இருக்கும் துணிக்கடை ஒன்றை நோக்கி நடந்தோம். அது ஒரு பிரம்மாண்டமான கடை. அங்கேயும் அம்மா போயிருப்பார் என்று நான் நினைக்கவில்லை. அங்கே உள்ளே நுழையமுன்னர் அவன் 'தொலைந்து போய்விடாதே,' என்று சொல்லியபடி தன்னுடைய மிருதுவான குளிர்ந்த கையை எனக்குத் தந்தான். அவன் காசாளர்களைப் பார்த்துக் கையசைத்தபோது

யாரும் அவனைக் கவனித்ததாகத் தெரியவில்லை. நாங்கள் கடைகள் நடுவே நடந்தோம்.

அங்கே பலவிதமான ஆடைகள், கால்சட்டைகள், சேர்ட்டுகள், பணி உடைகள், கடினமான தொப்பிகள், குப்பை அகற்றுவோர் அணியும் மஞ்சள் மேலங்கிகள், பிளாஸ்டிக் பூட்சுகள், சில கருவிகள், உபகரணங்கள் என அடுக்கியிருந்தன. இவன் இங்கே தன்னுடைய ஆடைகளை வாங்குவானா? அந்தப் பொருள்கள் இவன் வேலைக்கு தேவைப்படுமா? இவனுடைய பெயர் என்னவாயிருக்கும்?

'ஆ, இங்கே வந்துவிட்டோம்,' என்றான். எங்களைச் சுற்றியிருந்த மேசைகளில் ஆண்கள், பெண்களுக்கான உள்ளாடைகள் குவிந்திருந்தன. கைகளை நீட்டினால் மிகப்பெரிய பெட்டிகளில் பிரம்மாண்டமான, நான் இதுவரை பார்த்தேயிருக்காத பெரிய அளவு உள்ளாடைகள், வெறும் மூன்று பெசோக்களுக்குக் கிடைத்தன. இந்த உள்ளாடைகளில் என்னைப் போன்ற ஒருவருக்கு மூன்று உள்ளாடைகள் செய்திருக்கலாம். 'அவை வேண்டாம், இங்கே,' என்று சிறிது தூரத்தில் சின்ன அளவு உள்ளாடைகள் இருக்கும் இடத்துக்கு என்னை அழைத்துச் சென்றான்.

'இந்த உள்ளாடைகளை எல்லாம் பாருங்கள், அம்மையே. உங்கள் தேர்வு என்னவாயிருக்கும்?' என்றான். நான் சற்று நேரம் சுற்றிவரப் பார்த்தேன். அநேகமாக எல்லாமே வெள்ளை அல்லது மென்சிவப்பு நிறம். நான் அலங்கார முடிச்சு இல்லாத ஒரு வெள்ளை நிக்கரைச் சுட்டிக் காட்டினேன்.

'இவைதான், ஆனால் என்னால் காசு கொடுக்க முடியாது.' அவன் கிட்டவாக வந்து என் காதுகளுக்குள் 'பரவாயில்லை,' என்றான்.

'நீதான் உரிமையாளனா?'

'இல்லை, இது உன்னுடைய பிறந்தநாள்.' நான் சிரித்தேன்.

'ஆனால், நாங்கள் இன்னும் திறமான நிக்கரைத் தேட வேண்டும்; மிகச் சரியான ஒன்று.'

'ஓகே, அன்பே,' நான் சொன்னேன்.

'அன்பே என்று சொல்ல வேண்டாம். நான் முரண்டு பிடிப்பவனாகி விடுவேன்,' என்றான் அவன். நான் கார் தரிப்பு இடத்தில் என்னுடைய பாவாடை பறக்காமல் அழுத்திப் பிடித்ததை நடித்துக் காட்டினான்.

அவன் என்னைச் சிரிக்க வைத்தான். அவனுடைய கோமாளித்தனம் முடிந்த பிறகு, அவன் இரண்டு கைகளையும் மூடியபடி எனக்கு முன்னே நீட்டி அப்படியே எனக்குப் புரியும் வரைக்கும் நின்றான்.

நான் ஒரு கையைத் தொட்டேன். அதைத் திறந்தான். அங்கே ஒன்றுமில்லை. 'மற்றதைத் தொடலாம்,' என்றான். நான் தொட்டதும் கையைத் திறந்தான். அங்கே அழகான கறுப்பு நிற, பெண்களுக்கான நிக்கர் இருந்தது. அதில் குட்டி இருதய வடிவம் இழைத்திருந்தது. அம்மாவுக்கும் எனக்கும் பிடிக்காத 'Hello Kitty' முகம், முன்னுக்கு முடிச்சு இருக்கும் இடத்தில் இருந்தது. 'நீ அதை அணிந்து அளவு பார்க்கவேண்டும்,' என்றான் அவன்.

நான் அந்த நிக்கரை நெஞ்சோடு அணைத்துப் பிடித்தேன். அவன் தன்னுடைய கையை இன்னொருமுறை தந்தான். நான் அதைப் பிடித்தபடி உடைமாற்றும் அறைகளுக்குப் போய் எது வெறுமையாக இருக்கிறது என்பதை ஆராய்ந்தேன். நாங்கள் உள்ளுக்கு எட்டிப் பார்த்தோம். அவை பெண்களுக்கானதாய் இருப்பதால் அவனும் உள்ளே வரமுடியுமா என்பது தெரியவில்லை என்றான். அவன் நான் தனியாக உள்ளே செல்லவேண்டும் என்றான்.

அந்தத் தர்க்கம் சரியானதுதான். உன்னை ஒருவருக்கு நல்லாய்த் தெரிந்தால் ஒழிய அவன் உன்னை உள்ளாடையில் பார்ப்பது நல்லதல்ல. ஆனால், எனக்கு உடைமாற்றும் அறைக்குள் தனியாகப் போக பயமாக இருந்தது. அதிலும் மோசம் நான் திரும்பி வரும்போது அவன் இல்லாவிட்டால் என்ற அச்சம்.

'உன்னுடைய பெயர் என்ன?' நான் கேட்டேன்.

'அதை நான் சொல்ல முடியாது.'

'ஏன்.'

அவன் முழங்காலில் உட்கார்ந்தான். அப்பொழுது அவன் என் உயரமே இருந்தான். சிலவேளை ஒன்றிரண்டு அங்குலம் கூடவாக இருக்கலாம்.

'ஏனென்றால் நான் சாபமிடப்பட்டவன்.'

'சாபமா? என்ன சாபம்?'

'என்னை வெறுக்கும் பெண் ஒருமுறை சொன்னாள், நான் என் பெயரைச் சொன்னால் இறந்துபோவேன் என்று.'

நான் அது ஒரு விளையாட்டு நகைச்சுவை என நினைத்தேன். ஆனால், அதை அவன் ஒருவித தீவிரத்துடன் சொன்னான்.

'நீ உன் பெயரை எழுதித் தரலாம்.'

'எழுதுவதா?'

'எழுதினால் அது சொல்வது ஆகாது. எனக்கு உன்னுடைய பெயர் தெரிந்தால் வெளியே வந்ததும் உன்னை அழைக்க வசதியாக இருக்கும். உடைமாற்றும் அறைக்குத் தனியாகச் செல்ல பயம் இருக்காது.'

'ஆனால் அது எங்களுக்கு நிச்சயமாகத் தெரியாது. ஏனென்றால் அந்தச் சாபமிட்ட பெண் என் பெயரைச் சொல்வதும், எழுதுவதும் ஒன்று என நினைத்தால்? சொல்வது என்றால் என்ன, இன்னொருவருக்குத் தெரியப்படுத்துவதுதானே. என் பெயரை வெளி உலகத்துக்கு அறிவிப்பதுதானே?'

'ஆனால், அந்தப் பெண்ணுக்கு எப்படித் தெரியவரும்?'

'மனிதர்கள் என்னை நம்புவதில்லை. உலகத்திலேயே நான்தான் அதிக துரதிர்ஷ்டம் பிடித்த மனிதன்.'

'நான் உன்னை நம்பவில்லை. அந்தப் பெண் இதைக் கண்டுபிடிக்கவே மாட்டாள்.'

'நான் என்ன கதைக்கிறேன் என்பது எனக்குத் தெரியும்.'

இருவரும் என் கையில் தொங்கிய நிக்கரைப் பார்த்தோம். என்னுடைய பெற்றோர்கள் இப்பொழுது முடித்திருப்பார்கள் என்ற எண்ணம் எனக்கு வந்தது.

'ஆனால் இன்று என்னுடைய பிறந்தநாள்,' என்றேன்.

நான் வேண்டுமென்றே செய்திருக்கலாம். அந்தச் சமயம் அப்படிச் செய்யவேண்டும் என்று எனக்குத் தோன்றியிருக்கலாம். என்னுடைய கண்கள் நீரால் நிரம்பின.

அப்பொழுது அவன் என்னைக் கட்டி அணைத்தான். மிக விரைவாக அதைச் செய்தான். அவன் தன் கைகளை என் முதுகில் சுற்றிக் கோர்த்து என்னுடைய முகம் அவன் நெஞ்சில் அழுத்தமாகப் பதிய இறுக்கினான். பின்னர் என்னை விட்டுவிட்டு, தன் சஞ்சிகையை எடுத்து அதன் அட்டையின் வலது ஓரத்தில் தன் பேனையால் ஏதோ எழுதினான். பின்னர் அதைக் கிழித்து மூன்றாக மடித்து என்னிடம் கொடுத்தான்.

‘அதைப் படிக்கவேண்டாம்’ என்று சொல்லியபடியே மெதுவாக என்னை உடைமாற்றும் அறையின் திசையில் தள்ளினான்.

நான் நாலு வெறுமையான அறைகளைத் தாண்டிச் சென்றேன். என்னுடைய தைரியத்தை எல்லாம் திரட்டி ஐந்தாவது அறைக்குள் நுழையமுன்னர் மூன்றாக மடித்த அந்தப் பேப்பரை என்னுடைய சீருடை பக்கெட்டில் வைத்தபடி அவனைத் திரும்பிப் பார்த்தேன். நாங்கள் சிரித்துக் கொண்டோம்.

நான் நிக்கரை அணிந்து பார்த்தேன். அது நல்லாய் இருந்தது. நான் சீருடையை உயர்த்தி நிக்கர் எப்படி அழகாயிருக்கிறது என்பதைப் பார்த்தேன். உண்மையில் அது மிகக் கச்சிதமாகப் பொருந்தியிருந்தது. அது கறுப்பு கலரில் இருப்பதால் அதைப் பறித்து, ஆம்புலன்சுக்குப் பின்னால் காரை ஓட்டியபடி, யன்னல் வழியாக அதை ஆட்டுவதற்கு அப்பா கேட்கமாட்டார். அவர் அப்படிச் செய்வதை என்னுடைய வகுப்பர்கள் பார்த்தாலும் எனக்கு அத்தனை வெட்கமாக இருக்காது. ‘ஆ, அந்தப் பெண்ணின் நிக்கரைப் பாருங்கள். என்ன நேர்த்தி’ என்று நினைப்பார்கள்.

இனி நிக்கரைக் கழற்றமுடியாது என்று எனக்குப் பட்டது. இன்னும் ஒன்று எனக்குத் தோன்றியது. அந்த நிக்கரில் பாதுகாப்புப் பட்டை இல்லை, ஆனால், அது இருந்த அடையாளம் மட்டும் காணப்பட்டது. எச்சரிக்கை மணி அடிக்கவைக்கும் பட்டை நிக்கரில் கிடையாது. கண்ணாடிக்கு முன் நின்று என்னைப் பார்த்தபடி சிறிது நேரம் நின்றேன். பின்னர் கொஞ்சம் அலுப்புவர பையில் இருந்த பேப்பர் துண்டை எடுத்து வாசித்தேன்.

வெளியே வந்தபோது நான் விட்ட இடத்தில் அவன் இல்லை; ஆனால், சிறிது தூரத்தில் குளியல் உடுப்புகளுக்குப் பக்கத்தில் நின்றான். அவன் என் கையில் நிக்கர் இல்லாததைப் பார்த்துக் கண் சிமிட்டினான். நான் அவனது கையைப் பிடித்தேன். இம்முறை அவன் என் கைகளை இறுக்கினான். நாங்கள் வெளிவாசலை நோக்கி நடந்தோம்.

அவன் என்ன செய்கிறான் என்பது அவனுக்குத் தெரியும் என்றே நினைத்தேன். ஒரு சாபம் இடப்பட்ட மனிதன், உலகத்தின் ஆகத் துரதிர்ஷ்டம் கொண்ட ஒருவனுக்குக் காரியங்கள் எப்படிச் செய்யவேண்டும் என்பது தெரிந்திருக்கும். வழியில் நின்ற பல பதிவு மெசின்களைத் தாண்டி பிரதான வாசலை அடைந்தோம். காவல்காரர்களில் ஒருவன் எங்களைச் சுவாரஸ்யமில்லாமல் பார்த்துவிட்டுத் தன் இடுப்புப் பட்டியை இழுத்துச் சரிசெய்தான். அவன், என் பக்கத்தில் வந்த பெயரில்லாத அந்த மனிதன்

என்னுடைய தகப்பன் என்றே நினைத்திருப்பான். எனக்குப் பெருமையாக இருந்தது.

வாசலில் நிறுத்திவைத்த உணர்கருவிகளைத் தாண்டி பல்கடை அங்காடிக்குள் சென்றோம். அப்படியே மௌனமாக நடந்து பிரதான வீதிக்கு வந்தோம். அப்பொழுதுதான் நான் அபி மருத்துவமனை வாகன தரிப்பிடத்தில் தனியாக நிற்பதைப் பார்த்தேன். அம்மா என்னுடைய பக்க வீதியில் நின்று ஆவேசமாக எல்லா பக்கமும் பார்த்தார். அப்பாவும் கார் தரிப்பிடத்திலிருந்து எங்கள் பக்கமாக நகர்ந்தார். எங்கள் காரை முன்னர் எரிச்சலாகப் பார்த்தபடி சுற்றிய போலீஸ்காரன் சுட்டிக்காட்டிய திசையில் அப்பா எங்களை நோக்கி வேகமாக நடந்தார்.

சகலதும் வெகு விரைவாக நடந்து முடிந்தது. அப்பா எங்களைப் பார்த்து என் பெயரைச் சொல்லி அலறினார். சில வினாடிகள் கழிந்து அந்தப் போலீஸ்காரனும் இன்னும் இரண்டுபேரும் எங்கள் மேல் பாய்ந்தனர். அதிர்ஷ்டம் இல்லாத அந்த மனிதன் என் கைப்பிடியை விட்டான். ஆனால், என்னுடைய கை சிறிது நேரத்துக்கு அவன் பக்கமாக நீண்டு அந்தரத்தில் தொங்கியது. அவர்கள் அவனைச் சுற்றிப் பிடித்துத் தள்ளினார்கள். அவன் அங்கே என்ன செய்கிறான், அவனுடைய பெயர் என்ன, என்றெல்லாம் கேட்டார்கள். ஆனால், அவன் பதில் சொல்லவில்லை. அம்மா என்னை அணைத்துக்கொண்டு என் உடலின் ஒவ்வொரு பாகத்தையும் தலையிலிருந்து கால்வரை ஆராய்ந்தார். என்னுடைய வெள்ளை நிக்கர் அவருடைய வலது கையில் தொங்கியது. என் உடலின் அனைத்து பாகங்களையும் தடவிப் பார்த்த அவர் நான் வேறு நிக்கர் அணிந்திருப்பதைக் கண்டுபிடித்தார். அத்தனை பேருக்கும் முன்னால் ஆவேசமாக அம்மா என்னுடைய பாவாடையைச் சட்டென்று மேலே தூக்கினார். அது இங்கிதம் இல்லாத ஆபாசமான செயல். நான் அதைப் பறித்து இரண்டு அடி பின்னுக்கு நகர்ந்து விழாமல் சுதாரித்துக் கொண்டேன். அதிர்ஷ்டமில்லாத அந்த மனிதன் என்னைப் பார்த்தான்; நான் அவனைப் பார்த்தேன். அம்மா அந்தக் கறுப்பு நிக்கரைக் கண்டு அலறினாள். 'நாய்க்குப் பிறந்தவன், நாய்க்குப் பிறந்தவன்.' அப்பா அவன்மேல் பாய்ந்து ஒரு குத்துவிட முயன்றார். போலீஸ்காரர்கள் அவர்களைப் பிரித்துவிட்டார்கள்.

என்னுடைய சீருடையின் பக்கெட்டுக்குள் மடித்துவைத்த கடுதாசித் துண்டைத் தேடியெடுத்து வாயிலே போட்டு விழுங்கிய அந்தத் தருணத்தில் அவனுடைய பெயரை, இனி என்றென்றும் மறக்க முடியாதவாறு, பலமுறை மௌனமாக உச்சரித்தேன்.

ஒரு புதிய எசமான்

ஹன்னா கிராப்ட்ஸ்

(1850 ஆண்டு அளவில் அமெரிக்காவின் வட கரோலைனா விலிருந்து தப்பி ஓடிய பெண் அடிமை ஹன்னா கிராப்ட்ஸ் எழுதியதாகச் சொல்லப்படும் 301 பக்கங்கள் கொண்ட கையெழுத்துப் படி சமீபத்தில் நடந்த ஏலம் ஒன்றில் வெளிப்பட்டது. அதில் கண்ட ஒரு பக்கத்தின் தழுவல்.)

நித்திரை வராத அந்த இரவு முழுவதும் என் மனத்தை அமைதிப்படுத்த தோற்றுவிட்டேன். இறுதியில் விதிப்படி நடக்கட்டும் என்று நினைத்து காலையில் எழுந்தபோது, என் மனம் சோர்ந்துபோய்ப் படபடப்புடனும் நோய்க்குணத்தோடும் இருந்தது. வேலைக்காரக் கிழவன் என் காலை ஆகாரத்தைக் கொண்டுவந்து வைத்தான். அது நல்லாய் இருந்தாலும் என்னால் அதை உண்ண முடியவில்லை. அமைதியிழந்த மனம் உணவுச் சுவையை நாடவில்லை. ஆகவே தங்க நிற வெண்ணெயையும் பனி போன்ற மிருதுவான ரொட்டியையும் மறுத்தேன். ஏதோ பலிக்குத் தயாராவது போல மனது போட்டு அடித்தது.

'நீ சாப்பிடவேண்டும், உனக்கு நீண்ட பயணம் காத்திருக்கிறது' என்றான் கிழவன்.

'என்ன மாதிரிப் பயணம்?' என்று விசாரித்தேன்.

'உன்னை விற்றுவிட்டார்கள், தெரியாதா?'

என் வாழ்க்கையில் இப்படி மிகவும் முக்கியம் வாய்ந்த ஒரு சம்பவம் எனக்கே தெரியாததில் அவன் ஆச்சரியம் காட்டினான்.

'யாருக்கு?'

'ஆர், சாட்லருக்குத்தான். அவன்தானே அடிமை வியாபாரி. நான் உனக்கு இதைச் சொல்லியிருக்கக் கூடாது.'

'இதுபற்றி உனக்கு நிச்சயம் தெரியுமா?'

'நிச்சயம்தான்.' ஒரு பேயின் இளிப்பைக் காட்டிவிட்டு, காலை உணவுப் பாத்திரங்களைத் தூக்கிக்கொண்டு அவன் போனான்.

ஒருவரை வாங்குவது, விற்பது என்பது அநேகத்தில் ஒரு கொடூரமான செயல்தான். இது என் இதயத்தை உலுக்கிய அதே சமயம் என் மூளையையும் சில்லிட வைத்தது. என் தலை சுற்றியது. ஆனால், ஒரு கணத்துக்குத்தான். என் வாழ்க்கையில் நான் அனுபவித்த தொல்லைகளும், ஏக்கங்களும்தான் இந்தத் தகவலால் நான் மூழ்கடிக்கப்படாமல் என்னைக் காப்பாற்றின. என்னுடைய இந்த அழிந்துவிடக்கூடிய உடலுக்குத்தான் அவர்கள் எசமானர்கள், என்னுடைய ஆத்மாவுக்கல்ல என்ற எண்ணம் எனக்கு ஏற்பட்டது. என்னுடைய அழியாத்தன்மையை ஒன்றும் செய்யமுடியாது. கடவுள் மேலே நான் கொண்டிருக்கும் நம்பிக்கையையோ, வாழ வேண்டும் என்ற துடிப்பையோ அசைக்கமுடியாது. என் வாழ்வின் உத்தரவாதத்தையோ, ரட்சகர் சிந்திய ரத்தத்தின் மகிமையையோ சிறிதும் குறைக்க முடியாது.

அந்தக் கிழவன் தவறாகச் சொல்லிவிட்டான். என்னை அவர்கள் விற்கவில்லை. ஆனால், அப்படிச் சொன்னதற்கு ஏற்பவே நிகழ்வுகள் கூடி வந்தன.

மதிய நேரத்தில் வண்டிச் சக்கரங்கள் உருளும் ஓசையும் குதிரைகளின் குளம்பொலியும் வீட்டுக்கு அண்மையில் கேட்கத் தொடங்கின. இதைத் தொடர்ந்து ஒரு மனிதனின் காலடிகள் கேட்டன. பிறகு பல குரல்களின் முணுமுணுப்புச் சத்தம் பக்கத்து அறையில் இருந்து வந்தது. என்னுடைய கதவை அடித்துத் திறந்தார்கள். உரத்த குரலில் யாரோ 'அதோ அவள்' என்று கூறியது கேட்டது.

அந்தக் குரலின் சொந்தக்காரர் மிஸ்டர் ராப்பே என்பது எனக்குத் தெரியும். ஓர் அந்நியக் குரல் அப்போது, 'ஏன் மிஸ்டர் ராப்பே, இந்தப் பெண் அழகானவள் என்று சொன்னதாக ஞாபகம். என் கண்ணுக்கு இவள் அசல் வீட்டுப் பெண்ணாக அல்லவோ காட்சியளிக்கிறாள்.'

'ஆனால், நீர் அவளுடைய நல்ல அம்சங்களை இன்னும் காணவில்லை' என்று ராப்பே சொன்னார். 'உள்ளே வந்து அவளு டைய வசீகரங்களின் கணக்கை நீரே பார்த்துக்கொள்ளும்; அவை அளவில் சிறியதாயும் இல்லை, குறைவாயும் இல்லை.'

நான் தூரத்து மூலையில் ஒடுங்கிக் கொண்டபோது அந்த இருவரும் உள்ளே வந்தார்கள்.

'இல்லை, இது சரியில்லை,' என்றார் ராப்பே. 'இங்கே வந்து உன்னை வடிவாகக் காட்டு. மிஸ்டர் சாட்லர் உன்னைக் காட்டிலும் பார்வைக்கு லட்சணமான ஒரு கறுப்பு அடிமைப் பெண்ணைப் பார்த்திருக்கவே மாட்டார். வெளியே வா, நான் சொல்லுறன்.'

வேறு வழியின்றி நான் அந்தக் கட்டளைக்குக் கீழ்ப்படிந்தேன். ராப்பே சொன்னார், "நான் என்ன சொல்லுறன், இதிலும் பார்க்க அருமையான பெண் சதையை நீர் இந்த வேர்ஜினியா முழுக்கத் தேடினாலும் பார்க்க முடியாது. அவளுடைய பாதங்களைப் பாரும். ஒடிந்து விழும்போல சிறியவை. குதியங்கால்கள் இன்னும் அழகு. மனசாட்சியின்படி இந்தத் தொகைக்கும் குறைவாக நான் எப்படிச் சம்மதிக்க முடியும். இவளால் உங்களுக்குச் செல்வம் குவியவல்லவோ போகுது.'

'நல்லாய்த்தான் கதைக்கிறீர்' என்றார் சாட்லர்.

'நான் இவளிலும் பார்க்க அழகான அடிமைகளை அதிக தரம் வாங்கியிருக்கிறேன், அதுவும் குறைந்த விலைக்கு. இன்னும் பாரும், இவள் வெருண்டு கொண்டிருப்பது நிற்கவில்லை; இதையும் கவனிக்கவேணும். இருந்தாலும் நான் ஓர் அடிமைக்கூட்டம் தயார் செய்து கொண்டிருக்கிறேன். அதனாலே இவளையும் அதிலே சேர்த்துக் கொள்ளலாம். ஆனால், நீர் இரண்டு அடிமைகளை யல்லவோ தள்ளிவிடப்போவதாகச் சொன்னீர். எங்கே மற்றது?'

'செத்துவிட்டது.'

'ஏன்? எப்படி? என்ன நடந்தது?' என்று சாட்லர் விசாரித்தார். 'என்னுடைய ஞாபகத்தின்படி அவை எல்லாம் நல்லாய் இருப்பதாக இரண்டு மூன்று நாள் முன்புதானே சொன்னீர்.'

'அவள் வியாதியால் சாகவில்லை. உண்மை என்னவென்றால் ஒரு ரத்த நாளம் வெடித்துதான் இறந்தாள். என்னுடைய கணிப்பின் படி ஒன்று அல்லது இரண்டு ஆயிரம் துப்புரவான நட்டம்.'

சாட்லர் சொன்னார், 'எவ்வளவு துரதிர்ஷ்டம். இந்தப் பெண் அடிமைகள் சாகவே செய்வார்கள். இவர்களுக்கு மாத்திரம் விபத்துகள் அடிக்கடி ஏற்படுவதைப் பற்றி நான் சில நேரங்களில் யோசித்திருக்கிறேன். இப்படியான இழப்புகள் எனக்கும் நேர்ந்திருக்கின்றன. கிட்டத்தட்ட பத்தாயிரம் டொலர்கூட அந்த இழப்பை ஈடுகட்ட முடியாது. இந்த பிஸினஸ் மிக லாபகரமாக இல்லாதிருந்தால் இப்படியான சம்பவங்கள் என்னை மூழ்கடித்திருக்கும்.'

‘என்னுடைய வியாபாரம் முழுக்க அழகான பெண் அடிமைகளிலேயே தங்கியிருக்கிறது. இந்தத் தொழில் ஆண் அடிமைகளை ஆளுவதிலும் பார்க்க மோசமானது. இந்தப் பெண்கள் எப்பவும் விறைப்பாகவும் வெருண்டபடியுமே இருப்பார்கள். அந்தச் சமயத்தில் அவர்களுடைய எரிச்சலைச் சம்பாதிக்கக்கூடாது. அப்படிச் செய்தால் அதுகள் பத்ரகாளியாகி எப்படியும் கழுத்துகளை முறித்துக் கொள்ளும் அல்லது பட்டினியாலே உருகி எலும்புக்கூடாகிவிடும். நான் ஒருமுறை ஒரு குழுவில் ஆறு அடிமைகளை ஒரே பருவகாலத்தில் இழந்திருக்கிறேன். எனக்கு நியூ ஓர்லியன்ஸில் பெரிய ஓடர் இருந்தது. இளமையான, லட்சணமான, குழந்தைகள் இல்லாத கறுப்பு அடிமைகளுக்கு. குழந்தையே இல்லாத 18, 20 வயதுப் பெண்ணை எங்கே தேடுவது, அதுவும் 50, 100 என்று சேகரிப்பது நடக்கக் கூடிய காரியமா?’

பயத்தினால் நடுங்கியபடி நான் மூலைக்குள் போய்ச் சுருங்கிக் கொண்டேன். அந்தக் கனவான்கள் வசதியாக இருந்துகொண்டு சம்பாஷணையைத் தொடர்ந்தார்கள். அதேவேளை மிஸ்டர் ராப்பே தன் கண்களை என் மீது பதியவிட்டபடியே இருந்தார்.

தொடர்ந்து சாட்லர் சொன்னார், ‘இறுதியில் பெண் அடிமைகளைப் பிள்ளைகளோடும் பிள்ளைகள் இல்லாமலும் சேகரித்து, பிறகு பிள்ளைகளை எப்படியும் ஒழித்துக்கட்டிவிடுவது என்று தீர்மானித்தேன். ஆனால், அவை படுத்திய பாடு. லூயிஸ் என்பவள் அந்தக் குழுவிலேயே புதுசா, அழகாயிருந்தாள். தன் குழந்தை உண்மையிலேயே காணாமல் போனதை அறிந்தவுடன் ஆற்றிலே குதித்துவிட்டாள்.’

‘இன்னொருத்தி தன் மகன் இருக்கிறான் என்று தான் முடிவெடுத்த இடத்துக்குத் தப்பி ஓடிவிட்டாள். அவளைக் கண்டுபிடித்தது ஓவர்சியர்தான். அங்கே அவள் அந்நியமாய் இருந்தபடியால் அவளை பிளட் ஹவுண்ட் நாய்களுடன் போட்டு அடைத்துவிட்டான். அந்த நாய்கள் பேய்த்தனமான மூர்க்கம் கொண்டவை. அவளைத் துண்டு துண்டாகக் கிழித்து அவள் அழகைச் சிதைத்து என் வியாபாரத்துக்கு உதவாதவளாக்கிவிட்டன. அதனால் அவளை அடிவிலைக்குக் கொடுக்கவேண்டி வந்தது.’

‘அது சரி. இப்ப இவளுடைய பேர் என்ன?’

‘ஹன்னா.’

ஆசிரியரைப் பற்றிய குறிப்பு:

டேவிட் பெஸ்மொஸ்கிஸ் என்பவருடைய பெயர் சமீப காலங்களில் திடீரென உலக பிரபல்யம் அடைந்தது. டைம் வார இதழ் இவரைப்பற்றி எழுதியது. கனடாவின் பத்திரிகைகள் இவருடைய பேட்டியை வெளியிட்டன. இன்னும் பல பத்திரிகைகள் இவரை மொய்த்தன. ஒருகட்டத்தில் இவர் பேட்டி கொடுப்பதையே நிறுத்தி விட்டார். லற்வியாவில் பிறந்த இவர் குடும்பத்துடன் ரொறொன்ரோவுக்கு 1980இல் குடிபெயர்ந்தபோது இவருக்கு வயது ஏழு. அப்பொழுது இவருக்கோ, பெற்றோருக்கோ ரஸ்ய மொழிதவிர வேறு ஒரு பாஷையும் தெரியாது. ஆனாலும் சிறுவன் டேவிட் விடாமுயற்சியுடன் ஆங்கிலத்தைக் கற்றான். மக்கில் பல்கலைக்கழகத்தில் ஆங்கில இலக்கியத்தைப் பாடமாக எடுத்துத் தன்னுடைய முப்பதாவது வயதில் நடாஷா என்ற சிறுகதைத் தொகுப்பை வெளியிடுகிறார். அது புயல்போல வட அமெரிக்காவை உலுக்கி எடுக்கிறது. விமர்சகர்கள் புகழ்ந்தார்கள். நாற்பது வருடங்களாக எழுதிவரும் மூத்த கனடிய எழுத்தாளர் அலிஸ் மன்றோவுடன் இவரை ஒப்பிட்டார்கள். இன்னும் சிலர் அன்ரன் செக்கோவ் என்று சொல்கிறார்கள். இவருடைய கதைகள் எல்லாமே ஒரு சுயசரிதைத் தன்மையுடன் இருக்கின்றன. ரஷ்யாவில் இருந்து அகதிகளாகக் குடிபெயர்ந்து கனடாவில் காலூன்ற முயன்ற யூதக் குடும்பங்கள் சந்தித்த அவமானங்கள், சிறுமைகள், சாவுகள், காதல்கள் என்று எல்லாவிதமான உணர்வு களையும் தொடுகிறார். ஒவ்வொரு கதையும் ஏதோ ஒரு வகையில் உங்கள் வாழ்க்கை அனுபவத்தை மீட்டுத் தருகிறது. ஒரு நல்ல படைப்பாளிக்குத் தேவையான வசீகரமான நடை, கூர்மையான பார்வை, அனுபவச் செறிவு என்று எல்லாம் இவரிடம் இருக்கிறது. சுவையான வாசிப்பு, மறக்கமுடியாத அனுபவம். துயர இசை பாதியில் நின்றுபோனது போல மனம் மீதி இசையைத் தேடுகிறது.

ரோமன் பேர்மன் மஸாஜ் – மருத்துவர் டேவிட் பெஸ்மொஸ்கிஸ்

என்னுடைய அப்பா ஒரு வருடத்திற்கு மேலாக, பல இரவுகள் மருத்துவப் புத்தகங்களையும் அகராதிகளையும் வைத்துக் கொண்டு தன்னைச் சித்திரவதை செய்துவந்தார். சொக்கலட் தொழிற்சாலையில் நீண்ட பகலைக் கழித்துவிட்டு வந்த பிறகு தன்னுடைய படுக்கை அறையில் விளக்கை எரியவிடுவார்.

சமையலறையில் எங்களுடன் சூப் அருந்துவார். ஆனால், தன்னுடைய பிரதான உணவை ஆட்டம் போடும் ஒரு சோவியத் ஸ்டூலில் வைத்து எடுத்துக்கொண்டு படுக்கை அறைக்குப் போய் விடுவார். அவருடைய வேலை கடினமானது. அவருக்கு வயது ஐம்பதை நெருங்கிக்கொண்டிருந்தது. அவருடைய சொற்ப ஆங்கிலம் அவருக்குக் கருவியாக இருப்பதற்குப் பதில் எதிரியாக இருந்தது. லற்வியாவில் விளையாட்டுத் துறை அமைச்சரகப் பணியிலிருந்து விலகிய பிறகு என்னுடைய அப்பா பால்டிக் கரையோரத்தில் மஸாஜாளராக சனடோரியங்களில் வேலை பார்த்தார். அதற்கான ஒரு தராதரப் பத்திரம் அவருக்குத் தேவையாக இருக்கவில்லை. குறைந்தபட்ச பயிற்சியும், நெருக்கமான தொடர்புகளும் போதுமானதாக இருந்தன. ஆனால், புதிய நாட்டில் தராதரப் பத்திரம் பெறுவதற்கு அவர் சிக்கலான பல மருத்துவப் பெயர்களை மனனம் செய்யவேண்டி இருந்தது. அத்துடன் எட்டு மணி நேரப் பரீட்சையை வேற்று மொழியில் எழுதவேண்டும். பரீட்சையில் பாஸ் செய்தால் அவர் தனக்குச் சொந்தமாக ஒரு தொழிலை ஆரம்பிக்கலாம். சொக்கலட் தொழிற்சாலைப் பணி தவிர அவர் இத்தாலிய சனசமூக மையத்தில் தாதாக்களுக்கும் முதலாளிகளுக்கும் மஸாஜ் செய்தார். ஏழு அமெச்சூர் பாரம் தூக்குபவர்களுக்குப் பயிற்சியளித்தார். அதில் கிடைத்த வருமானம் மெத்த குறைவு, ஆனால் தொடர்புகள் கிடைத்தன. சொந்தமான தொழில் தொடங்கினால் சில இத்தாலியர்களைத் தன்னுடைய பிசினஸுக்கு இழுக்கலாம் என்பது

நிச்சயம். சரியான இடம் கிடைத்தால் கிழட்டு வயதான போலந்து யூதர்கள் கட்டாயம் வருவார்கள். இது நடந்த 1983ஆவது வருடத்தில், ரஸ்யாவில் இருந்து குடியேறிய யூதர்களுக்கு, அரசியல் அகதிகள் என்ற வகையில் நல்ல ஆதரவு இருந்தது. எங்கள் சரித்திரத்தை வைத்துப் பிழைத்துக்கொள்ளலாம்.

என்னுடைய அப்பா பரீட்சை எழுதும் அன்று காலை அம்மா ஒம்லட் செய்து அதோடு தக்காளியும் நறுக்கி வைத்தார். அப்பா அவசரமாக அதைச் சாப்பிட்டபடி தேநீரையும் விழுங்கிக் கொண்டிருந்தார். அவருடைய வெறும் பாதங்கள் ஒருவித சத்தத்தோடு செருப்புக்குள் போவதும் வருவதுமாக இருந்தன. நான் மூடிய அரங்கு உதைபந்தாட்ட தெரிவுகள் பற்றிக் கூறினேன். மயிர்வைத்த மஞ்சள் பந்து பற்றியும் சொன்னேன். அப்பா அரைவாசி ஒம்லட்டில் எழுந்து தண்ணீர்ப் போக்கியில் வாந்தி யெடுத்தார். ஒரு போருக்குக் கிளம்புவதுபோல அப்பா உணர்ச்சி யில்லாமல் எங்கள் குடியிருப்பை விட்டுப் புறப்பட்டார். திடீரென்று ஏற்பட்ட ஓர் அன்பு பிரவாகத்தில் அம்மா அவருக்கு ஒரு முத்தம் கொடுத்தார். அவர்கள் நடுக்கூடத்தில் இப்படிக் கட்டிப்பிடித்தனர். ஏனென்றால், வாசல் படியில் வைத்து முத்தம் கொடுப்பது நல்ல சகுனம் அல்ல. தரிப்பிடத்தில் இருந்து பிரம்மாண்டமான பச்சை பொண்டியாக்கை அவர் பின்னுக்கு எடுத்ததை நான் சன்னல் வழியாகப் பார்த்தேன். பங்குனி மாத இறுதி என்றபடியால் இன்னும் குளிர் இருந்தது. காரின் வெப்பக்கருவி வேலை செய்யவில்லை. அப்பா பின்ச் சாலையில் திரும்பியபோது, அவருடைய உறைந்த மூச்சுக்காற்று நீளமாகப் பரவுவதை நானும் அம்மாவும் பார்த்துக்கொண்டிருந்தோம். “கடவுள் தயை, கடவுள் தயை” என்று அம்மா சொன்னார்.

மூன்று வாரங்களுக்குப் பின் பி.டி.எம்மில் இருந்து கடிதம் வந்தது. சட்டம்போட்டு அலுவலகத்தில் மாட்டி வைக்கும் சான்றிதழ் பின்னால் வரும். எங்கள் குடியிருப்புக்குக் கிட்ட உள்ள ஒரு வணிக வளாகத்தின் பின்னால் இருந்த உணவகத்தில் இந்த வெற்றியைக் கொண்டாடினோம். எங்கள் குடும்பத்தவர் சார்பாக நானே காளான், பெப்பரோனி போட்ட பெரிய பிட்ஸாவுக்கு ஆணை கொடுத்தேன். எங்கள் எதிர்கால வெற்றிக்காகச் சீறியடிக் கும் கோக்கை அருந்தினோம்.

அடுத்த வார இறுதியில் ஸன்னிபுரூக் ஓர் அறை வாடகைப் பத்திரத்தில் அப்பா கையொப்பமிட்டார். இங்கேதான் நான் தலை

மயிர் வெட்டுவதும் பலசரக்குச் சாமான்கள் வாங்குவதும். ஸ்மோல்நெக் யூரி என்பது டொலருக்குப் பலமான, பித்தளைக் கரை வைத்த மஸாஜ் மேசை செய்து தந்தான். அதன் அரைவாசி விலைக்கு ஒரு சாதாரண மேசையைக் கிழக்கு தொங்கலில் அப்பா வாங்கினார். இரண்டு அலுவலக நாற்காலிகள் விலை ஒவ்வொன்றும் பத்து டொலர். இத்தாலிய சனசமூக மைய ஆள் ஒருவர் கொடுத்த அறிவுரையில் அப்பா ரீடர்ஸ் டைஜஸ்டுக்கு ஒரு வருடசந்தா கட்டினார். ஒரு நல்ல மருத்துவ இடம் என்ற நம்பிக்கையைத் தருவதற்கு டாவென்போர்ட் என்ற இடத்திற்குக் காரில் சென்று ஒரு பச்சை மூன்று மடிப்பு மறைப்பு தட்டியை வாங்கினோம்.

இறுதி அலங்காரங்கள் என் அம்மாவினால் செய்யப்பட்டன. ஒட்டும் எழுத்துகளை வாங்கிக் கதவில் ரோமன் பேர்மன், மஸாஜ் மருத்துவர் என்று அம்மா ஒட்டி வைத்தார்.

ஆரம்பகால பரபரப்பு அடங்கியதும் உண்மையின் சொரூபம் மெல்ல வெளியே தெரிய ஆரம்பித்தது. சனசமூக மையத்தைச் சேர்ந்த சில இத்தாலியர்களையும் ரஷ்ய நண்பர்களையும் தவிர வேறு ஒருவருக்கும் ரோமன் பேர்மன் மஸாஜ் மருத்துவம் இருப்பது தெரியாது. தாஸ்கெண்டில் இருந்து வந்த போரிஸ் கிராஸ்னஸ்கிதான் முதல் நோயாளர். அவருடைய முதலாளி இதனால் ஏற்படும் சிறு செலவைத் தாங்கிக்கொள்வதாகச் சொல்லியிருந்தார்.

ஆனால் அதிலும் சிறு பிரச்சினை. என்னுடைய அப்பாவுக்கு போரிஸ் பெரும் உதவி செய்வதால் அப்பாவுக்குக் கிடைக்கும் பணத்தில் மூன்றில் ஒரு பங்கு லஞ்சமாகக் கேட்டார். உலர்ந்த சாமான்கள் விற்கும் ஜோ கலாட்டி வீட்டில் செய்த மதுவகையுடன் வந்து தனக்கும் மகனுக்கும் இடையில் ஏற்பட்ட பிணக்கைப் பற்றிக் கூறுவார். ஜோவின் பேச்சில் ஆழமான இத்தாலிய உச்சரிப்பு தொனி இருக்கும். என்னுடைய அப்பாவின் ஆங்கிலம் மெதுவாக முன்னேறியது. மது முடியும்போதுதான் மஸாஜ் வேலை முடிவுக்கு வரும்.

நேப்பிள்ஸாலிருந்து வந்த பாதி இளைப்பாறிய ஸால் அவருடைய மனைவியின் மச்சானுடன் வந்தார். வந்து ஒருவாரத்துக்குள் சாரக்கட்டிலிருந்து விழுந்து மச்சானுக்குக் காயம். அவருக்கு ஆங்கிலம் தெரியாது, காரோட்டவும் தெரியாது. ஸால் குற்றவுணர்வினால் மச்சானைச் சனிக்கிழமை பின்மதியங்களில் காரில் கூட்டி வருவார். மனைவிக்கு இதனால் சிறு ஓய்வு கிடைக்கும்.

என்னுடைய அப்பா மச்சானை மஸாஜ் பண்ணுவார். ஸால் தடுப்புக்கு அப்பால் உட்கார்ந்து ரீடர்ஸ் டைஜஸ்ட்டை வாசித்தபடி இருப்பார்.

ஜோ, ஸால் போன்றவர்கள் நல்லெண்ணம் கொண்டவர்கள். என் அப்பாவை அவர்களுக்குப் பிடிக்கும். ஆனால், சில தடவை வந்தபிறகு நின்றுவிட்டார்கள். சனசமூக மையத்தில் சூட்டுக் குளியலும் இன்னும் பல கவர்ச்சிகளும் இருந்ததுதான் காரணம். அப்பா வேலை செய்த இடத்தில் இப்போது இன்னொரு ரஸ்யர் வேலை செய்தார். எல்லோரும் அவர் என் அப்பா அளவு திறமையானவர் அல்ல என்று பேசிக்கொண்டார்கள். இருந்தாலும் என் அப்பாவின் நிலைமைக்கு அது உதவவில்லை. சில நாட்களுக்குப் பிறகு என் அப்பா சுவர்களைப் பார்த்துக் கொள்ளத் தொடங்கினார்.

இப்படி நடக்கும் என்ற பயத்தில் அப்பா சொக்கலட் தொழிற்சாலை வேலையை முற்றிலும் கைவிடவில்லை. இது அவரைப் பைத்தியமாக்கியது. ஆனாலும் வேறு என்ன செய்வது. அந்த வேலையை விட்டுவிட்டு இன்னொன்று தேடுவதிலும் அர்த்த மில்லை. அத்தோடு திரும்பவும் சமூக நலன் உதவி பெறுவது என்ற கேள்விக்கே இடமில்லை. சொந்தக்காலில் நிற்கும் தகுதியை எட்டிப் பிடிக்க என் பெற்றோருக்கு இரண்டு வருடம் பிடித்தது. அதிலிருந்து கீழே இறங்க அவர்கள் தயாராயில்லை. அப்பா சொக்கலட் தொழிற்சாலையில் ஐந்து நாளும், வார இறுதியில் இரண்டு நாள் மஸாஜ் வேலை செய்யவும் முடிவெடுத்தார். மஸாஜ் வேலை ஒரு நியாயமான வருமானத்தைத் தரத்தொடங்கியதும் சொக்கலட் வேலையை விட்டுவிட்டு முழு நேர மஸாஜ் வேலையில் ஈடுபடுவார். அவருக்கு வந்த நோயாளர்கள் மறையத் தொடங்கியதும் அப்பா சொக்கலட் தொழிற்சாலையை விடலாம் என்ற நம்பிக்கையை இழக்கத் தொடங்கினார். இந்த முடிவுகள், விவாதங்கள் எல்லாம் என்னிடம் இருந்து மறைக்கப்படவில்லை. எனக்கு ஒன்பது வயது. நான் அவர்களிடமிருந்து பல விஷயங்களை மறைத்திருந்தேன். ஆனால், அவர்கள் எனக்கு முன்னால் வெளிப்படையாக விவாதிக்காத விஷயங்களே இல்லை. சில வேளைகளில் என் அபிப்பிராயத்தைக் கூடக் கேட்டார்கள். இந்த நாட்டிற்கு அவர்கள் அந்நியர்கள். ஆனால், நான் ஒரு பையனாக மட்டும் இருந்தாலும் என்னுடைய அந்நியத்தன்மை குறைவானது என்று அவர்கள் கருதினார்கள். என்னுடைய அப்பாவின் மஸாஜ் தொழில் மெதுவாக ஓய்வுக்கு வந்து நின்றபோது, நண்பர்கள்

சிலரின் புத்திமதிப்படி அப்பா ஒரு ராபியின் உதவியை நாடிச் சென்றார். இதற்கு முன்னும் பலர் அவர் உதவியை வேண்டியிருக்கிறார்கள். ஒரு வேலை தேட பீலிக்ஸ், ஒரு பழைய காரை விற்பதற்கு ஒலேக், ரோபிக்கும் ஏடாவும் கடன் உத்தரவாதக் கையொப்பம் பெறுவதற்கு. ரஸ்ய யூதர்களுக்கு இந்த ராபி விசேஷமாகக் கருணை காட்டுபவர். உதவி பெறும் வாய்ப்பை அதிகமாக்க அப்பா என்னையும் அழைத்துச் சென்றார்.

ராபியின் முன்னிலையில் பளிச்சென்று தோன்றுவதற்காக அம்மா என் கால்சட்டையை இஸ்திரி செய்து, வெளுத்த கொல்ஃப் சேர்ட்டையும் எனக்கு அணிவித்திருந்தார். நானும் அப்பாவும் யாமுக்கி தரித்து, கைகளைப் பிடித்துக்கொண்டு அப்பாவின் அலுவலகத்திலிருந்து சமீபமாக உள்ள யூதக் கோயிலுக்கு நடந்தோம். இப்படி என்னுடைய அப்பாவின் அருகாமையில் இருக்கும் நேரம் எனக்கு அரிது. வழக்கமாக அப்பா ஏதாவது வேலை செய்து கொண்டிருப்பார் அல்லது வேலை இல்லையென்று வருத்தப்பட்டுக் கொண்டிருப்பார். நான் நடக்கும்போது அந்த மௌனத்தைக் கடகடவென்று என் பேச்சால் நிரப்பினேன். என்னுடைய மூன்றாவது வகுப்புத் திட்டங்களை, கோடைக் காலத்து உதை பந்தாட்டக் குழுவில் எடுபடுவதுபோன்ற விபரங்களைக் கூறினேன். ஜூன் மாதத்து வெப்பமான ஞாயிறு அது. போகும் வழியில் தென்பட்ட பலருக்கும் வீட்டுத் தோட்டத்தில் காணப்பட்ட ஆண்கள், கடைச் சாமான்களைக் காவிச் செல்லும் பெண்கள், பியூக் கார்களில் மிதந்து செல்லும் இளைப்பாறியவர்கள், இவர்கள் எல்லோருக்கும் நாங்கள் ஒரு நல்ல சோடியாகத் தென்பட்டிருக்கும் – ஞாயிறு மாலை உலாத்தப் போகும் தகப்பனும் மகனும். ராபியின் மேசையின் முன் உட்கார்ந்து என்னுடைய அப்பா தன்னுடைய தேவைகளை விவரிக்க மொழியோடும் தன்மானத்தோடும் அவஸ்தைப்பட்டார்.

அவருக்குப் பக்கத்தில் நான் பேசாமல் இருந்து சந்தர்ப்பத் துக்குத் தகுந்த முகபாவத்தை வெளியிட்டுக் கொண்டிருந்தேன். எங்களுடைய இக்கட்டான நிலைமை எனக்கு நல்லாகவே தெரிந்திருந்தது. என் அப்பாவின் அவமானம், என்னுடைய அவமானம், அத்துடன் ராபியின் அவமானத்தையும் யோசிக்க வேண்டியிருந்தது. என்னுடைய அப்பாவிலும் அவர் குறைந்த வயதுடையவராக இருந்தார். அதைச் சரிக்கட்டுவதுபோலக் கடுமையான தெய்வீகத் தன்மையுடன் உட்கார்ந்திருந்தார். என்னு டைய அப்பா தன்னுடைய படிப்பு தகைமைகளை ராபியிடம்

கூறினார். ஒலிம்பிக்ஸில் பங்குகொண்ட பாரம் தூக்கும் வீரர்களைத் தான் கணக்குப் பண்ணமுடியாத அளவு எடையைத் தூக்குவதற்குப் பயிற்சியளித்தது பற்றிக் கூறினார். பால்டிக் கடல் ஓரத்தில் மிகச் சிறந்த சனட்டோரியத்தில் மஸாஜாளராக வேலை பார்த்ததைச் சொன்னார். பல மாதங்கள் செலவழித்துத் தான் படித்த படிப்பு, பெற்ற மஸாஜ் சான்றிதழ், சொக்கலட் தொழிற்சாலை வேலை, ஒரு அறை அலுவலகம் அத்துடன் மிகக் கடினமான உழைப்புக்குத் தான் தயாராக இருப்பதைச் சொன்னார். ஹீப்ரு பள்ளிக்கூடத்தில் நான் நல்ல மாணவனாகப் படிப்பதைச் சொன்னார். ராபியை என்னுடன் பேசவைப்பதில் உற்சாகம் காட்டினார். நான் எவ்வளவு நன்றாக மொழியில் தேர்ச்சி அடைந்திருக்கிறேன் என்பதைச் சோதிப்பதற்காக ராபி சிறிது அசௌகரியத்துடன் என்னுடன் எளிய ஹீப்ருவில் பேசினார்.

'உனக்குப் பள்ளிக்கூடம் பிடிக்கிறதா?'

'ஆம், எனக்குப் பள்ளிக்கூடம் பிடிக்கிறது.'

'உனக்குக் கனடா பிடிக்கிறதா?'

'ஆம், எனக்குக் கனடா பிடிக்கிறது.'

எங்கள் சம்பாசணையை ஒரு சொட்டும் விளங்க முடியாத அப்பா இடைமறித்து, நான் ஹீப்ரு பாடல்கள் அழகாகப் பாடுவேன் என்று சொல்லிவைத்தார்.

ராபி அதில் அவ்வளவாக சிரத்தை காட்டவில்லை. ஆனால், என் அப்பா என்னை நாற்காலியில் இருந்து இறக்குவதில் ஆர்வம் காட்டினார்.

ராபியின் அலுவலக அறையின் நட்டநடுவில் நின்று நான் 'தங்க ஜெரூஸலம்' பாடலைப் பாடினேன். அரைவாசியில் ராபியின் கவனம் அலைந்ததைக் கண்டு என் பாடலைக் குறைபட்ட முடிவுக்குக் கொண்டுவந்தேன். ராபி விடுதலையான உணர்வில் தன் கைகளை ஒன்று சேர்த்து ஒரு தட்டு தட்டியிருக்கமாட்டார், அப்பா முந்திக் கொண்டு நான் இன்னும் பாடுவேன் என்றார்.

அந்தப் பிரகடனத்தை உண்மையாக்க என் விலா எலும்பில் ஒரு சின்ன இடி கொடுத்தார். நானோ மகிழ்ச்சியுடன் அனாதை யாகவிட்ட பாடலை, மீண்டும் விட்ட இடத்திலிருந்து தொடர்ந் தேன். ராபி இன்னும் கூடிய கவனத்துடன் முன்னால் சாய்ந்தபடி கேட்டார். நான் பாடி முடித்ததும் ராபி ஐந்து டொலர் தாளை

என்னிடம் தந்தார். என் அப்பாவின் தொழில் பற்றி தான் வாய்மூலம் தொழுகையாளர்களிடம் செய்தி பரப்புவதாக அப்பா வுக்கு வாக்களித்தார். இன்னொன்றும் சொன்னார். விளம்பரம். பதினைந்து நிமிடம் கழித்து நாங்கள் மறுபடியும் ரோட்டுக்கு வந்தோம். கைகளைப் பிடித்தபடி வீடு நோக்கி நடந்த எங்களுடைய முயற்சிக்கு ஐந்து டொலர் கிடைத்தது. விளம்பரத்தாள்களை மலிவு விலைக்கு அடித்துத் தருபவரின் விலாசமும் எங்களிடம் இருந்தது. அடுத்து வந்த வாரம் நான், அம்மா, அப்பா எல்லோரும் எங்கள் சமையலறை மேசையைச் சுற்றியிருந்து ரோமன் பேர்மனுடைய நோய் தீர்க்கும் விளம்பரத்தைத் தயாரித்தோம். என்னிடம் பேனா தரப்பட்டது. என்னுடைய பெற்றோரின் எண்ணங்களை அப்படியே விளம்பர வாசகங்களாக மொழிபெயர்ப்பது என் பொறுப்பு. என்னுடைய அப்பா, தான் ஒலிம்பிக் விளையாட்டு வீரர்களைத் தயாரித்த பணிக்கு முதலிடம் தரவேண்டும் என்றார்.

ஏனென்றால் அது மனித தேகத்தைப் பற்றிய ஆழமான அறிவையும், நல்ல மதிப்பையும் எடுத்துச் சொல்லும். மறுபுறத்தில், என் அம்மா சோவியத் அகதி என்ற தகவலுக்கு முன்னுரிமை தருவது அவசியம் என்றார். இது மக்களுடைய குற்றவுணர்வினால் கரிசனையை ஏற்படுத்தும். அவர்களை வாசல்வரை இழுக்கும். வாசலில் வந்த பிறகு அப்பா தன்னுடைய தொழில் வித்தைமூலம் அவர்களை மயக்கலாம். இறுதியில் இரண்டையும் கலந்து செய்வது என்று முடிவானது. என்னுடைய பங்குக்கு விளம்பர அடை மொழிகள் பலவற்றை நான் சேகரித்து உதவினேன். மிகச் சிறந்த நோய்தீர்க்கும் புதிய மஸாஜ் நிறுவனம் ரோமன் பேர்மன், சோவியத் நாட்டு ஒலிம்பிக் பயிற்றுநர், கம்யூனிஸ்ட் நாட்டு அகதி, உன்னதமான நோய்தீர்க்கும் மஸாஜ் சேவையை வழங்குகிறார்.

பல வருட அனுபவங்கள், விசேஷமான ஐரோப்பிய நுண் முறைகளில். எல்லாவிதமான தசைநார், மூட்டு வலிகள், கார் விபத்துகள், வேலைத்தள விபத்துகள். கர்ப்பம், இன்னும் தேக ஆரோக்கிய வழிகள். பதிவுபெற்ற நோய்தீர்க்கும் மஸாஜ் நிபுணர். வசதியான இடத்தில் அமைந்த நிறுவனம். வீடுகளுக்கும் வருகை தரமுடியும். திருப்தி நிச்சயம்.

விளம்பரத்தாள்கள் அச்சடித்து வந்த பிறகு நானும் அப்பாவும் அவற்றை எங்கள் பொண்டியாக் காரில் ஏற்றி நிறுவனத்தின் அருகாமையில் இருந்த வீடுகளைக் குறிவைக்க முடிவெடுத்தோம்.

தெருவின் ஒரு கரையை நானும் மறுகரையை அப்பாவும் என்று பங்குபோட்டுக்கொண்டோம். என்னுடைய வெட்கத்தை மறைப்பதற்காக நான் இதை ஒரு போட்டியாக்கினேன். யார் முதலில் முடிப்பது. நான்தான் முதலில் முடிக்கவேண்டும். வீட்டுக்கு வீடு நான் ஓடினேன், அவர்களுடைய கடிதப்பெட்டிகளை விளம்பரத்தாள்களால் அடைத்தபடி, அல்லது கண்களைப் பார்க்காமல் வீட்டுக்காரர்களிடம் திணித்தேன்.

இடைக்கிடை எதிர்த்திசையில் என் அப்பாவின் முன்னேற்றத் தையும் கண்காணித்தேன். அவருக்கு அவசரம் இல்லை. ஒவ்வொரு வீடாக அவர் திரிந்தார், புல்தரையை மிதிக்காமல் நடைவழிகளில் நடந்தார். நான் ஆட்களைத் தவிர்த்தபோது அவர் மட்டும் நின்று நின்று நடந்தார். வேண்டுமென்றே சன்னல்களின் முன் நடமாடி னார். அம்மாவின் கட்டளைப்படி வீடுகளின் முன்னால் யாருடைய கண்ணிலோ படவேண்டும் என்பதுபோல நடந்துகொண்டார். மெஸூஸா மடல் பதித்த வீட்டுக் கதவுகளுக்கு முன்னால் இன்னும் முனைப்பாக அலைந்தார். பலருக்கு ஆர்வமில்லை. ஒரேயொருவர் பெயரளவில் மட்டும் தன் மகனுக்கு விளம்பரத்தாள் விநியோகிக்கும் வேலை எங்கே கிடைக்கும் என்று விசாரித்தார். விளம்பரத்தாள்கள் கொடுத்து முடித்தபின் காத்திருக்கும் புதிய படலம் தொடங்கியது. ஒவ்வொரு முறை டெலிபோன் அடித்தபோதும் இதோ விடிவு காலம் வந்துவிட்டது என்று தோன்றியது. தொலைபேசி புதிதாகக் கிடைத்ததுபோலப் பட்டது. வீடு வந்த நிமிடத்திலிருந்து எங்களுக்கு அதே நினைப்பு. அது எங்களுக்கு அனுசரணையாக இருந்தது அல்லது எதிராக இருந்தது. என்னுடைய அப்பா அதனுடன் பேசினார். ஒற்றுமையைக் காட்ட நானும் அதனுடன் பேசினேன். அது ஒலிக்காமல் இருக்கும்போது அப்பா அதனிடம் மன்றாடுவார்; திட்டுவார்; வெருட்டுவார். ஆனால், அது அடித்ததும் பாய்வார். சாப்பாட்டு மேசையில் இருந்து, சொகுசு நாற்காலியில் இருந்து, கழிவறையில் இருந்து பறந்து வருவார். போன் அடித்ததும் அம்மாவும் அவர் பின்னால் பாய்வார். அவரின் காது அப்பாவின் காதுடன் ஒட்டிக்கொண்டிருக்கும், ஏதோ அப்பாவின் தலைதான் டெலிபோன் என்பதுபோல. நண்பர்கள், அவர்களின் சிநேகிதர்கள், மாமி எல்லோரும் அழைத்தார்கள். அழைத்தார்கள். வேறு யாராவது அழைத்தார்களா என்று கேட்பதற்கு அழைத்தார்கள். டொக்ரர் கோர்ன்ப்ளம் அழைத்தபோது முடிவில்லாத ஒரு வாரம் கடந்துவிட்டது. நான் வீட்டில் தனியாக இருந்த முன்மதியம். என்னுடைய அம்மா வர ஒரு மணி நேரமாகும்; அப்பா இன்னும்

பின்னால் வருவார். போன் அடித்தபோது நான் டீவி முன் தரையில் உட்கார்ந்திருந்தேன். என்னுடைய மடியில் ஹங்கேரியன் ஸலாமி சாண்ட்விச்சும், அரை டஸன் உரித்த சொக்கலட் பூசிய ப்ரூன் உறைகளும் இருந்தன. கோர்ன்ப்ளம் தன்னை ஹார்வே என்று கூப்பிடும்படி எனக்குச் சொன்னார். அவர் ஒரு டொக்ரர். என்னுடைய அப்பாவின் விளம்பரத்தாள் அவருக்குக் கிடைத்தது. அதனால் என் அப்பாவை அவர் சந்திக்க விரும்புகிறார். உண்மையில் முழுக் குடும்பத்தையும் சந்திக்க விரும்புகிறார். நாங்கள் எத்தனை பேர் இருந்தாலும் பரவாயில்லை. எல்லோரையும் வெள்ளிக்கிழமை இரவு விருந்துக்கு அழைத்திருக்கிறார். என்னுடைய பெற்றோரின் சம்மதத்தை அவர் வற்புறுத்துகிறார். தன்னுடைய பெயரின் சரியான உச்சரிப்பை அவர் சொல்கிறார். எனக்கு எல்லாம் புரிகிறதா என்று கேட்டார். தன்னுடைய போன் நம்பரைத் தந்து என் அப்பாவைக் கட்டாயம் அழைக்கக் கூறினார்.

அம்மா வீட்டுக்கு வந்தபோது நான் வெடித்துவிடுவேன் போல இருந்தது. அந்த நல்ல சேதியை நான் சொன்னபோது அரை டஸன் சொக்கலட் பூசிய ப்ரூன்களை நான் சாப்பிட்ட குற்றத்தை அம்மா சட்டை செய்யவில்லை. கோர்ன்பிளம்மின் டெலிபோன் நம்பர் குறித்த பேப்பரை நான் கொடுத்தவுடன் அம்மா டயல் பண்ணத் தொடங்கினார். என்னுடைய மாமி இந்தப் பெயரைத் தான் நிச்சயம் முந்தி கேட்டிருப்பதாகக் கூறினார். விக்டர் தகப்பன் பனியில் சறுக்கி விழுந்தவுடன் கோர்ன்ப்ளம் அல்லவா அறுவைச் சிகிச்சை செய்தது. அந்த கோர்ன்ப்ளம் நல்ல மனிதர். பணக்காரரும். அவராகத்தான் இருக்கவேண்டும் இன்னும் பலரை அம்மா தொலைபேசியில் அழைத்தார். கோபச்சா மருத்துவம் படித்தாள் ஆனபடியால் அவளுக்குப் பல டொக்ரர் மாரைத் தெரிந்திருந்தது. அவளுக்கு கோர்ன்ப்ளம்மைத் தெரியுமா. யார்? குடும்ப வைத்தியரா அல்லது எலும்பு முறிவு வைத்தியரா? அதிலே பெரிய வித்தியாசம் இல்லை. இருவருமே வெற்றிகண்ட மருத்துவர்கள். இருவரில் ஒருவர் தங்களுக்கு வரும் நோயாளர்களில் ஒரு சின்ன விகிதத்தை அனுப்பினாலும் எங்கள் தொல்லை ஒழிந்தது.

கைகளைக் கழுவி, வேலை உடையைக் களைந்த பிறகு, அப்பா அறையைக் கடந்து டெலிபோனை அணுகினார். அந்த அறையைக் கடக்கும்போதே அப்பாவின் தொழில் கம்பீரம் அவரைத் தொற்றிக் கொண்டது. அளவில்லாத பவ்வியத்துடன் கோர்ன்ப்ளம்மின் நம்பரை டயல் செய்தார். நானும் அம்மாவும் சோபாவில் அமர்ந்து

பார்த்தோம். அம்மா என்ன பேசவேண்டும் என்பதை முன்கூட்டியே படிப்பித்திருந்தார். தயாரித்த குறிப்புகளில் இருந்து கனதூரம் அலையக்கூடாது. பேச்சைச் சுருக்கமாகவும் மரியாதையாகவும் வைத்திருக்கவேண்டும். நாங்கள் கடவுளே என்று தவறாக ஏதாவது பேசிவிட்டால் பிறகு எங்கள் கதி என்ன? அப்பா டயல் செய்ததும் அங்கே மணிச்சத்தம் அடிப்பது கேட்டது. யாரோ எடுத்ததும் அப்பா கோர்ன்ப்ளம்முடன் பேசவேண்டும் என்றார். கோர்ன்ப்ளம் வருவதற்காகக் காத்து நின்றார். அந்த இடைவெளியில் அம்மா மீண்டும் வாயசைப்பின் மூலம் எப்படிப் பேசவேண்டும் என்பதை அப்பாவுக்கு ஞாபகமூட்டினார். அதற்குப் பதிலாக அப்பா சுவரைப் பார்த்து, தன் முதுகை அம்மாவுக்குக் காட்டி நின்றார். சில கணங்கள் போனபின் அப்பா தான் ரோமன் பேர்மன், மஸாஜ் மருத்துவர் என்றும் அவர் கூப்பிட்டபடியால் தான் திருப்பி அழைப்பதாகவும் கூறினார். அதற்குப் பிறகு 'ஆம், ஓகே ஹார்வே' என்றார்.

ஸ்டாலினுடைய ஆட்சிக்கு முன்பு என்னுடைய பாட்டிக்கு அம்மா ஒவ்வொரு வெள்ளிக்கிழமை இரவும் மெழுகுவர்த்தி கொளுத்தி, அப்பிள் கேக் செய்வார். என்னுடைய தாத்தாவின் ஞாபகத்தில் போருக்கு முந்திய லற்வியா யூதர்களிடம் மெழுகு வர்த்தியும் அப்பிள்கேக்கும் பிரபலம். என் அம்மா சிறுபெண்ணாக இருந்த சமயம் ஸ்டாலின் பதவியில் இருந்தார். அப்பொழுது அப்பிள்கேக் இருந்தாலும், மெழுகுவர்த்தி இல்லை. நான் பிறந்த போது இரண்டும் மறைந்துவிட்டது, ஆனாலும் அம்மாவின் மனத்தில் அப்பிள்கேக் யூதர்களுக்குச் சொந்தமானது என்ற எண்ணம் இருந்தது. இதை மனத்தில் வைத்துக்கொண்டு அப்பிள்கேக் செய்முறை சமையல் குறிப்பைத் தேடி எடுத்துக் கொண்டு, விலைகூடிய சுப்பர் மார்க்கட்டுக்கு அதற்கான பொருள் களை வாங்கச் சென்றார். அந்த வெள்ளிக்கிழமை பின்மதியம் தனக்குச் சுகயீனம் என்று வேலையிலிருந்து முன்கூட்டியே வந்து அப்பிள்கேக்கை செய்து வேகவைத்தார் அப்படி என்றால்தான் அது கோர்ன்ப்ளம்முக்குச் சூடாக இருக்கும். என்னுடைய அப்பாவும் வேலையில் இருந்து சீக்கிரம் புறப்பட்டு என்னைப் பள்ளியில் வந்து எடுத்தார். நாங்கள் வீட்டுக்கு வந்தபோது எங்கள் குடியிருப்பு அப்பிள்கேக் மணத்தில் மிதந்தது. நேரத்தை மிச்சம் பிடிப்பதற்காக என்னையும் அப்பாவையும் ஒன்றாகக் குளிப்பதற்கு அம்மா ஏவினார். அப்பாவுடன் நான் ஒன்றாகக் குளித்து பல வருடங்கள் ஆகவே கண்களை எங்கே வைப்பது என்பது எனக்குத்

தெரியவில்லை. ஆனால், அப்பாவுக்கு அவருடைய நிர்வாணமோ என்னுடையதோ பெரிய பொருட்டாக இல்லை. அவர் எனக்குச் சோப் போட்டு, தண்ணீரால் கழுவி ஒரு டவலால் என்னைச் சுற்றிவிட்டார். நான் குளியலறை வாசலில் நின்று கண்ணாடிக்கதவு வழியாக அப்பா அவசரமாக வழுக்கைத் தலையில் சோப் போட்டதையும் அக்குளைக் கழுவியதையும் பார்த்தேன். வெளியே வந்ததும் நான் இன்னும் அங்கே நின்றதை அதிசயமாகப் பார்த்தார்.

கோர்ன்ப்ளமின் வீடு எங்கள் அப்பாவின் அலுவலகத்திலிருந்து சில வீதிகளே தள்ளியிருந்தது. அவருடைய வீடு இடது பக்கத்தில் இருந்தது. ஆகவே, விளம்பரத்தாளை நான்தான் போட்டிருக்கவேண்டும். ஆனால் அது எனக்கு ஞாபகம் இல்லை. அம்மா உடனேயே வீட்டின் பெருப்பத்தை மனதிலே பதித்துக் கொண்டார். மூன்றாயிரம் சதுர அடியிருக்கலாம், அத்துடன் ஒரு தோட்டமும். அது முற்றிலும் தனியாக நின்ற வீடு எங்கள் தகுதிக்கு இரண்டு படி மேலானது. எங்கள் வீட்டுக்கும் தனிவீட்டுக்கும் இடையில் டவுன் வீடும், அரை தனி வீடும் இருந்தன. ஒரு தனி வீடு என்பது ஒருவரின் ஆகக்கூடிய அந்தஸ்தைக் காட்டுவது. எங்களுக்குத்தெரிந்த ஒருவர்கூட டவுன் வீட்டு லெவறலை இன்னும் அடையவில்லை. ஆனால், சமீபத்தில் அது பற்றிய பேச்சுகளும், திட்டங்களும் நிறைய இருந்தன.

பக்கத்து பக்கத்தில் மூன்றுபேருமாக கோர்ன்ப்ளமின் வீட்டு வாசல் நடையில் நடந்தோம். என்னுடைய அப்பா நீல ஹங்கேரியன் சூட் அணிந்திருந்தார். அது தாலின் சொச்சி சர்வதேச எடை தூக்கும் போட்டியில் பங்குபெற்றது. எனக்கு ஒரு சாம்பல் கலர் கால்சட்டையையும், மடிப்புக் குலையாத வெள்ளை சேர்ட்டையும் அணிவித்திருந்தார்கள். அந்த சேர்ட்டுக்கு மேலே, உள்ளே அல்ல, வெள்ளியில் செய்த டேவிட் நட்சத்திர பதக்கத்தை நான் அணிந்திருந்தேன். என்னுடைய அம்மா பச்சைக் கம்பளி ஆடை உடுத்தியிருந்தாள், அதற்குப் பொருத்தமான அம்பர் நெக்லஸ், பிரேஸ்லெட், காதணிகளுடன். நாங்கள் ஒரு மேட்டிமையான தொழில்துறை குடும்பம் அவர்களுடன் வகுப்பில் தொடர்ந்து A எடுக்கும் அவர்கள் மகன், எதிர்கால டொக்ரர் அல்லது சட்டத்தரணி. போலியான தைரியத்துடன் மிக நல்லாக நுனி வெட்டப்பட்ட புற்கள் அமைந்த பாதையில் நடந்தோம். மூன்று அகதிகள், அவர்களுடன் சூடு ஆறாத அப்பிள் கேக்.

அப்பா மணியை அடித்தார். உள்ளே காலடிகள். மஞ்சள் சுவெற்றரும், கால்சட்டையும் அணிந்த ஓர் ஆண் கதவைத் திறந்தார். அந்த சுவற்றெரில் ஒரு சின்ன முதலை வேலைப்பாடு ஒட்டிக் கொண்டிருந்தது. இவர்தான் கோர்ன்ப்ளம், மிக அகலமாக சிரித்துக் கொண்டிருந்தார். எங்கள் அப்பாவின் தோள்களில் கைவைத்து நாங்கள் யார் என்பதைச் சொன்னார். என்னுடைய அப்பாதான் ரோமன் பேர்மன், அம்மா பெல்லா, நான் மார்க். வீட்டுக்கு உள்ளே வரச் சொன்னார். முன்பகுதியைத் தாண்டி வீட்டின் உள்ளறைக்குச் சென்றோம். அங்கே மேசை அலங்கரிக்கப் பட்டிருந்தது. ஏற்கனவே ஆறு பேர் மேசையைச் சுற்றி அமர்ந்திருந்தார்கள். அதில் மூன்று பேர் கோர்ன்ப்ளம் போலச் சிரித்தார்கள். அப்படிச் சிரித்த ஒரு பெண் அம்மாவை அணுகினார். கோர்ன்ப்ளம், அதுதான் தன் மனைவி ரொஃஸ்ண்டா என்றார். ரொஃஸ்ண்டா நாங்கள் வந்ததில் மகிழ்ச்சி என்றபடி அம்மாவிடமிருந்த அப்பிள்கேக்கை வாங்கிக் கொண்டார். அதைக் கொண்டுவந்திருக்கக் கூடாது என்று சொல்லியபடி அதை சமையலறைக்கு எடுத்துச் சென்றார்.

கோர்ன்ப்ளம் தன்னுடைய நண்பர்களுக்கு எங்களை அறிமுகம் செய்து வைத்தார். மற்ற இரண்டு சிரித்த நண்பர்கள் ஜெர்ரியும், ஷேர்லியும். அவர்கள் எங்களைச் சந்திப்பதில் மிக்க மகிழ்ச்சி என்றார்கள். என்னுடைய அம்மா எங்களுக்கும் அப்படியே என்றார். என்னுடைய அப்பா தலையைத் தாழ்த்தி, புன்னகைத்து நன்றி என்றார். இதைச் செய்தபோது சிரிக்காத மற்ற மூவரையும் பார்த்தார். ஓர் ஆண், ஒரு பெண், பையன். எங்களைப் போல அவர்களும் அளவுக்கு மிஞ்சிய அலங்காரத்துடன் ஆடை அணிந்திருந்தார்கள். ரொஃஸ்ண்டா சமையலறையில் இருந்து வந்ததும் கோர்ன்ப்ளம் எங்களை மற்ற குடும்பத்துக்கு அறிமுகம் செய்து வைத்தார் கார்கோவிலிருந்து வந்த கெனாடி, ப்ரெடா, சீமோன், அப்படித்தானே? அப்படித்தான் என்றார் கெனாடி. அவருடைய ஆங்கிலம் என்னுடைய அப்பாவின் ஆங்கிலத்திலும் கொஞ்சம் மேலானதாக இருந்தது. ஆனால், அவருக்கு அப்பாவிலும் பார்க்க அதிகம் தங்கப்பல். ஆங்கிலத்தில் அம்மா தனக்கு அவர்களைச் சந்திப்பதில் சந்தோசம் என்று தெரிவித்தார். ஆங்கிலத்தில் ப்ரெடா நன்றி கூறினார். நாங்கள் அவர்களுக்கு எதிராக உட்கார்ந்திருந்தோம். ஜெர்ரி சொன்னார் தன் மனைவி ரஸ்யாவில் ஒரு பல் வைத்தியர் என்று. தான் ஒரு கண் வைத்தியர் என்றார். அந்த மேசையைச் சுற்றி உடம்பின் பல பாகங்களைப்

பாதுகாப்பவர்கள் இருந்தார்கள். கண்கள், பற்கள். எலும்புகளுக்கு ஹார்வே, தசைநார்களுக்கு ரோமன். மிச்சம் என்ன இருக்கிறது? கோர்ன்ப்ளம் ஒன்றிரண்டு ஊகிக்கலாம் என்றார். ஜெர்ரி சிரித்தார், ரொஃஷிண்டா சிரித்தபடி இது மிக அதிகம் என்றார். கெனாடியும், ப்ரெடாவும் தேவைக்கு அதிகமாகச் சிரித்தார்கள். அப்படியே என் பெற்றோரும், ஆனால், கொஞ்சம் குறைவாக இருக்கலாம். ரொஃஷிண்டா ஒரு பிரார்த்தனை சொல்லியபடி மெழுகுவர்த்தியை ஏற்றினார்.

நெருப்பில் வாட்டிய கோழியைப் பரிமாறியபடி கோர்ன்ப்ளம் என் பெற்றோருக்கும், இன்னும் கெனாடி, ப்ரெடா மற்றவர்களுக்கும் தன் வீட்டுக்கு அவர்கள் விருந்துக்கு வந்தது தனக்குப் பெருமை என்றார். அவர்கள் என்ன கஷ்டங்களைக் கடந்திருக்கிறார்கள் என்பதைத் தன்னால் நல்லாக கற்பனை செய்யமுடியும் என்றார். பல வருடங்களாக தானும், ரொஃஷிண்டாவும் ரஷ்ய யூதர்களுக்கு உதவும் பணியில் இருப்பதாகக் கூறினார். அவர்களுடைய இன்னல்கள் எந்த அளவில் இருக்கின்றன என்று வினவினார். என்னுடைய அம்மா 'மோசம், யூத எதிர்ப்பு மோசம்' என்றார். கெனாடியும், ப்ரெடாவும் குடிப்பெயர்வு மறுக்கப்பட்டவர்கள் என்றார் ஜெர்ரி. நாங்களும் அப்படியே என்றார். அம்மா சிறிது தயங்கினார், பின்பு அப்படி இல்லை என்றார். அவருக்குச் சில மறுக்கப்பட்டவர்களைத் தெரியும். நாங்களும் கிட்டதட்ட மறுக்கப்பட்டவர்கள்தான், ஆனால் முற்றிலும் இல்லை. எல்லோருக்கும் இது சம்மதமாக இருந்தது. பின்பு ப்ரெடாவும், கெனாடியும் தங்களுக்குக் குடிப் பெயர்வு மறுக்கப்பட்ட கதையைக் கூறினார்கள். கதை பாதி தூரம் போன பிறகு, அதாவது அவர்கள் குடியிருப்பில் இருந்து அகற்றப்பட்டு, ஒரு அறையில் இன்னும் மூன்று குடும்பங்களோடு வசித்த பகுதி வரும்போது, தன்னுடைய சேர்ட்டை அகற்றி தன் சக வேலையாட்கள் தன்னைக் குத்திக் காயப்படுத்தியதைக் காண்பித்தார். விலா எலும்புக்குக் கீழே பெரிய தழும்பு இருந்தது. ஒருநாள் இரவு வீதியில் நடந்து கொண்டிருக்கும்போது தொழிற்சாலையில் வேலை செய்யும் சில குடிகாரர்கள் இடைமறித்தார்கள். அவர்கள் அவரைக் கேடுகெட்ட யூத துரோகி என்றார்கள். அவர்களுடைய தலைவன் கத்தியைத் தூக்கியபடி அவர் மேல் விழுந்தான்.

கெனாடி கதையை முடித்த பிறகு மறுபடியும் தன் சேர்ட்டை உள்ளுக்குத் தள்ளினார். ஜெர்ரியும், ரொஃஷிண்டாவும் தங்கள் கண்ணீரைத் துடைத்துக்கொண்டார்கள். எவ்வளவு கொடுமை

என்பதை அவர்களால் நம்பமுடியவில்லை. எங்கள் பெற்றோரும் அது கொடுமையே என்பதை ஒப்புக்கொண்டார்கள். கோர்ன்ப்ளம் அந்த தகப்பன் பேர் தெரியாத பயல்கள் என்று தொடங்கி என்னையும் சீமோனையும் நிலவறையில் போய் விளையாட சம்மதமா என்று கேட்டார். கோர்ன்ப்ளம்மின் பிள்ளைகள் இரவு காம்புக்குச் சென்றிருந்தார்கள். அது துரதிர்ஷ்டம், அவர்கள் எங்களைச் சந்திப்பதில் மிகவும் மகிழ்ச்சி காட்டியிருப்பார்கள். கீழே பிங்பொங் மேசை, பில்லியர்ட் மேசை, ஹொக்கி வலை, இன்னும் பல விளையாட்டுச் சாமான்கள் இருந்தன. நாங்கள் கீழே போனபோது ப்ரெடா தன் தாயார் தனியாக கார்க்கோவில் மாட்டுப்பட்டுத் தவிக்கும் கதையைக் கூறிக்கொண்டிருந்தார். என்னுடைய பெற்றோர் ஒன்றுமே சொல்லவில்லை.

இவை தவிர பெரிய திரை டீவியும், சுவரில் பதித்த தட்டு, புத்தகங்கள், போர்ட் விளையாட்டுகள் என்று இருந்தன. இன்னொரு மூலையில் அவருடைய பிள்ளைகள் யாரோ பூர்த்திசெய்த ஸ்டார் வார்ஸ் அடுக்குகள் இருந்தன. ஈவோக்ஸ்கூட இருந்தது. பிங்பொங் மேசைக்குக் கிட்டப் போய் அதன் மட்டையைக் கையிலே எடுத்தபடி சீமோனைப் பார்த்தேன். அவனுக்கு அதில் அவ்வளவு சுவாரஸ்யம் இல்லை. அவன் டெத் ஸ்டாரை உற்றுப் பார்த்தான். அவன் அப்பா சொன்னது உண்மையிலேயே ரஷ்யாவில் நடந்ததா என்று கேட்டேன். நீ என்னுடைய அப்பா ஒரு பொய்யர் என்று சொல்கிறாயா என்றான். ஒரு R2-D2 பாவையை எடுத்தான். இன்னொரு விளையாட்டுச் சாமானையும் எடுத்து இரண்டையும் தன் பொக்கற்றுக்குள் அடைத்தான். இந்த பணக்கார வேசி மகனிடம் என்னதான் இல்லை என்றான்.

நான் மேசைக்குத் திரும்பியபோது என் அப்பாவையும், ரொஃப்ண்டாவையும் தவிர மீதி எல்லோரும் இருந்தார்கள். ஷேர்லி அம்மாவுக்குப் பக்கத்தில் இருந்து அம்மாவின் அம்பர் நெக்லஸை ரசித்துக்கொண்டிருந்தாள். கோர்ன்ப்ளம் தன்னுடைய புகைப்பட அல்பத்தைத் திறந்து தன்னுடைய போலந்து தாத்தாவைக் காட்டினார். ஜெர்ரியிடமும் ஒரு குவியல் குடும்ப புகைப்படங்கள் இருந்தன. அவருடைய குடும்ப பூர்வீகம் மின்ஸ்க். இரவு உணவு பிளேட்களை அகற்றியபிறகு சில சிற்றுண்டி வகையும், கோப்பியும் எஞ்சியது. எனக்கு பாத்ரூமுக்குப் போகவேண்டி வந்தது. கோர்ன்ப்ளம் கீழே ஒன்றும், மேலே மூன்றும் இருப்பதாகக் கூறினார். எனக்கு விரும்பியதை நான் பாவிக்கலாம். பிறகு அவர்

புகைப்பட அல்பத்தில் நாசிப்படையினரால் சுடப்பட்டு இறந்து போன ஒவ்வொருவரையும் சுட்டிக்காட்டினார்.

நான் பாத்ரூமைத் தேடிப் புறப்பட்டேன். இரண்டாம் மாடிக்குச்செல்லும் படிகள் தென்பட்டன. அதில் ஏறினேன். கூடத்தில் ஒன்று இருந்தது. ஆனால், ஒரு கதவுக்குப் பின்னால் சத்தங்கள் கேட்டன. அந்தக் கதவு பிரதானமான படுக்கை அறையின் கதவு. குரல்கள் பாத்ரூமின் கதவுக்குப் பின்னிருந்து வந்தன. அந்தக் கதவு அரைவாசி திறந்திருந்தது. உள்ளே ரொஃபீண்டா ஒரு ஸ்டூலில் கண்ணாடி முன் உட்கார்ந்திருந்தார். அவருடைய பிளவுஸ் திறக்கப்பட்டு நாரியிலே சுருக்கி இருந்தது. பிரா மட்டும் அணிந்து பாத்ரூம் மேடையில் தலையைச் சாய்த்து இருக்க, அப்பா அவருடைய கழுத்தை மஸாஜ் செய்தார். நான் பின்னடித்தபோது ரொஃபீண்டா என்னை அழைத்துக் கதவைத் தன் கால்களால் திறந்து விட்டார். என்ன அருமை, என்னுடைய அப்பா ஒரு மந்திரவித்தைக்காரர், அவருடைய கைகளைப் போத்தலில் அடைத்து விற்கலாம் என்றார் அவர். நான் பாத்ரூமைத் தேடியதாக முணுமுணுத்தேன். அவர் தாங்கள் முடித்து விட்டதாகக் கூறினார். அவர் என் பக்கம் திரும்பி தன் பிளவுஸ் கொக்கிகளை மாட்டத் தொடங்கினார். அவருடைய பாரமான மார்புகள் பிராவின்மேல் வழிந்தன. கவலைப்படாமல் நான் வந்த வேலையை முடிக்கச் சொன்னார். கீழே ஹார்வே கோப்பி போடுவதற்காக அவருக்குக் காத்துக் கொண்டிருக்கலாம்.

கையிலே ஒட்டிய வாஸ்லைனை அப்பா கழுவியபோது பாத்ரூமில் நான் என் கால்சட்டையை அவிழ்த்து விட்டுக்கொண்டு நின்றேன். அப்பா தன் கையை வண்ணவேலை டவலால் துடைத்து விட்டு நான் முடிப்பதற்காகக் காத்து நின்றார். சிறிது நேரம் கழித்துத் தான் வெளியே நிற்கவேண்டுமா என்றார். இன்னும் கொஞ்சம் கழித்து அவர் வெளியே போய் படுக்கை அறையில் நின்றார். நான் வெளியே வந்தபோது அப்பா கோர்ன்ப்ளமின் படுக்கையில் உட்கார்ந்திருந்தார். மேலே ஒரு குடும்பப்படம், கோர்ன்ப்ளமின் மகளுடைய பாற்மிட்ஸாவின்போது எடுத்தது, மாட்டப் பட்டிருந்தது. விழா உடுப்புகள் அணிந்தபடி கோர்ன்ப்ளம், பெரிய மரத்தின் கீழ் புல்தரையில் அமர்ந்திருந்தார். என்னுடைய அப்பா அந்தப் படத்தைப் பார்க்கவில்லை. நான் என்ன செய்வது, நீ சொல் என்றார். பின்பு எழுந்து, என் கையை அவர் பிடித்துக் கொள்ள, நாங்கள் கீழே இறங்கினோம்.

மேசையில் எல்லோரும் சிற்றுண்டி அருந்தினார்கள். ஷேர்லி இன்னும் அம்மா பக்கத்திலேயே அமர்ந்திருந்தார். அம்மாவின் அம்பர் கைச்சங்கிலியைப் போட்டு அழகு பார்த்தார். அப்பா வந்ததும் அவர்கள் சிறிது அசைந்து எங்களுக்கு இடம் ஏற்படுத்தி னார்கள். ரொஃண்டா என் அப்பா அற்புதம் புரிபவர் என்று அறிவித்தார். அவருடைய கழுத்து முந்தி எப்போதும் இல்லாத மாதிரி தேறியிருக்கிறது. கோர்ன்ப்ளமிடம், என் அப்பாவுக்குப் போதிய நோயாளிகளை அனுப்பவேண்டும் என்று வாக்கு பெற்றுக் கொண்டார். கோர்ன்ப்ளம் தான் அதற்குப் பெருமைப்படவேண்டும் என்றார். கோர்ன்ப்ளம் திங்கள் காலை போன் வரும் என்றார். வெகு சீக்கிரத்தில் அப்பா சொக்கலட் தொழிற்சாலை வேலையை உதறி விடுவார் என்றார். கோர்ன்ப்ளம் இந்தச் செய்தியைப் பலருக்கும் பரப்புவார். என் அப்பா போன்ற ஒருவருக்குத் தொழிற் சாலை ஏற்ற இடம் இல்லை என்றார். ஜெர்ரியும் தன் உதவியை நிச்சயமாக எதிர்பார்க்கலாம் என்றார்.

நாங்கள் கிளம்பியபோது கோர்ன்ப்ளம் அப்பாவுக்குக் கைகொடுத்தார். எனக்கும் கொடுத்தார். அம்மாவின் கன்னத்தில் முத்தமிட்டார். இந்த மாலை அவருக்கும், ரொஃண்டாவுக்கும் மிக விசேஷமானது என்றார். ரொஃண்டா சமையலறையில் இருந்து அம்மாவின் அப்பிள்கேக்கைக் காவிக்கொண்டு வந்தார். அது வீணாகிப்போவதை அவர் விரும்பவில்லை. தங்கள் பிள்ளைகளை சிலவேளைகளில் மக்டொனால்டுக்குக் கூட்டிப் போனாலும் வீட்டிலே அவர்கள் கோஷர் விரதம் அனுட்டித்தார்கள். அந்தக் கேக் அருமையான வாசனை கொடுத்தாலும் அதை அவர்கள் வீட்டிலே வைக்கமுடியாது. நாங்கள் பொண்டியாக்கை நோக்கிப் புறப்பட்டபோது எல்லாம் மாறிவிட்டதா அல்லது ஒன்றுமே மாற வில்லையா என்பது புரியவில்லை. நாங்கள் வந்த மாதிரியே திரும்பினோம். நேரம் போனதற்குச் சாட்சி குளிராகிப் போன அப்பிள்கேக் மட்டுமே. எங்களுக்கு முன்னால் பொண்டியாக் நின்றது எப்போதும் போல, பச்சையாகவும், அசிங்கமாகவும். எங்களுக்குப் பின்னால் கோர்ன்ப்ளமுடைய முற்றிலும் தனித்து நிற்கும் வீடு. நாங்கள் மெதுவாக நடந்தோம், போய்ச் சேரவேண்டிய இடத்தை அடைவதற்கு எந்தவித அவசரமும் காட்டாமல். எங்கள் பொண்டியாக்குக்கும், கோர்ன்ப்ளமிடன் வீட்டிற்கும் இடையில் எங்கள் எதிர்காலம் இருந்தது. அது எங்களுக்கு மேலே தெளிவற்றதாக ஆனால், உணரக்கூடியதாக மிதந்தது.

அப்பா நடப்பதை நிறுத்தினார். அம்மாவையும் அப்பிள் கேக்கையும் யோசனையுடன் பார்த்தார்.

'அதை ஏன் இன்னும் காவுகிறீர்?'

'நான் என்ன செய்வது?'

'எறிந்துவிடும்.'

'எறிவதா? இதை வீணாக்குவது மெத்த அநியாயம்.'

'எறிந்துவிடும். இது கூடாத சகுனம்.'

என் அம்மா தயங்குவதிலிருந்து எனக்குச் சந்தேகம் உண்டானது. எண்ணக் குறையாத மூடநம்பிக்கைகள் இருந்தன இன்னும் பல விதங்களில் பேரிழப்புகளை அழைக்கும் வழிகள். ஆனால், வேண்டாத கேக்கை எறிவது பற்றிய மூடநம்பிக்கையை நான் கேள்விப்பட்டதில்லை. என்னுடைய அம்மா அந்தக் கேக்குக்காக நல்லாய் பாடுபட்டார். அதில் சேர்த்த பொருள்கள் விலையானவை. அதிலும் உணவை வீணாக்குவது அவரால் தாங்கமுடியாத ஒன்று. இருந்தாலும் அம்மா விவாதத்தில் இறங்கவில்லை. ஒன்றுமே நிச்சயமில்லை. எங்களுக்கு அதிர்ஷ்டம் தேவை. ஒரு சிறு தவறுகூட மோசமான விளைவுகளை உண்டாக்கி விடும். பிழையோ, சரியோ அந்தக் கேக் அசுத்தமாகிவிட்டது. என்னுடைய அம்மா கேக்கை என்னிடம் கொடுத்து ரோட்டின் கீழ்ப்பகுதியில் இருக்கும் குப்பைத் தொட்டி ஒன்றைச் சுட்டிக் காட்டினார். அவர் ஓடு என்று எனக்குச் சொல்வதற்கு எந்தவித அவசியமும் இருக்கவில்லை.

◯

நான் பேசுவதை ஒருவரும் கேட்பதில்லை

அனெற் சான்போஃர்ட்

அனெற் சான்போஃர்ட் (Annette Sanford) பள்ளி ஆசிரியையாக அமெரிக்காவின் ரெக்ஸஸ் மாகாணத்தில் வேலை பார்த்தவர். முப்பதுக்கு மேற்பட்ட சிறுகதைகளைப் பிரசுரித்திருக்கிறார். இவர் வெளியிட்ட Lasting Attachments, Crossing Shattuck Bridge ஆகிய இரண்டு தொகுதிகளிலும் சில கதைகள் இடம் பெற்றிருக்கின்றன. அமெரிக்காவின் National Education for the Arts என்ற அமைப்பு சிருஷ்டி இலக்கியத்துக்காக இவருக்கு இருமுறை ஆய்வு ஊதியம் கொடுத்து கௌரவித்திருக்கிறது. இவருடைய படைப்புகள் பல புகழ்பெற்ற தொகுப்புகளில் இடம்பெற்றிருக்கின்றன.

*2001*ஆம் ஆண்டில் அமெரிக்காவில் வெளியான மூவாயிரம் சொச்சம் சிறுகதைகளில் மிகச் சிறந்த இருபது கதைகளில் கீழே வரும் கதையும் ஒன்று. ஒரு பதினாறு வயதுப் பெண்ணின் சிந்தனைகளாக வெளிப்படுத்தப்பட்ட அருமையான சிறுகதை. முதல் இரண்டு வரிகளிலேயே கதைக்கான களம் அமைக்கப்பட்டு விடுகிறது.

மேலை நாடுகளில் நாலு பருவங்களிலும் மிகவும் முக்கிய மானது கோடைக்காலம். பதின்பருவத்து உடலிலிருந்து ஒரு பெண் வெளியே வருவதற்குக் காத்திருக்கிறாள். எப்படியோ அந்தக் கோடைக்காலம் அவளுக்கு வீணாகிவிடுகிறது.

ரோசாக்கள் சிவப்பு

வயலட்கள் நீலம்

நான் வளர்ந்தேன்

ஆனால் உனக்கு ஒன்றுமே நடக்கவில்லை.

இந்தக் கதையைப் பற்றி இதை எழுதிய ஆசிரியர் சொல்கிறார்:

‘நான் பேசுவதை ஒருவரும் கேட்பதில்லை’ என்ற சிறுகதை சிறு உண்மைகளின் கூட்டுத்தொகைதான். பல கோடைக் காலங் களை நான் ஓர் ஊஞ்சலில் கழித்தேன். என்னுடைய நண்பர்களோ நீச்சல் விளையாட்டுகளில் ஈடுபட்டிருந்தார்கள். நான் நீச்சலில் கலந்துகொள்ள முடியாது, எனக்கு இருந்த காது நோய் காரணமாக. நாள் முழுக்க வாசித்தபடியே இருந்தேன். ஒரு மத்தியான நேரம் சூடான காரில், நூலக அதிகாரி எப்பொழுது நூலகத்தைத் திறப்பார் என்று காத்திருப்பது என் வழக்கம். என்னுடைய அம்மா அவ்வப்போது நான் சமைக்கவேண்டும் நான் தைக்கவேண்டும் என்பதை விரும்பினார். இன்றுகூட வெட்டுக்கிளிகள் மரங்களில் சத்தமிடும்போது பழைய ஞாபகங்கள் வந்துவிடும். கதையின் உண்மையான மையம் கதையின் நாயகி மற்றவர்கள் என்ன நினைக்கிறார்கள், அவள் என்ன நினைக்கிறாள் என்பதில் இருந்து பிறந்தது. இறுதியில் அந்த எல்லா அபிப்பிராயங்களுமாக அவள் மாறி விடுகிறாள் அதிலும் கூடவும்.’

கீழே வருவது எனக்குப் பிடித்த அந்தச் சிறுகதை.

ஊஞ்சலில்தான் என் இருப்பிடம். உலோகத்தால் ஆன ஊஞ் சல்; முன் மண்டபத்துக்கானது, மஞ்சள் கோடுபோட்ட கன்வஸ் துணியினால் அம்மாவால் தைத்து மூடப்பட்டது. நான் கோடை விடுமுறையைக் கழிக்கிறேன். என்னுடைய பதினாறாவது கோடைக்காலம். நான் ஊஞ்சலில் கழிக்கும் முதலாவது. நான் இங்கே இருப்பது உடைந்துபோன காலால் என்று சொல்லலாம். (உண்மையில் எனக்குக் காலில் கொஞ்சம் வலி இருக்கிறது.) காது நோவு அல்லது கடுமையான அப்பா என்றும் காரணம் சொல்ல லாம். எனக்குத் தனிமை விருப்பம், நான் மனதைப் பண்படுத்துகிறேன் அல்லது இந்தப் பிரபஞ்சத்தின் இயக்கம் குறித்த தியானத்தில் இருக்கிறேன். இப்படிப் பலவற்றைச் சொல்லலாம். ஆனால், ஒருவரும் நான் சொல்வதைக் கேட்பதில்லை. ஆனபடியால் நான் சொல்வதில்லை. அடிக்கடி வாய் திறப்பதும் இல்லை. அது ஆட்களுக்குக் கவலை தரும்.

உதாரணத்துக்கு அம்மாவைச் சொல்லலாம். அவள் காரண மில்லாமல் சுற்றிக்கொண்டிருப்பாள். படிக்கட்டு கைப்பிடிக்குப் பக்கத்தில் பிரம்பு நாற்காலியில் சாய்ந்தபடி என்னையே அடிக்கடி பார்ப்பாள். நீலக்கட்டம் போட்ட ஒரு வீட்டு அங்கியை அணிந் திருப்பாள். அல்லது நான் கிறிஸ்மஸ் பரிசாகக் கொடுத்த ஊதா வளைவுவேலை ஏப்ரனின் கீழ் ஒரு பச்சை அங்கி உடுத்தியிருப்பாள்.

தூசி தட்டும் துணியை அல்லது துடைப்பத்தின் கைப்பிடியை அல்லது 'விண்ட்ஸர் குரோனொக்கிள்' மாதர் பகுதி பக்கத்தை இறுக்கப் பற்றி இருப்பாள்.

'மார்லின், உன் வயதுப் பெண்கள் சுறுசுறுப்பாக இருக்க வேணும்' என்பாள்.

சுறுசுறுப்பு என்றால் அவளுக்கு கராஜ்ஜைக் கூட்டித் தள்ளுவது, அல்லது என்னுடைய உள்ளாடைக் கிழிசல்களை எல்லாம் தைப்பது. சுறுசுறுப்பு என்றால் எனக்கு நீச்சல் செய்வது, மோட்டார் சைக்கிள் பின்னால் கட்டிப்பிடித்து உட்காருவது, தண்ணீரில் சறுக்குவது. அம்மாவுக்கு என் வயதுப் பெண் என்றால் அவள் சமையல் வேலைக்குத் தயாராக வேண்டிய பயிற்சிக்காரி; மூன்று வேளையும் சாப்பாடு பரிமாறி சமையலறை லினோலி யத்தைப் பளபளப்பாக வைத்திருப்பவள். ஆனால் நான் காலில் எழுந்து நிற்பதென்றால், கோழி நடனம் ஆடினாலும் அவளுக்குச் சந்தோஷமே.

நான் குப்புறக் கிடக்கிறேன். அம்மாவுக்குச் சரிப்படுகிற சுறுசுறுப்பு காரியம் எனக்குச் செய்ய விருப்பமில்லை; எனக்கு விருப்பமான சுறுசுறுப்புக் காரியங்களையும் என்னால் செய்ய முடியவில்லை. உண்மை என்னவென்றால் எந்தப் பக்கத்திலும் என்னை இப்பொழுது இணைக்க முடியாது. ஊஞ்சலில் மாத்திரம் என்னால் இணைய முடிகிறது. அதுதான் இங்கே வாசித்தபடி நான்.

மாலையானதும் என் அப்பா வருகிறார். அவர் நாள் முழுவதும் குளிரூட்டும் மெசின் உடைந்துபோன ஒரு அலுவலகத் தில் வேலை செய்திருக்கிறார். அல்லது அவருடைய வாடிக்கைக் காரர் ஐந்து மணிக்கு ஐந்து நிமிடம் இருக்கும்போது அவருடைய கணக்கை இன்னொரு கம்பனிக்கு மாற்றி இருக்கிறார். பிரம்பு நாற்காலியில் தொப்பென்று விழுந்து என் அம்மாவின் ஆவியோடு உரையாடுகிறார்.

'மார்லின், உன்னைப்போல ஒரு அழகான பெண் எவ்வளவு அதிர்ஸ்டசாலி என்பதை உணரவேண்டும்' என்பார்.

அதிர்ஸ்டம் என்று அவர் குறிப்பிடுவது ஒரு பதினாறு வயதுப் பெண்ணுக்குக் கவலைகள் இல்லை என்பதை. என்னுடைய அப்பா லட்சியபுரியில் பிறந்து வளர்ந்தவர்; அங்கே இரண்டில் இருந்து

இருபது வயது வரைக்கும் உள்ள எல்லோரும் நித்திய ஆனந்தத்தில் இருப்பர். அவருக்கு இப்பொழுது பதினாறு வயது நடந்தால் அவருடைய மோட்டார் சைக்கிளில் ஒரு லட்சணமான பெண் பின்னுக்கு இருப்பாள். ஆனால், அது நானாக இருக்காது. அவருக்குப் பதினாறு வயதாக இருந்து, என்னுடைய தகப்பனாராக இல்லாவிட்டால், என்னை இரண்டுதரம் திரும்பிப் பார்க்க மாட்டார்.

இடைக்கிடை என்னைப் பார்க்க சிநேகிதி வருகிறாள். பாதி ஊஞ்சலை நான் அவளுக்கு விட்டுக்கொடுக்கிறேன். ஒரு குருவைப் போல அவள் அமர்ந்து சூயிங்கத்தை வாயிலே போடுகிறாள். அப்படிச் செய்கிறபோதும் அவள் அசத்தலாகவே இருக்கிறாள். அவள் கண்ணை வெட்டும்போது பையன்கள் செத்து விழுகிறார்கள்.

'மார்லின், உன்னைப்போல ஒரு பெண்ணுக்குப் பல ஆண்களுடன் அனுபவம் தேவை' என்கிறாள்.

அவளுடைய மாமன் மகனுடன் எனக்கு ஒரு டேட் எடுத்துத் தருவாள். அவளுடைய கொழுந்தியின் சகோதரனுடன் காரியத்தை எனக்காக முடிப்பாள்; சிறாக்கியூஸில் இருக்கும் பாதிரியாரின் மருமகனைச் சரிக்கட்டுவாள். அவள் என்னைப்போல ஒருவனுடன் காரின் பின்சீட்டில் எனக்கு வசதிசெய்து தருவாள். நாங்கள் சோளப்பொரி சாப்பிட்டுக்கொண்டு காரிலே இருந்தபடி வெளி அரங்கம் சினிமா பார்த்து, எப்பொழுது வீட்டுக்குப் போகலாம் என்று ஏங்கியவாறு இருப்போம்.

நான் அப்படியான பெண் இல்லை. என்னைப் பைத்தியக்காரத்தனமாக ஒருத்தன் முத்தமிடவேண்டும்; வயலட் பூக்களை வாங்கித் தரவேண்டும்; என்னுடைய கவனமற்ற பார்வைக்கு ஏங்கி ஆம்ரக் ரயிலின் முன்னே தன்னை எறிய வேண்டும். அப்படி நான் சொல்லலாம்.

யார் கேட்கிறார்கள்? ஆனபடியால் நான் 'இல்லை, அடுத்த வாரம் பார்க்கலாம்' என்கிறேன். பின்னர் ஊஞ்சலில் படுத்து நட்சத்திரங்கள் வெளியே வருவதைப் பார்க்கிறேன். ஏன் நான் போகவில்லை என்று அதிசயிக்கிறேன்.

ஊஞ்சலில் முழு நாளையும் செலவழிக்கும் காரணத்தினால் உனக்குப் பல ஞாபகங்கள் வருகின்றன. நீ கண்களை மூடிக்

கொண்டு எல்ம் மரங்களில் வெட்டுக்கிளிகள் ரீங்காரமிடுவதைக் கேட்கிறாய். அதே சமயம் நீ யார் என்பதைப் பற்றிச் சிந்திக்கிறாய். உனக்கு ஆறு வயதாய் இருந்ததை நினைத்துப் பார்க்கிறாய். நீல நிற கோடுரோய் படுக்கை விரிப்பில் நீ அழுதுகொண்டிருக்கிறாய். ஏனென்றால் உன்னுடைய மாமா நீ வரைந்த தந்தம் இல்லாத யானையைப் பார்த்துச் சிரித்ததற்காக. அந்த யானைப் படம் அவருக்கு நீ பரிசாகக் கீறியது. தந்தம் என்பது பற்றி நீ அதற்குமுன் கேள்விப்பட்டதே இல்லை.

உன்னுடைய பாட்டனார் வீட்டு இரும்புக் கட்டிலில் நீ படுத்தபடி, நீர்த்தொட்டித் தண்ணீர் ஜன்னலுக்குக் கீழிருக்கும் கற்களின் மீது ஒழுகி சத்தம் செய்வதைக் கேட்கிறாய். பாதுகாப்பாக இருப்பதை நினைக்கிறாய், ஏனென்றால் எல்லோரும் உன்னிடம் அன்பாக இருக்கிறார்கள்.

உனக்குப் பன்னிரண்டு வயது. உன்னுடைய நடன வகுப்பு விழாவில், ஒரு பிங்க் நிற உடையில் தலையில் ரிப்பன் பறக்க உன்னைக் கூட்டிவந்த பையனிலும் ஒரு தலை உயரமாக நீ இருப்பதை நினைக்கிறாய். அவனுடைய தாயார் உன் கையில் கட்டுவதற்கு ஒரு துணிச்செண்டு செய்து தந்திருக்கிறாள். அது நடனம் ஆடும்போது அவனுடைய மூக்கிலே உராய்கிறது. அது காரணமாகத்தான் அவன் தன்னை இழுத்துக்கொண்டான் என்று நீ பாசாங்கு செய்கிறாய்.

ஆனால், பதினாறு வயதாகி ஊஞ்சலில் படுத்திருக்கும்போது உனக்குக் காரணம் தெரிகிறது. அது உன்னுடைய தன்னம்பிக்கை இன்மையுடன் ரோசாவும் லவண்டரும் கலந்து வந்த மணம்தான் உன்னைச் சுவரோடு சாத்திய நாற்காலியில் போய் உட்கார்ந்து காத்திருக்க வைத்தது என்று.

ஊஞ்சலில் முழுநாளும் படுத்திருக்கும்போது நீ படித்த உலகத்தில் வசிக்கிறாய். உன்னுடைய வெறும்காலை தரையில் கீழுக்கும் மேலுக்குமாக இழுத்தபடி ஊஞ்சல் சங்கிலி எழுப்பும் சங்கீதத்தைக் கேட்கிறாய். ஆனால், நீ உண்மையில் நீயாகவில்லை.

நீ மேசையின் பக்கத்தில் நின்று ஒரு பெட்டியில் இருக்கும் கடிதங்களில் ஒன்றைப் படிக்கும் பெண். இறந்த ஒரு மனிதன் அவற்றை எழுதினான். அவனுடைய முகம் உன்னைப்போல இளமையானது. படகுகள் தாண்டிப் போகும் ஜன்னலில் தூங்கும் ஒரு குழந்தைக்கு அந்த முகத்தைத் தந்திருக்கிறான். அவன் தன்னு

டைய சாவைத் தானே கனவில் கண்டு தோத்திரப்பாடலின் ஒரு பகுதியை எழுதி வைக்கிறான். அவனுடைய நாட்கள் புல்லைப் போல; காலையில் அவை செழித்து, மாலையில் வாடி வெட்டப் படுகின்றன.

நீ ஒரு தகப்பனாய் நடைபாதையில் உன் கால்களுக்கடியில் தென்படும் வெடிப்புகளை எண்ணுகிறாய். நீ ஒரு ரயில் நிலையத் தில் ஒரு குழந்தைக்காக நீண்ட நேரம் காத்திருக்கிறாய். அந்தக் குழந்தை உன் பக்கத்தில் நடக்கும்போது என்னுடைய அம்மா, நான் உன்னை வெறுக்கிறேன் என்று தெரிந்தும், என்னை வரும்படி பணித்தாள் என்கிறது.

நீ கர்ப்பமான சிறுமி. நாட்டுப்புறத்து ஒழுங்கையில் நிற்பாட்டிய காரிலே தனியாக இருக்கிறாய். வேலிக்கு அப்பால் அசைபோடும் கபில நிற பசுமாடு உன்னுடைய இனம். நீ ஒட்டிக் கொண்டு குருடாகவும் ஈரமாகவும் சுருண்டுபோய்ப் பசு மாட்டின் வயிற்றுக்குள் உன்னுடைய பிறப்பை எதிர்பார்த்துக் காத்திருக்கிறாய். நீ ஒரு கிடங்கில் வாந்தி எடுக்கிறாய்.

நீ கம்பிகள் போட்ட ஜன்னல் உள்ள அறையில் ஒரு பையனாக இருக்கிறாய். வெள்ளை விரிப்பில் இருக்கும் ஒரு முதியவள் சட்டத்தில் மாட்டப்பெற்ற 'நல்ல இடையரை' பார்க்கிறாள். அது ஒரு குழந்தையின் கறை படிந்த முகம்.

நீ, நீயாக இல்லாத தருணத்தில் வேறாக மாறிவிடுகிறாய்; வலுவுள்ளதாக, எல்லாவற்றிலும் ஒரு பகுதியாக, ஒவ்வொரு பருவகாலத்திலும் அறுவடை நிச்சயம் என்பதாக, துக்கத்தில் சந்தோஷம் கொள்வதாக. நீ, நூறு விடைகள் கொண்ட ஒரு புதிர்; ஆயிரம் இசைகள் அமைக்கப்பட்ட ஒரு பாடல்.

ஊஞ்சலில் கோடைக்காலம் முழுக்கப் படுத்திருக்கும்போது, இலையுதிர் காலம் நீ அறியாமல் வந்துவிடுகிறது. திடீரென்று எல்ம் இலைகள் வீதிகளை மூடிவிடுகின்றன. நீ பதினேழு வயதாகி மூன்று நாட்கள் கழிந்துவிட்டன. எழும்ப வேண்டிய நேரம் வந்து விட்டது.

சமையலறையில் என்னுடைய அம்மா இன்னமும் ஏப்ரன் அணிந்தபடி இரவுணவுக்கு மாட்டிறைச்சி வறுவல் செய்கிறாள். மேசையில் அமர்ந்து நான் ஒரு திராட்சைப்பழம் சாப்பிடுகிறேன். உள்ளாடை பற்றிக் கவலைப்பட வேண்டாம் அப்படி நான்

சொல்லலாம். நேரம் வரும்போது நான் அவற்றைப் பழுது பார்ப்பேன். நான் சமைப்பேன்; வீட்டைச் சுத்தமாக்குவேன்; தனிமையான மகள்மீது அன்பு செலுத்துவேன். கோடைக்காலம் முழுக்க நான் கவனித்துக்கொண்டிருந்தேன். நான் சொல்லவில்லை. பதிலுக்குக் கொட்டாவி விடுகிறேன். அம்மா என்னைப் பார்த்து 'ஒரு முழு கோடைக்காலம்' என்று தலையை ஆட்டியபடி கூறுகிறாள்.

இருக்கும் அறையில் காலநிலை அறிவிப்பாளர் மழை வரும் என்று உறுதி கூறுகிறார். நான் என்னுடைய அப்பாவின், மயிர் வளர்வதை நிற்பாட்டிய தலையின் உச்சியான இடத்தில் முத்தமிடு கிறேன். என்னுடைய கன்னத்தை அவருடைய கன்ன மயிர் கற்றையிலே பதிக்கிறேன். நான் உண்மையில் நீங்கள் சொல்லியது போல அழகாக இருக்கிறேன், அப்படிச் சொல்லலாம். ஒரு மாற்றத் திற்குச் சிரிப்புத் தருவதைப் படித்துப்பார் என்றபடி அந்த நகைச் சுவைப் பகுதியைத் தருகிறார்.

நான் சாய்விருக்கையில் சுருண்டுபடுத்தபடி என் சிநேகிதியை டெலிபோனில் அழைக்கிறேன். அவள் தான் ஓர் எக்காளம் ஊது பவனை முத்தமிட்டதாகக் கூறுகிறாள். அவனுடைய உதடுகள் வியக்கத்தக்கவை. அவள் இருபாதி நீச்சல் உடைகள் மலிவு விற்பனையில் என்கிறாள்; தங்க மயிர் ஆண்களுக்கு முதலில் வழுக்கை விழுகிறது; சேற்று மண் சருமத்துக்கு நல்லது. நான் சொல்லலாம்.

கோடைக்காலம் முடிந்துவிட்டது. நான் சொல்லலாம், ஆண்கள் பிறந்து, பிறகு இறந்து, மீண்டும் பிறக்கிறார்கள்; மீதி விபரங்கள்தான். நான் சொல்லலாம்:

ரோசாக்கள் சிவப்பு

வயலட்கள் நீலம்

நான் வளர்ந்தேன்

ஆனால், உனக்கு ஒன்றுமே நடக்கவில்லை. ஆனால், அப்படிச் சொல்லவில்லை. அது அதிக நோவை உண்டாக்குகிறது. அது தவிர நான் பேசுவதை ஒருவரும் கேட்பதில்லை. சில வேளைகளில் நானும்தான்.

◯

முதல் நாள்
எட்வர்ட் பி. ஜோன்ஸ்

ஒரு பெரிய வித்தியாசமில்லாத செப்டம்பர் காலை, என் அம்மாவைப் பற்றி நான் வெட்கப்பட தொடங்குவதற்கு நீண்ட காலம் முன்பாக, அம்மா என் கையைப் பிடித்தபடி நியூஜேர்ஸி அவென்யூ வழியால் என் பள்ளிக்கூட முதல் நாளை தொடங்கு வதற்காகக் கூட்டிச் செல்கிறார். நான் நீலம், பச்சைக் கட்டம் போட்ட பருத்தி ஆடையை அணிந்திருக்கிறேன். இந்த வர்ணங் களைச் சுற்றிச் சிதறியபடி மஞ்சள், வெள்ளை, கபில நிறங்களும் இருக்கின்றன. அன்றுகாலை வழக்கத்திற்கு மாறாக என் அம்மா என்னுடைய தலைப் பின்னலை மண்டை ஓடு கூசுமட்டும் கிட்டத்தட்ட ஒரு மணித்தியாலமாகப் பின்னுவதும் பிறகு அவிழ்த்து மீண்டும் பின்னுவதுமாகக் கழித்தார். என்னுடைய தலையை வேகமாக ஆட்டியபோதெல்லாம் டிக்ஸிபீச் தலை எண்ணெயின் மெல்லிய மணம் என் நாசியை நிறைக்கிறது. அது எனக்கு அமைதி தருவதாயிருப்பதால் அந்தக் காலை முடிவதற்கிடையில் நான் பல தடவைகள் அந்த மணத்தை இழுப்பேன். நுனியிலே நீல முடிகள் கோர்க்கப்பட்ட என்னுடைய எல்லாப் பின்னல்களும் வளைந்து போய், இயல்புக்கு மாறான விறைப்புடன், அன்று இரவு நான் படுக்கைக்குப் போகும்வரை தாக்குப்பிடிக்கும். இப்படி அதற்குமுன் நடந்தது கிடையாது. என்னுடைய வயிற்றை நிறைத்துக் கொண்டு பாலும் சர்க்கரையும் புல்லரிசி உணவும் இருக்கின்றன. என்னுடைய உடையைப் போலவே நான் அணிந்திருந்த வெளிர் பச்சை உள்ளாடையும் உள் கால்சட்டையும்கூட புதிது. ஒரு குழந்தை ஆடும் படம் மேலே போட்ட பிளாஸ்டிக் பக்கட்டில் வரும் மூன்று உள்கால் சட்டைகளில் ஒன்று அது.

என்னுடைய சிணுங்கலை நிறுத்துவதற்காக அம்மா ஒரு சொட்டு கார்டினியா நறுமணத் தைலத்தைக் கஞ்சத்தனமாக என் காதுகளுக்குப் பின்னால் பூசியிருந்தார். அது, ஞாபகத்திலிருந்து

மறைந்துபோக முன்னர் அப்பா என்னுடைய அம்மாவுக்குக் கொடுத்த கடைசிப் பரிசு. என்னால் தைலத்தை மணக்க முடிய வில்லை. ஆனால், அது அங்கே உள்ளது என்று அம்மா சொன்ன வார்த்தை என்னிடம் இருக்கிறது. மெல்லிய கறுப்பு, வெள்ளைக் கோடுகள் விளிம்பிலே போட்ட மஞ்சள் காலுறைகளை நான் அணிந்திருக்கிறேன். என் மகிழ்ச்சியின் உச்சம் என் சப்பாத்துகள். அவை பதப்படுத்திய திறம் கறுப்புத் தோலினால் செய்யப்பட்ட அற்புதங்கள். ஒரு சப்பாத்தின் நுனி பின்னர் சிறிது உரஞ்சுப்பட்ட போது என் இருதயம் உடையும்.

நான் ஒரு பென்சிலையும் பென்சில் வெட்டியையும் கறுப்பு வெள்ளைப் புள்ளிகள் அலங்கரிக்கும் மூடி போட்ட பத்து சத பெட்டியையும் காவிக்கொண்டு போகிறேன். ஓர் அரிவரி படிக்கும் சிறுமிக்கு இவை தேவை என்பதை என் அம்மா நம்பவில்லை. அவை என் பக்கத்து வீட்டு மேரியும் புளொண்டெலும் தந்த பரிசுகள் என்றபடியாலும் தொடர்ந்து வந்த என்னுடைய சிணுங்கல் களாலும் நான் அவற்றைக் கொண்டுசெல்ல முடிகிறது. மேரியும் புளொண்டெலும் என்னுடைய இரண்டு தங்கைகளையும் அம்மா திரும்பி வரும்வரை பார்த்துக் கொள்வார்கள். என்னுடைய அம்மாவும் தங்கைகளும் எனக்கு எவ்வளவு அருமையோ அவ்வளவு அவர்களும் அருமையானவர்கள். வெளியே ஒருநாள் விளையாடும் போது என்னிலும் வயதுகூடிய ஒரு பிள்ளை, இன்னொரு பிள்ளைக்கு, மேரியையும் புளொண்டெலையும் ஒரு புதிய வார்த்தை யால் பழித்துக் காட்டியது. இந்த வார்த்தையை நான் விளை யாட்டாக வீட்டிலே என் தங்கைகளுக்குச் சொல்லியபோது அம்மா என் வாயிலே ஓர் அடி கொடுத்தார். அந்த அடியில் அந்த வார்த்தை ஆயுளுக்கும் தொலைந்துபோனது. அதுதான் என் அம்மா.

நியூஜேர்ஸி அவென்யூ நீளத்துக்கு நடைபாதைகள் பிள்ளை களால் நிறைந்திருக்கிறது. என்னுடைய அயலில் எனக்கு நிறைய நண்பர்கள். ஆனால், அன்று நான் அம்மாவுடன் நடந்தபோது ஒருவரையுமே பார்க்கவில்லை. நாங்கள் நியூயோர்க் அவென்யூவைக் கடக்கிறோம், பியர்ஸ் தெருவைக் கடக்கிறோம். இன்னும் L, K தெருக்களைக் கடக்கிறோம். அப்பொழுதும் என் பெயர் தெரிந்த ஒருவரைக்கூட நான் காணவில்லை. நியூஜேர்ஸி தெருவுக்கும் மூன்றாம் தெருவுக்கும் இடையில் உள்ள I தெருவில் நிற்கும் சீட்டன் ஆரம்ப பாடசாலையை நாங்கள் அடைகிறோம். காலத்தால்

பழுதுபட்ட, துக்கமுகமான அந்தக் கட்டடம் என்னுடைய அம்மாவின் பாப்டிஸ்ட் தேவாலயத்துக்கு முன்னால் இருக்கிறது.

முன் கதவைத் தாண்டியவுடன் எபனி விளம்பரங்களில் தோற்றமளிக்கும் பெண்கள் பெற்றோரையும் பிள்ளைகளையும் முகமன் கூறி வரவேற்கிறார்கள். எங்களை வரவேற்ற பெண் அணிந்திருந்த முத்துகள், மார்பிள்போலத் தொக்கையாக இருந்ததோடு அவருடைய தொப்புள் அளவுக்கு நீளமாகவும் இருக்கிறது. அவர் என் வாழ்நாள் முழுக்க என்னைத் தெரிந்தவர் போல என் தோளை தொடுவதும், தாடையைப் பிடித்து பார்ப்பது மாக இருக்கிறார். அவரைச் சுற்றி மணம் பரப்பிய வாசனைத் திரவியம் கார்டினியா அல்ல என்பது மட்டும் எனக்குத் தெரிகிறது. அவர் கேட்ட கேள்விக்கு என்னுடைய அம்மா நாங்கள் 1227, நியூ ஜேர்ஸி அவென்யூவில் வசிக்கிறோம் என்று சொன்னபோது அவர் தனது தலைக்குள் நாங்கள் எங்கே இருக்கிறோம் என்பதைப் படம் பிடித்துப் பார்ப்பதுபோலத் தெரிகிறது. பிறகு அவர் தலையை ஆட்டி நாங்கள் தவறான பள்ளிக்கூடத்துக்கு வந்து விட்டோம், நாங்கள் வாக்கர் ஜோன்ஸ் பள்ளிக்கூடத்துக்குப் போகவேண்டியவர்கள் என்கிறார்.

என்னுடைய அம்மா தலையைப் பலமாக ஆட்டுகிறார். 'நான் இங்கேதான் போக விரும்புகிறேன்' என்கிறார். 'நான் வேறு இடத்துக்குப் போக விரும்பினால் அங்கே போயிருப்பேன்.' அந்தப் பெண் தொடர்ந்து என்னை வாழ்நாள் முழுக்கத் தெரிந்தவர்போல நடந்து கொள்கிறார். ஆனால், அம்மாவிடம் நாங்கள் வசிக்கும் இடம் சீட்டன் பள்ளிக்கூட எல்லையைத் தாண்டியது என்கிறார். அம்மா சமாதானமடையவில்லை. மேலும் பல நிமிடங்கள் நான் அந்தப் பாடசாலைக்கு ஏன் போகமுடியாது என்ற கேள்வியை அம்மா கேட்கிறார். எனக்கு ஞாபகம் தெரிந்த பல ஞாயிற்றுக் கிழமைகள் நீ ஏன் என் அம்மாவின் வயிற்றில் நான் இருந்த ஞாயிற்றுக்கிழமைகளையும் சேர்த்து என்னுடைய அம்மா பாப்டிஸ்ட் தேவாலயத்துக்கு நாங்கள் போகும்போதெல்லாம் எதிரிலிருந்த சீட்டன் பள்ளிக்கூடத்தைச் சுட்டிக்காட்டி, 'நீ அங்குபோய்தான் முழு உலகத்தைப் பற்றியும் படிப்பாய்' என்று சொல்வார். ஆனால், இந்தப் பள்ளிக்கூடத்தின் ஒரு பாதுகாவலர் இல்லை இல்லை என்று சொல்கிறார். என்னுடைய அம்மாவைப் பற்றி ஒரு புது விஷயம் நான் அறிகிறேன். மரியாதை தரவேண்டிய

பெரியவர்கள் ஆசிரியர்கள் அப்படியான உயரத்தில் இருக்கிறார்கள் அவர்களுடைய தரம் உயர உயர என்னுடைய அம்மாவின் விட்டுக் கொடுக்கும் குணம் குறைந்துகொண்டு போகும். ஆனால், இறுதியில் அம்மா தோல்வியை ஒப்புக்கொண்டது அவருடைய கண்களில் தெரிகிறது. என் கைகளை எடுத்துக்கொண்டு அந்தக் கட்டடத்தை விட்டு வெளியேறுகிறார். இரண்டு பக்கமும் ஆட்கள் போவதும் வருவதுமாக இருக்கும்போது படிகளில் நிற்கிறார்.

'அம்மா, நான் பள்ளிக்கூடத்துக்குப் போக முடியாதா?'

முதலில் அம்மா ஒன்றும் பேசவில்லை. என் கைகளை மீண்டும் எடுத்துக்கொண்டு கண்வெட்டும் நேரத்தில் விறுவிறென்று நியூ ஜேர்ஸி அவென்யூவில் இறங்குகிறார். அதுதான் என் அம்மா. 'ஒரு தனிக் குரங்கு காட்சியை நிறுத்தமுடியாது' என்கிறார்.

வாக்கர் ஜோன்ஸ் பாடசாலை புதிதாகவும் இன்னும் பெரிதாகவும் இருக்கிறது. உடனேயே அது எனக்குப் பிடித்துக் கொள்கிறது. ஆனால், அது அம்மாவுடைய தேவாலயத்துக்கு எதிராக இல்லை. கடவுளின் அருகாமை இல்லாதது அம்மாவைச் சங்கடப்படுத்துகிறது. அது என்னுடைய புறங்கையை அவர் தன்னுடைய பெருவிரலால் மறதியாகத் தடவிக் கொடுத்தபோது தெரிகிறது. சாம்பல் நிற உலோக நாற்காலிகள் நடுவில் அடுக்கிய, சனக்கூட்டம் நிறைந்த மண்டபத்தை நாங்கள் அடைகிறோம்.

சுவரை ஒட்டி இடது பக்கத்தில் மேசைகளும் இன்னும் நாற்காலிகளும் இருக்கின்றன. பிள்ளைகளும் பெரியவர்களுமாக நாற்காலிகளை நிறைத்து உட்கார்ந்திருந்தார்கள். எங்கேயோ ஒரு குழந்தையின் அழுகை அந்த அறையில் சனக்கூட்ட இரைச்சலையும் மீறி எழுகிறது. நிலத்திலே பலவிதமான வெள்ளைத் தாள்கள் இறைந்து கிடக்கின்றன. அதைப் பொறுக்கவேண்டுமே என்ற கவலை இன்றி அதற்குமேல் ஆட்கள் நடந்தபடி இருக்கின்றனர். இந்த அக்கறையின்மையைப் பார்த்த எனக்குத் திடீரென்று பயம் பிடிக்கிறது.

'பள்ளிக்கூடத்துக்குப் பதிவு செய்வது இந்த இடத்திலா?' என்று என்னுடைய அம்மா ஒரு மேசையில் இருந்த பெண்ணிடம் விசாரிக்கிறார்.

அந்தப் பெண் மெதுவாக அம்மாவை நிமிர்ந்து பார்க்கிறார். இதே கேள்வியை அவர் பலமுறை கேட்டிருப்பார் போலும். தலையை அசைக்கிறார். அவர் சிறிய பெண், அவர் பக்கத்தில் நின்ற சிறுமியின் உயரமே கிட்டத்தட்ட இருக்கிறார். அந்தப் பெண்ணின் தலைமுடி கேர்ளர்களால் சுருட்டப்பட்டிருக்கிறது.

அந்த கேர்ளர்கள் எல்லாம் பேப்பர் காசில் இங்கே ஒரு டொலர், அங்கே ஐந்து டொலர் என்று செய்யப்பட்டிருக்கின்றன. அந்தச் சிறுமியின் தலைமயிரும் சுருள் சுருளாக இருக்கிறது. ஆனால், சில சுருள்கள் குலைய ஆரம்பித்திருந்தது என்னை சந்தோசப்படுத்துகிறது.

மேசையில், அந்தப் பெண்ணின் கைப்பைக்குப் பக்கத்தில் ஒரு பெரிய நோட்டுப் புத்தகம் மேல் பள்ளியில் படிக்கும் ஒருவரிடம் இருப்பதற்குத் தகுதியானது கிடக்கிறது. அதை நான் பார்ப்பதைக் கண்ட சிறுமி தன் கையை அதற்குமேல் சொந்தத் துடன் வைக்கிறாள். அவளுடைய மற்ற கையால், தடிப்பான ரப்பர் முடி வைத்த ஏராளமான பென்சில்களைப் பிடித்திருக்கிறாள்.

'இதுதானா பாவிக்கவேண்டிய படிவம்?' சில தாள்களை மேசையிலேயிருந்து கையிலே எடுத்து வைத்துக்கொண்டு அம்மா அந்தப் பெண்ணிடம் கேட்கிறார். 'இதைத்தானா நிரப்பவேண்டும்?'

அந்தப் பெண் ஆம் என்று சொல்கிறார். ஆனால், ஒன்றை நிரப்பினாலே போதும்.

அப்படியா என்று சொல்லிக்கொண்டு அம்மா சுற்று முற்றும் பார்க்கிறார். பிறகு 'உங்களுக்குப் பரவாயில்லை என்றால் இந்தப் படிவத்தை நிரப்ப உதவமுடியுமா?' என்கிறார்.

அந்தப் பெண் புரியாமல் என்ன என்கிறார். 'இந்தப் படிவம், இதை நிரப்ப உதவி செய்யமுடியுமா?'

அவருக்கு இன்னும் அம்மா கேட்டது என்னவென்று புரியவில்லை.

'என்னால் வாசிக்க முடியாது. எனக்கு எழுதப் படிக்கத் தெரியாது. எனக்கு உதவி செய்ய முடியுமா என்று கேட்கிறேன்.'

என்னுடைய அம்மா என்னைப் பார்த்துவிட்டு உடனேயே வேறு எங்கோ பார்க்கிறார். என் அம்மாவின் எல்லாப் பார்வைகளும் எனக்குத் தெரியும். ஆனால், இது புத்தம் புதியது.

'எனக்கு உதவி செய்ய முடியுமா?'

அந்தப் பெண் நிச்சயமாக என்கிறார். திடீரென்று அவர் எல்லாவற்றிலும் திருப்தியடைந்து மகிழ்ச்சியுடன் காணப்படுகிறார். தன்னுடைய மகளின் படிவத்தை நிரப்புவதில் அவர் ஈடுபட்டிருந்த போது நானும் அம்மாவும் தள்ளி நிற்கிறோம். இரண்டு காலியான நாற்காலிகளைக் கண்டுபிடித்து அதில் அமர்கிறோம். அந்தச் சிறுமியின் கண்களில் அம்மா நோய்க்காரிபோலப்படுகிறார். படிவத்தை நிரப்பிய பின் மகளைக் கூட்டிக்கொண்டு மண்டபத்தின் உள்ளே போகும்வரை அந்தச் சிறுமி அம்மாவைப் பார்ப்பதை நிறுத்தவில்லை. நானும் திருப்பி விழித்துப் பார்க்கிறேன். 'உற்றுப் பார்க்காதே' என்று என் அம்மா கண்டிக்கிறார். 'அது நல்ல பழக்கமில்லை, உனக்குத் தெரியும்.'

எபனி விளம்பரத்தாளில் இருந்து புறப்பட்ட இன்னொரு பெண் வந்து அந்தச் சிறுமியை அழைத்துப்போகிறார். திரும்பி வந்த பெண் என் அம்மாவைப் பார்த்து உங்கள் இருவருக்கும் நான் என்ன செய்யமுடியும் என்று பார்க்கலாம் என்கிறார்.

படிவத்திலிருந்து அந்தப் பெண் ஒவ்வொரு கேள்வியாகப் படிக்க என் அம்மா பதில் கூறுகிறார். அவர்கள் என்னுடைய கடைசிப்பெயர், முதல் பெயர், நடுப்பெயர் என்று ஆரம்பிக்கிறார் கள். இதுதான் பள்ளிக்கூடம், நான் நினைக்கிறேன். பள்ளிக்குப் போவதென்றால் இதுதான். என்னுடைய அம்மா மிக மெதுவாக என் பெயரின் ஒவ்வொரு வார்த்தையையும் உச்சரிக்கிறார். இதுதான் என் அம்மா. கேள்விகள் வரவர என்னுடைய அம்மா, இந்தத் தருணத்துக்காகவென்றே பாதுகாத்து வைத்தது போலவும் அவை பள்ளிக்கூட அனுமதியைப் பெற்றுத் தந்துவிடும் என்பது போலவும் அவருடைய கைப்பையிலிருந்து ஒவ்வொரு ஆவணமாக வெளியே எடுக்கிறார். நான் இதற்குமுன் வேறு எந்த இடத்திலும் பார்த்திராத மாதிரி இன்னும் பல பத்திரங்களை ஞானஸ்தான சான்றிதழ், பிறப்புப் பத்திரம், சின்னம்மை வந்தபோது பெற்ற மருத்துவரின் கடிதம், வீட்டு வாடகை ரசீது, தொற்றுநோய்த்

தடுப்பூசிப் பதிவுகள், பொதுநல உதவிப் பணம் பெறுவது பற்றிய கடிதம், விவாகப் பதிவுப் பத்திரம் எடுத்துவிடுகிறார். இப்படி என்னுடைய ஐந்து வயது வாழ்க்கையில் என்னோடு மிகத் தூரமாகவேனும் சம்பந்தப்பட்ட ஒவ்வொரு பேப்பரும் அங்கே இருக்கிறது.

அவற்றில் சிலவே அங்குத் தேவைப்பட்டன. ஆனால் பரவாயில்லை, அம்மா இன்னமும் தொடர்ந்து ஒரு மந்திரவாதி கழுத்துப் பட்டிகளை வரவழைப்பது போன்ற லாவகத்துடன் அவற்றை வெளியே விட்டுக்கொண்டிருக்கிறார்.

இந்த உலகத்தில் பணமே ஆரம்பமும் முடிவும் என்பதை அம்மா உணர்ந்திருந்தார். அந்தப் பெண் முடித்ததும் என் அம்மா ஒரு 50 சதக் காசை அவருக்குத் தருகிறார். அந்தப் பெண் ஒருவித தயக்கமும் காட்டாமல் அதைப் பெற்றுக்கொள்கிறார். என்னுடைய அம்மாவும் நானும்தான் அங்கேயிருந்த கடைசி ஆட்கள்.

பூர்த்திசெய்த படிவத்தை என்னுடைய அம்மா மேடை முன் அமர்ந்திருந்த பெண்ணிடம் கொடுக்கிறார். அதைப் பார்த்துவிட்டு அந்தப் பெண் ஒரு வெள்ளை அட்டையில் என்னவோ எழுதி அம்மாவிடம் நீட்டுகிறார். சிறிது நேரத்தில் குலைந்துபோன தலைச் சுருள் சிறுமியுடன் வந்த பெண் மேடைப் பெண்மணியுடன் பேசிவிட்டுத் தன்னை எங்களுக்கு அறிமுகம் செய்கிறார். அவர்தான் என்னுடைய ஆசிரியை என்று அவர் அம்மாவிடம் சொல்கிறார். அம்மா வியப்புடன் பார்க்கிறார்.

நாங்கள் மண்டபத்துக்குள் நுழைந்ததும் அம்மா எனக்கு முன் முழங்காலில் உட்காருகிறார். அவருடைய சொண்டுகள் துடிக்கின்றன. 'நான் பன்னிரண்டு மணிக்கு உன்னைத் திரும்ப அழைத்துப்போக வருவேன். நீ ஒரு இடமும் போகக்கூடாது. இதே இடத்தில் நிற்க வேண்டும். அவர் சொல்லும் ஒவ்வொரு வார்த்தையையும் நீ கவனமாகக் கேள்.' என் அம்மாவின் சொண்டுகளைத் தொட்டு நான் அமத்திவிடுகிறேன். இது எனக்கும் அம்மாவுக்குமான ஒரு பழைய விளையாட்டு. என்னுடைய கைகளை எடுத்துப் பக்கத்தில் நேராக விடுகிறார். இது

விளையாட்டில் ஒரு பகுதியல்ல. அம்மா நிமிர்ந்து நின்று என் ஆசிரியையை ஒரு செக்கண்ட் பார்க்கிறார். பிறகு திரும்பி நடந்து போகிறார். நேற்று இரவு அவர் காலுறை ஒன்றில் தையல் போட்ட இடம் எனக்குத் தெரிகிறது. அவருடைய சப்பாத்துகள் மண்டபத்தில் பெரிய சத்தம் எழுப்புகின்றன. கதவுகளைத் தள்ளிக்கொண்டு அவர் வெளியே போகிறார், அப்பொழுதும் சப்பாத்துகளின் பெரிய சத்தம் குறையவில்லை. என்னுடைய ஆசிரியை என்னை என் வகுப்பு நோக்கித் திருப்புகிறார். இந்த உலகத்துக் குழந்தைகள் எல்லாம் சேர்ந்து பாடுவதும் பேசுவதும் எனக்குக் கேட்கின்றன. அதற்கும் மேலால் என்னுடைய அம்மாவின் காலடிச் சத்தம் தொடர்ந்து கேட்கிறது.

◯

* நேரடிக் கதை

சைபர் தாக்குதல்
அ. முத்துலிங்கம்

கள்ளக் காதலனுடன் அவருடைய 18 வயது மகள் ஓடப் போகும் செய்தி கிடைத்தவுடன் ஒரு தகப்பனாக அவர் எடுக்கவேண்டிய முடிவுகளைப் பற்றி யோசிக்க ஆரம்பித்தார். அன்று அவர் ஒப்பேற்ற வேண்டிய காரியங்களின் பட்டியலில் கடைசியாக மகளின் பிரச்சினையை எழுதிவைத்தார். மகளுக்கு என்ன அப்படி அவசரம்? மேல்நிலைப்பள்ளிப் படிப்பு முடிந்த நிலையில், பல்கலைக்கழகத்துக்கு விண்ணப்பம் அனுப்பியிருக்கிறாள். இது என்ன திகிலூட்டும் திருப்பம்? எதிர்பாராத சைபர் தாக்குதல் வந்ததுபோல அவர் உணர்ந்தார்.

சகா என்னும் சகாதேவன் சைபர் தளங்களில் மிகவும் பிரபலமாக அறியப்பட்டவர். எந்த வலுவான பாதுகாப்பையும் இரண்டு மணி நேரத்தில் உடைக்கக்கூடிய திறமை அவரிடமுண்டு. மாதத்தில் பல தடவை அவருடைய சேவையை வேண்டி முதல்தரமான நிறுவனங்கள் அழைக்கும். சில அரண்களை நிமிடத்திலே குலைத்துவிடுவார். பின்னர் அவரே வலுவான பாதுகாப்பை உருவாக்கிக் கொடுப்பார். அவருடன் வேலை செய்பவர்களுக்கு ஸ்டீவ் ஜொப்ஸின் வாசகத்தை அடிக்கடி நினைவூட்டுவார். 'பசித்திரு; முட்டாளாயிரு.' என்பார். அறிவுப் பசியாக இரு. உனக்கு ஒன்றுமே தெரியாத முட்டாளாயிரு. அப்பொழுதுதான் நீ புதிதைக் கற்று முன்னேறலாம்.

சிலோன் என்ற பெயர் மாற்றம் பெறுவதற்கு ஒரு வருடம் முன்னரே சகா பிறந்தார். வகுப்பிலே யார் அவரைக் கடந்து போனாலும் பிடரியில் ஓர் அடி கிடைக்கும். 'கட்டையன்' என்றுதான் அழைப்பார்கள். ஒருநாள் ஆசிரியர் 'உட்காராதே, எழும்பி நின்று பதில் சொல்' என்று எச்சரித்தார். இவர் 'நான்

எழும்பித்தான் நிற்கிறேன், சேர்' என்றார். ஒரு மதிய நேரம் வகுப்பில் ஆசிரியர் கொடுத்த கடினமான கணிதத்தை இரண்டே நிமிடத்தில் செய்துமுடித்தபோது எல்லாமே மாறியது. ஆசிரியர் அவரை வகுப்பர்களுக்கு முன் பாராட்டிய பின்னர் யாரும் அவரைக் 'கட்டையன்' என்று அழைத்தது கிடையாது. அன்று ஆசிரியர் சொன்ன அறிவுரை இன்றும் அவருக்கு நினைவிருக்கிறது. 'உருவத்துக்கும் அறிவுக்கும் சம்பந்தமே கிடையாது. அறிவுதான் ஒருவர் எதிர்காலத்தைத் தீர்மானிக்கும்.'

கனடா வந்தபோது அவருக்கு வயது 19. ஒருவர் துணை இல்லை. பகலில் படிப்பு, இரவில் வேலை. ஒருதடவை பக்கத்தில் நின்று பிளேட் கழுவிய அகதியிடம் எத்தனை வருடங்கள் அவர் அங்கே வேலை செய்கிறார் எனக் கேட்டார். அவர் '25 வருடங்கள்' என்றபோது திகைத்துவிட்டார். இதுவும் ஒரு மனிதரின் வாழ்நாள் தொழிலா? கனடியர்களின் எச்சில் கோப்பைகளைக் கழுவுவதற்கா இத்தனை பணம் செலவழித்து, 9000 மைல்கள் பயணம் செய்தார்? கனடா போன்ற நாட்டில் எத்தனை வசதிகள்? கம்புயூட்டர் வகுப்புகளில் தண்ணீரில் விழுந்த மீன்போல உள்ளே நுழைந்து வெளியே வந்தார். அபாரமான ஞாபகசக்தி அவருக்கு. ஆசிரியரின் வாயில் பிறக்கும் ஒவ்வொரு வார்த்தையும் நேரே போய் அவர் மூளையில் உட்கார்ந்து கொள்ளும்.

குளத்தின் கரையில் எச்சரிக்கையாக நீந்துவதுபோல ஆரம்பத்தில் சின்னச் சின்ன கம்பனிகளின் சைபர் பாதுகாப்புகளை உடைத்தார். அது ஒரு விளையாட்டு ஆகியது. உள்ளே நுழைந்து பார்வையிட்டுவிட்டுப் பாதுகாப்பைக் குலைத்த அடையாளமாக ஏதாவது ஒரு சிறு மாற்றம் செய்துவிட்டுத் திரும்புவார். அதன் பின்னர் சைபர் கம்பனி ஒன்றில் சேர்ந்து படிப்படியாக முன்னேறி அதே நிறுவனத்தின் முதன்மை செயல் அதிகாரியாக உயர்ந்தார். பின்னர் நாளடைவில் அதைச் சொந்தமாக்கிக் கொண்டார்.

அவரிடம் வேலைசெய்த 20 பேர்களில் டிலாரா, கற்கவேண்டும் என்ற வேட்கை கொண்ட துருக்கியப் பெண். அவரிடம் இரண்டு பிரச்சினைகள் இருந்தன. துருக்கிய மொழியில் இரண்டு இறந்த காலங்கள். ஒன்று சாதாரண இறந்த காலம்; மற்றது 'கேட்ட' இறந்த காலம். பழைய இலக்கியங்களில் 'என்மனார் புலவர்'

என்று வருவதுபோல எதைச் சொல்ல நினைத்தாலும் 'என்றார்கள்' என டிலாரா முடிப்பது வழக்கம்.

இரண்டாவது, எந்தத் தகவலையும் அவருக்குச் சுருக்கமாகச் சொல்ல வராது. இழுத்து இழுத்து மூச்சு வாங்க கடைசியில் விசயத்துக்கு வருவார். எடுத்த காரியத்தை முடிக்கும் திறமை கொண்டவர் என்பதால் சகாவுக்கு அவரைப் பிடிக்கும். ஆனால், அன்று நீலக் கண்களில் நீர் கசிய சகா முன்னே டிலாரா நின்றார்.

கம்புயூட்டரில் இன்னொருதடவை டிலாரா செய்த வேலையை சகா ஆராய்ந்தார். 'டிலாரா, நீ எழுதும் ஒவ்வொரு குறியீட்டு வார்த்தையும் தன் இருப்புக்காக உன்னிடம் சண்டை போட வேண்டும்; கெஞ்சவேண்டும். இப்படி நீளம் நீளமாக எழுதி யிருக்கிறாயே. சாகப் போகிறவன் நீளமாகப் பேசுவானா, சுருக்கமாகப் பேசுவானா. குறியீடு எழுதும்போது சாவு பக்கத்தில் காத்து நிற்பது போல எழுதவேண்டும். நீ சேக்ஸ்பியருடைய ஹாம்லெட் இறப்பதற்குமுன் பேசுவதுபோல இத்தனை விஸ்தாரமாக எழுதி வைத்திருக்கிறாயே. பார், அழகாகவா இருக்கிறது?'

டிலாரா மெல்லிய சன்னமான குரலில் 'ஆனால் இந்த மென்பொருள் அருமையாக வேலை செய்தது என்றார்களே' என்றார். 'ஓ, தெய்வமே, உனக்கு இன்னும் புரியவில்லை. முந்திய காலத்தில் தந்தி எழுதுபவர்கள் ஒவ்வொரு வார்த்தைக்கும் காசு எண்ணிக் கொடுக்கவேண்டும். அப்படி நினைத்துக் குறியீடுகளை எழுது. சரியாய் வேகாத பணியாரம்போல இருக்கிறது. பசியை ஆற்றும், ஆனால் சபையிலே பரிமாற முடியாது. நீ எழுதும் மென்பொருள் உன்னிலும் பார்க்கப் பெரிது. அதற்கு ஒரு மதிப்பைத் தரவேண்டும். வேலை செய்கிறதா, இல்லையா என்பது இரண்டாம் பட்சம். திருப்பி எழுது.' டிலாராவுக்கு அழவேண்டும் போல இருந்தது, ஆனாலும் சிரித்தபடியே வெளியேறினார்.

அன்றைய முக்கியமான பிரச்சினையை அகுடாவுடன் சகா விவாதித்தார். அவர்கள் சைபர் பாதுகாப்பில் இருக்கும் எரிவாயுக் கம்பனியின் அரணை உடைத்துவிட்டார்கள். அது ஸ்தம்பித்து நின்றது. லட்சக்கணக்கான மக்கள் தங்கள் வாகனங்களுக்கு எரிவாயு போடமுடியாத நிலை. இதைச் சரிசெய்வதற்கு அவர்கள்

குழுவுக்கு இரண்டு வாரத்திற்கு மேல் பிடிக்கும். எரிவாயுக் கம்பனியின் நாளாந்த நட்டம் பல மில்லியன் டொலர்கள். பிணைத்தொகையாக நாசகாரர்கள் வெறும் இரண்டு மில்லியன் கேட்டார்கள். அதைக் கிரிப்டோ காசாகக் கொடுத்துக் கம்பனியை இயல்பு நிலைக்குத் திருப்புவதுதான் சிறந்த வழி என சகா ஆலோசனை வழங்கினார். மிகத் துரிதமாகப் புதிய அரண்களை உண்டாக்கி பாதுகாப்பை வலுப்படுத்த தன் குழுவுக்கு ஆணையிட்டார்.

அகுடா உடனேயே காரியத்தில் இறங்கினார். வெடித்த முட்டைபோல அகுடாவின் முகத்தில் ஒரு கோடு நிரந்தரமாக இருக்கும். 20 வயதில் அவரிடம் அகுடா முதன்முதல் வேலை கேட்டு வந்தபோது அழுக்கான ஆடை அணிந்திருந்தார். வாராத தலைமுடியில் பேன் ஓடுவதை சகா கண்டார். உடனேயே அவரை தன் கம்பனியில் சேர்க்க முடிவு செய்தார். கனடாவின் ஆதிகுடிகள் இனத்தைச் சேர்ந்தவர் அகுடா. இனுயிட் மொழியில் அகுடா என்றால் புதைப்பதற்கு பிணங்களைச் சேகரிப்பவர் என்று பொருள்.

ஒருமுறை வருடாந்த விருந்திலே இனுயிட் பாடல் ஒன்றை அகுடா பாடினார். 'அது பரம்பரைப் பாடல், ஒருவருக்கும் வார்த்தைகளுக்குப் பொருள் தெரியாது, ஆனால், அந்தப் பாடலை அடுத்த தலைமுறைக்குக் கடத்துவது கடமை' என்றார்.' 'பொருள் தெரியாத பாடலைக் கடத்துவதால் என்ன பயன்?' என்றார் சகா. அகுடாவுக்கு மனம் பதறியது. 'அதிபரே, ஒரு காலத்தில் அதன் பொருளைத் தெரிந்து கொள்வார்கள். கிரேக்கத்தின் ஹைரோகிளிஃபிக்ஸ் மொழி அழிந்து, 1500 வருடங்களுக்குப் பின்னர் உயிரூட்டப்பட்டு, இன்றும் வாழ்கிறதே. அப்படி நடக்கலாம் அல்லவா?' என்றார். சகாவுக்கு அகுடா அவ்வளவு உணர்ச்சி வயப்பட்டது ஆச்சரியமாக இருந்தது.

சகாவின் மனைவியும் உணர்ச்சி வயப்படுபவர்தான். அவருடைய மகிழ்ச்சிக்கு ஒரு சின்ன விசயம் போதும். தனக்கு ஒன்று வேண்டும் என்று அவர் கேட்டது கிடையாது. கோபம் வந்தது இல்லை. குரலை உயர்த்தத் தெரியாது. திருமணங்களுக்கும், விருந்துகளுக்கும் போவதில் அதீத விருப்பம். அவர் கவர்ச்சியாக, உயரமாக இருப்பார். சகாவுக்குக் கொஞ்சம் கூச்சமாக இருக்கும். அலுவலகத்திலோ, உயர் அதிகாரிகளின் கூட்டங்களிலோ அவர்

அசௌகரியப்பட்டது கிடையாது. ஆனால் மனைவி பக்கத்தில் நிற்கும்போது, அவர் தோள் மூட்டுக்குக் கிட்டவாக சகாவின் உயரம் இருப்பதால், ஒன்றாகச் சேர்ந்துபோவதில் ஒருவித சங்கடம் இருக்கும். அவர் மனைவிக்கு உயரம் ஒரு பொருட்டே இல்லை. கணவர் பக்கத்தில் நிற்பதில் ஒரே உற்சாகம்தான். அன்று காலை ஒரு விபரீதம் நடந்தது. ஏதோ நினைப்பில் கணவரின் அலுவல் பெட்டியைத் திறந்தார். பின்னர் ஏன் திறந்தது என்று தெரியாமல் மூடினார். 'என்ன, உங்கள் அலுவல் பெட்டியில் ஒன்றுமே கிடையாதே. இதை ஏன் தினமும் காவுகிறீர்கள்?' என்றார். கணவர் 'பெரிய ரகஸ்யம்தான். ஒருநாள் உமக்கு அது தெரியவரும். அப்போது கொண்டாடுவோம்' என்றார்.

அந்தத் தொடர் மாடியில் குடியிருப்பவர்கள் எல்லோருமே உயர்ந்த பதவியில் இருப்பவர்கள். அல்லது சொந்தக் கம்பனி நடத்துபவர்கள். மனைவியின் விருப்பத்திற்கேற்ப அமைக்கப்பட்டு, இரண்டு மடங்கு விலையில் வாங்கிய பிரம்மாண்டமான வீடு, உச்சத்தில் 40ஆம் மாடியில் இருந்தது. அங்கே நின்று பார்த்தால் முழு ரொறோன்ரோ நகரத்தையும் ஆட்சிசெய்வது போல ஓர் உணர்வு ஏற்படும். தினமும் சகா அதிகாலையே கிளம்புவதால் மின்தூக்கியில் அநேகமாக தனியாளாகவே இறங்குவார். பின்னேரம் வீடு திரும்பும்போது மின்தூக்கி நிறைந்துவிடும். இவரைப் பார்த்து மரியாதையாக சிலர் தலை அசைப்பார்கள். ஆனால் ஒருவருடனும் அவர் பேசியது கிடையாது. வழக்கம்போல 35ஆம் மாடியில் இறங்கி மீதி ஐந்து மாடிகளையும் ஏறிக் கடப்பார். யாராவது கேட்டால் உடற்பயிற்சி என்று சொல்வார். அவர் உடம்பும் உருட்டி வைத்ததுபோல திடகாத்திரமாக இருக்கும். கைகளை வீசி வீசி நடப்பதால் வேகமாக நடப்பதுபோலத் தோற்றம் உண்டாகும்.

அவருடைய மகன் அறிவுக் கூர்மையானவன். விவாதம் என்று வந்தால் பின்வாங்க மாட்டான். 14 வயதில் பள்ளியில், 'நான் சட்டவிரோதமாக கனடாவுக்குள் நுழைந்தேனா? என்ன சட்டத்தை முறித்தேன்? உனக்குத் தெரியுமா கனடாதான் சட்டவிரோதமாக உருவாகிய நாடு,' என்று சகமாணவனோடு சண்டை போட்டவன். தனக்குப் பின்னர் சைபர் கம்பனியை மகன் நடத்துவான் என சகா நினைத்திருந்தார். ஆனால், அவனோ 'மனித குலத்துக்கு எது நல்லதோ அதைச் செய்யவேண்டும்' என்றான். 'ஒரு பெரிய சிகரெட் கம்பனிக்கு சைபர் பாதுகாப்பு

எதற்கு? மனிதர்களின் ஆயுளைக் குறைக்கும் ஒரு பொருளை உற்பத்தி செய்யும் நிறுவனத்துக்கு பாதுகாப்பு தேவைதானா?' சகா சொன்னார் 'மகனே, நான் அந்தப் பாதுகாப்பைத் தராவிட்டால் இன்னொரு கம்பனி அதைக் கொடுக்கும்.' 'ஆனால் அதை நீங்கள் வழங்கவேண்டுமா?'

'அப்பா, சோக்கிரட்டீஸ் காலத்திலிருந்து நல்லது, கெட்டது என்ற விவாதம் தொடர்கிறது. The truck problem பற்றி கேள்விப் பட்டிருப்பீர்கள். இந்த வருடப் பரீட்சையில் எனக்குக் கிடைத்த கேள்வி. ஒரு ரயில் வண்டியின் பாதையில் கர்ப்பமான சிங்கத்தைக் கட்டி வைத்திருக்கிறார்கள். அதுதான் உலகத்தின் கடைசி சிங்கம். உலகத்தின் அதிசிறந்த விஞ்ஞானியை இன்னொரு பாதையில் கட்டி வைத்திருக்கிறார்கள். உங்களிடம் ஒரு பட்டன் இருக்கிறது. அதை அழுத்தினால் ரயிலின் பாதை மாறும். ரயில் நேரே போனால் சிங்கம் சாகும், பாதை மாறினால் விஞ்ஞானி சாவார். 'நீ என்ன பதில் எழுதினாய்?' 'பட்டனை அழுத்தி சிங்கத்தைக் காப்பாற்றுவேன் என்று எழுதினேன்.' 'ஒரு விஞ்ஞானி போனால் இன்னும் நூறு விஞ்ஞானிகள் கிடைப்பார்கள். ஆனால், சிங்கம் இறந்தால் அதன் இனமே இந்தப் பூமியிலிருந்து மறைந்துவிடுமே?' 'உங்களால் எதைச் செய்யமுடியும் என்பது முக்கியமல்ல; எதைச் செய்யவேண்டும் என்ற தெரிவுதான் முக்கியம், அப்பா' என்று மகன் சொன்னான்.

அவன் இப்படிச் சிந்திப்பது அவருக்கு ஆச்சரியம் தருவதோடு பெருமையாகவும் இருந்தது. பொது நூலகத்தில் சைபர் தாக்குதல் நடந்தபோது முதலில்போய் உடைப்பைச் சரிசெய்தவர் சகாதான். அரசின் திறைசேரி பாதுகாப்பு அரணை உடைக்கும் அச்சுறுத்தல் வந்திருந்தது. அது நடந்தால் அரசின் முழு நிதி நிர்வாகமும் முடங்கிவிடும். அந்நியச் செலாவணி, பங்குச் சந்தை செயல்பாடுகள் போன்றவை நின்றுவிடும். வங்கிகள் இயங்கவே இயலாது. உடனேயே தன் குழுவுடன் சகா அங்கே சென்று முக்கிய அதிகாரிகளுடன் ஆலோசனை நடத்தி சிலமணிநேரத்தில் உடைப்பு முயற்சியைத் தடுத்துவிட்டுத் திரும்பினார்.

அன்று செய்யவேண்டிய காரியங்களின் பட்டியலில் கடைசியாகக் குறித்து வைத்த மகளின் பிரச்சினைக்கு வந்தார். 18ஆம் வயது பிறந்தநாளை ஆகாயத்திலிருந்து குதித்துக்

கொண்டாடியவள். மிருதுவான ஆட்டுத்தோல் லொறென்சா கட்டைப் பாவாடையை விரும்பி அணிபவள். அடுப்பூதுவதுபோல வாயைக் குவித்து வைத்துப் படம் பிடித்துத் தன் செல்பேசி சுவரில் சித்திரமாக இட்டவள். 'இரட்டைப் பிள்ளைகளை ஒருமுறை பெறுவேன். இரண்டு தரம் பிள்ளைத்தாய்ச்சியாக முடியாது' என்று 16 வயதில் பிரகடனம் செய்தவள். அவள் எதற்காகக் கள்ளக் காதலனுடன் ஓட வேண்டும்? அந்த முயற்சியை அவரால் ஒரு கொசுவை நசுக்குவதுபோல நிமிடத்தில் அழிக்க முடியும். அவளுடைய செல்பேசி நின்றுவிடும். கடன் அட்டை வேலை செய்யாது. வங்கிக் கணக்கு மூடிவிடும். காரை இயக்க முடியாது. கனடிய உளவுத்துறை பாதுகாப்பில் ஓட்டை ஏற்பட்டால் ஆலோசனைக்கு அவர்கள் அழைப்பது அவரைத்தான். மகளுக்கு அது தெரியாதா? உடைக்க முடியாது என்று நினைக்கும் அரண் களை உடைப்பதும், சிறந்த பாதுகாப்புகளை வழங்குவதும்தான் அவர் வேலை. அவர் அறியாத ரகஸ்யங்கள் இல்லை. தன் சின்ன மகளின் சின்ன வாழ்க்கையில் நடக்கும் சின்ன ரகஸ்யங்களைக் கண்டுபிடிக்க அவருக்கு எத்தனை நிமிடம் எடுக்கும்?

ஓர் உதட்டினால் மட்டும் சிரிக்கப் பழகிய அவருடைய மகள் பேசும்போது புது பிஸ்கட்டின் மணம் வரும். ஒருமுறை அவளுடைய தாய் 'ஏன் பதில் இல்லை?' என்று கவலைப்பட்டு எழுதியபோது 'முத்தத்தை முடித்துவிட்டுப் பதில் எழுதுகிறேன்' எனக் குறுஞ் செய்தி அனுப்பினாள். ஒரு பிரேசில்காரன் அவளது நாலாவது காதலன். 'இவன்தான் உன்னுடைய சரியான இணை என்பதை எப்படி முடிவு செய்தாய்?' என்று சகா கேட்டார். அவள் சொன்ன பதில் திடுக்கிட வைத்தது. கொஞ்சம் சிரிப்பையும் தந்தது. 'காதலர்களை, காதலின் உச்சத்தில் அழைக்கும்போது தவறுதலாக முந்திய காதலனின் பெயரைச் சொல்லிவிடுவேன். ஆனால், பிரேசில்காரனை தவறான பெயரில் அழைத்ததே கிடையாது, அதனால் அது உண்மையான காதலாகத்தான் இருக்கும்' என்றாள். 'அப்படியானால் உனக்கு நீயே ஆறுமாத டைம் கொடு. அதன் பின்னரும் உனக்கு பிரேசில் காதலன்தான் வேண்டும் என்று பட்டால் நாங்கள் முழுச்சம்மதத்துடன் உன்னை அவனுடன் இணைத்து வைப்போம். உன் முடிவுதான் எங்கள் முடிவு. உன் மகிழ்ச்சிதான் எங்களுக்கு முக்கியம். இதிலே களவாக ஓடவேண்டிய அவசியம் எங்கே வந்தது?'

அன்றைய அலுவல்களை முடித்துவிட்டு சகா வீட்டுக்குக் கிளம்பியபோது அவசரமாக ஓர் அழைப்பு வந்தது. பிரபலமான காசினோ சூதாட்டக் கம்பனியை சைபர் தாக்குதல் செயலிழக்கச் செய்துவிட்டது. நாளுக்கு மில்லியன் டொலர்கள் லாபமீட்டும் கம்பனி அது. வரமுடியாது என்று சொன்னபோது அவர்கள் இரண்டு மடங்கு ஊதியம் தருவதாகச் சொல்லி அவர் உறுதியைக் குலைக்கப் பார்த்தார்கள். 'வார்த்தை மாறாது' என்று சொன்ன போது அவர் மனசு என்றுமில்லாத மாதிரி லேசாகியிருந்தது.

வழக்கம்போல மின்தூக்கியை நிறைத்து ஆட்கள் நின்றார்கள். இவர் கைப்பெட்டியுடன் உள்ளே நுழைந்தார். வாயிலே குதூகலமான ஒரு பாட்டின் இசை ஓடியது, ஆனால், வார்த்தைகள் நினைவுக்கு வரவில்லை. 19 வயதில் தனியாளாக இரண்டு சமுத்திரங்களைக் கடந்து கனடா வந்தவரும், நாலு பக்கக் குறியீடுகளை ஒரு பக்கமாகச் சுருக்கிவிடும் திறமை பெற்றவரும், திறைசேரியில் ஒரு டொலர் கணக்கு தவறினாலும் நிமிடத்தில் அதைக் கண்டுபிடிக்கும் வல்லமை கொண்டவருமான சகாவால் 40ஆம் மாடி பட்டனை எட்டமுடியவில்லை. கைப்பெட்டியைக் கீழே வைத்துவிட்டு அதன்மேல் ஏறி நின்று 40ஆம் நம்பரை அழுத்தினார். சிலர் அதைப் பார்த்ததாகக் காட்டிக்கொள்ளவில்லை. இன்னும் சிலர் ஒரு பக்க முகத்தால் மட்டுமே பார்த்து மெல்ல நகைத்தனர். சகா ஒருவரையும் கவனிக்கும் நிலையில் இல்லை. அவர் மனம் 40ஆம் மாடியையும் தாண்டி எங்கோ மிதந்து கொண்டிருந்தது.

மனைவி யூட்யூபில் 'வருகலாமோ ஐயா உந்தன் அருகில்' என்ற நந்தனார் பாடலைக் கேட்டபடி கணவருக்காகக் காத்திருந்தார். அவரைக் கண்டதும் மனைவி துள்ளிக்கொண்டு எழுந்து அதிவேகமாக உடைமாற்றிப் புறப்பட்டார். மலர் தூவுவது போன்ற மெல்லிய பனிப்பொழிவுக்குள் காரைச் செலுத்திப் பிரபலமான அபெர்ஜீ டு பொம்மியர் உணவகத்தின் முன் சகா நிறுத்தினார். 'இங்கேயா? இரண்டு மாதத்துக்கு முன்னரே முன்பதிவு செய்தால்தான் இடம் கிடைக்கும் என்று சொன்னார்களே.' அவர் மெல்லிய சிரிப்புடன் செல்பேசியை எடுத்து ஒருநிமிடம் ஏதோ செய்தார். இருவரும் உள்ளே சென்றபோது வரவேற்பாளினி 'வாருங்கள்' என்று நாரை பறப்பதுபோல கழுத்தை முன்னே நீட்டி வரவேற்றார்.

செயற்கையான மங்கிய வெளிச்சமும், மெல்லிய இசையும், இனிமையான சூழலை உருவாக்கின. சேவகிகள் கறுப்புச் சீருடையில் நிழல்கள்போல சத்தமின்றி நகர்ந்தார்கள். கூரிய நகங்கள் கொண்ட மெல்லிய கைகள் மெனு அட்டையை நீட்டின. பல நிமிடங்கள் செல்பேசி வெளிச்சத்தில் மெனுவை ஆராய்ந்த பின்னர் சகா அபூர்வமான கறுப்புக் காளானில் தயாரித்த truffle எண்ணெய் கோழிவறுவலுக்கு ஆணை கொடுத்தார். அடுத்து ஆர்கியானோ வைன் வந்தது. 2023ஆம் ஆண்டு, உலகத்தின் சிறந்த நூறு வைன்களில் முதல் இடத்தை அது பிடித்திருந்தது. கணவர் ஒரு மிடறு குடிக்குமாறு மனைவியிடம் வேண்டினார். அவர் மறுத்தார். ‘அவ்வையார் அரசனுடன் கள் குடித்தது பற்றி பழைய பாடல் உள்ளது. நீர் ஒரு மிடறு குடித்தால் இன்றைய நாள் சிறப்படையும்’ என்றார். நாவைத் தொடும்போது ஒரு ருசியும், தொட்ட பின்னர் ஒன்றும், விழுங்கும்போது முற்றிலும் புதுவிதமான சுவையுமாக இன்னோர் உலகத்துக்கு அந்த வைன் அவர்களை அழைத்துச் சென்றது. கனவுக்குள் கனவு வந்ததுபோல அங்கே நிலவிய அற்புதமான சூழலைத் தொடர்ந்து அனுபவிக்கவே மனம் அவாப்பட்டது. ‘சரி, வீட்டுக்குக் கிளம்பும் நேரம் வந்துவிட்டது’ என்றார் மனைவி. ஒரு பணியாள் இவர்களின் காரைக் கொண்டுவந்து வாசலில் நிறுத்தினான்.

‘என்ன இவ்வளவு சந்தோசம்?’ மனைவி காரிலே அவரிடம் கேட்டார். ‘கொண்டாட்டம்தான். சும்மாவா? இன்று ஒரு லட்சம் டொலர் இழந்திருக்கிறேனே.’ ‘காசு இழந்தது உங்களுக்குச் சந்தோசமா?’ ’உமக்கு விளங்காது. பணம் போனால் சில சமயங்களில் பெருமகிழ்ச்சி உண்டாகும்.’ மனைவிக்கு ஒன்றுமே புரியவில்லை. ‘தாழாத கீர்த்தியும், மாறாத வார்த்தையும்’ என்று ஏதோ பிதற்றினார். கட்டணம் கட்டும் ஆறுவீதி சாலையில் கார் வேகமெடுத்தபோது மனைவி கேட்டார். ‘எப்படி இன்று உணவகத்தில் இடம் கிடைத்தது. முன்னர் பல தடவை முயற்சி செய்திருக்கிறோமே.’ ‘அற்ப விசயம் ஒன்று கொடுக்கும் அற்ப சந்தோசத்துக்காக அற்ப காரியம் ஒன்றைச் செய்யலாம். தப்பே இல்லை.’ என்றார்.

ஜனிகா ஓசா

ஜனிகா ஓசா ரொறொன்ரோ நகரத்தில் வசிக்கும் – ஓர் எழுத்தாளர், கல்வியாளர் மற்றும் பிரதி மேம்படுத்துநர் ஆவர். அவருடைய அதிக விற்பனை கண்ட முதல் நாவலான A History of Burning (2023) உலகத்தின் உயரிய கௌரவமான Asian Pacific American Award for Literature – எனும் விருதை வென்றுள்ளது. அத்துடன் இன்னும் பல உலக இலக்கிய அமைப்புகளின் விருது இறுதிப் பட்டியலிலும் இடம் பெற்றுள்ளது. இவர் ரொறொன்ரோ பல்கலைக்கழகத்தில் புனைவு இலக்கியம் கற்பிக்கிறார். The Rumpus இலக்கிய இதழில் உதவி அல்புனைவு பிரதி மேம்படுத்துநராகப் பணியாற்றுகிறார். இவருடைய Fish Stories *(மீன் கதைகள்)* சிறுகதை ஓ ஹென்றி 2022 அதி சிறந்த சிறுகதைகள் தொகுப்பில் தேர்வாகி இடம் பெற்றுள்ளது.

மீன் கதைகள்

ஜனிகா ஓசா

என்னுடைய இறந்துபோன சகோதரன் வீட்டுக்கு வந்த சமயம் நான் உப்பு மணக்கும் சூப்புக்கும், சுடுதண்ணீரில் கொழுத்த காளானுக்கும், இனிப்புக் கூடிய எலுமிச்சைப் பழத்தின் கூரிய நெடிக்கும் நடுவில் தூக்கத்திலிருந்து எழும்பினேன். அம்மா என்னுடைய படுக்கை அறைக்குள் நுழைந்து தன்னுடைய குளிர்ந்த கைவிரல்களால், நித்திரையிலிருந்த என்னைத் தொட்டு இழுத்து விடுவித்தார். அவன் வந்துவிட்டான் என்றார். யார்? உன்னுடைய சகோதரன்தான். அம்மா அவனுடைய பெயரைச் சொன்னபோது நான் அவனைப் பற்றிய அந்த எண்ணத்தை வெளியே தள்ளினேன். ஒரு காலத்தில் அவனுக்கு வட்டமான தடித்த கண்ணாடி அலங்கரிக்கும், என்னை எப்பவும் பொறாமைப்பட வைக்கும், கண் இமைகள். கட்டம்போட்ட, அல்லது மான்செஸ்டர் போலோ சேர்ட் அணிந்திருப்பான். இறுதிவரை முளைக்காத கொடுப்பு பல் இடைவெளி தெரியும். நான் படுக்கையில் உருண்டபடி சொன்னேன் என்னுடைய சகோதரன் இறந்துவிட்டான். என்னைத் தூங்க விடுங்கள். அம்மா பொறுமையாகப் போர்வையை விலக்கினார். பிப்ரவரிக் காற்று என் இரவு ஆடைக்குள் நுழைந்து அதன் வேலையைச் செய்யும்வரைக் காத்திருந்தார். வசிக்கும் அறையில் அவன் காத்திருக்கிறான். அவனுக்கு மாற்று உடுப்பு தேவை. உன்னுடையதில் ஒன்றைக் கொடு என்றார்.

அவர் அறையை விட்டு வெளியேறிய பிறகு என் சகோதரனோடு கதைப்பது கேட்டது. அவனுக்குப் பசிக்கிறதா,

எப்பொழுது கடைசியாகச் சாப்பிட்டான் என்று விசாரித்தார். நான் ஒரு கால்சட்டையையும், வீட்டுக்கு அணியும் சேர்ட் ஒன்றையும் என் கைகளில் மடித்து எடுத்து வைத்துக்கொண்டு வசிக்கும் அறைக்குள் நுழைந்தேன். அம்மா உயரம் குறைந்த சோபாவில் அமர்ந்து பூவேலை செய்த தலையணைமேல் தன் கைகளை உரசிக்கொண்டிருந்தார். அவன் நனைந்திருக்கிறான். அவனிடம் உடுப்புகளைக் கொடு, மாற்றட்டும் என்றார். நான் உடுப்புகளை அம்மாவுக்குப் பக்கத்திலேயே வைத்துவிட்டு என் சகோதரன் எதற்கு நனைந்துபோய் இருக்கிறான் என்று கேட்டேன். புயல் காற்றுத்தான் என்றார் அம்மா. அவர் அப்படிச் சொன்ன போது மழை யன்னலில் மத்தளம் போல அடித்தது. அவன் இங்கே வர அத்தனை தூரத்தையும் நீந்தித்தான் கடக்கவேண்டும். அவனுக்கு நீச்சல் தெரியாதே என்றேன் நான்.

என்னுடைய சகோதரன் பல வருடங்களுக்கு முன்னர், நாங்கள் இந்த நாட்டுக்கு வந்த சமயத்தில், தண்ணீரில் மூழ்கி இறந்து விட்டான். இங்கே பிள்ளைகள் நடக்கத் தொடங்க முன்னரே நீந்தப் பழகிவிடுவார்கள் பொதுசன நீச்சல் குளங்களைத் தளதளவென்ற சதைகளும், மிருதுவான கற்றை முடிகளும் கொண்ட குழந்தைகள் நிறைத்திருப்பார்கள். அம்மா என்னைப் பார்த்து அவன் நிச்சயமாக நீச்சல் கற்றுக்கொண்டான் என்றார். அத்தனை தூரத்தையும் அவன் நீந்திக் கடக்கவேண்டும்.

அந்த நெடி என்னவென்று நான் வினவினேன். சமையலறையில் இருந்து புறப்பட்ட ஒருவித அமிலப் புகை கலந்த மணத்தை என் மூக்குத் துவாரங்கள் கண்டுபிடித்துவிட்டன. நான் ஒரு சூப் செய்யவேண்டும் என்றார் அம்மா. அந்த வேலையைப் பார்க்கப் போகிறேன், உன் சகோதரன் உடை மாற்றுவதற்கு நீ உதவி செய். அவர் அறையை விட்டு அகன்ற பின்னர் ஒரு கரண்டி பாத்திரத்தில் அடிபடுவதும், பூண்டு தெறிப்பதும், கடுகு எண்ணெயில் வெடிப்பதுமான சத்தங்கள் எனக்குக் கேட்டன. அவை நல்ல விதமாகப் பழுத்திருக்கின்றன என்று அம்மா சொல்லிக்கொண்டு, ஓர் அடி அடித்து வாழைப்பழத்தின் தோலை உரிக்கும் சத்தமும் கேட்டது.

அம்மா சற்றுமுன் அமர்ந்திருந்த சாய்கதிரையை அணுகி, அவர் உட்கார்ந்திருந்த அதே இடத்தில் அமர்ந்துகொண்டு, அங்கே குவிந்திருந்த ஆடைகளைத் தொட்டுப் பார்த்தேன். என்னுடைய சகோதரன் என்னிலும் வயது கூடியவன் என்றாலும் எடை குறைந்து லேசாக இருப்பான். அவனுடைய கன்ன எலும்புகள் முகத்தைச் செதுக்கியது போன்ற தோற்றத்தைக் கொடுக்கும். நாங்கள் எப்போதாவது கட்டிப் பிடிக்கும்போது அவனுடைய கழுத்து எலும்பும் என்னுடைய கழுத்து எலும்பும் இடித்துக்கொள்ளும். அது அடிக்கடி நடக்காது, ஆனாலும் நாங்கள் பள்ளியிலிருந்து திரும்பும்போது அவன் கைகளை என் தோள்மீது போட்டு அந்த மைதானத்தில் விளையாடும் சிறுவர்களின் கூச்சல்களுக்கிடையில் என் காதுகளில் ரகஸ்யமாகக் கதைப்பான். நீங்கள் எங்கேயிருந்துதான் இங்கே வந்தீர்கள் என்று அவர்களுடைய இரைச்சல் கேட்கும். உன்னுடைய அப்பாவுக்கு என்ன நடந்தது? என்னுடைய அண்ணன் ஒன்றுமே நடக்காததுபோல வெகு சாவகாசமாக அந்தப் பையன்களைப் பார்த்துத் தலையை ஆட்டுவான். அவர்கள் வயிற்றைப் பிடித்தவாறு வளைந்து கொடூரமாகச் சிரித்துக் கேலி செய்வார்கள். அண்ணன் என்னைப் பாதுகாப்பாக அணைத்து அழைத்துச் செல்வான். அது அவனுக்கு ஒரு பொருட்டே இல்லை.

சமையலறையில் ஏதோ படபடக்கும் ஒலி. காய்ந்த மிளகாயைச் சட்டியில் இட்ட சத்தமாகவோ அல்லது பின் அடுப்பில் நெருப்பு தாமதமாகப் பற்றுவதில் உள்ள பிரச்சினையாகவோ இருக்கலாம். எல்லாம் கிட்டத்தட்ட ஆயத்தமாகிவிட்டது என்று அம்மா உச்சமான பாடும் குரலில் அழைத்தார். அது நடு இரவு என்றோ, இன்னும் ஐந்து மணி நேரத்தில் ஆஸ்பத்திரியின் நோயாளர் பகுதியில் முழு நாளும் அவர் கால்களில் பணி நிமித்தமாக நிற்கவேண்டும் என்றோ அவர் கவலைப்பட்டதாகத் தெரியவில்லை. சரி என்று நான் அவருக்குப் பதில் கூறினேன். பின்னர் துணிகளைச் சேர்த்துச் சுருட்டி தலையணையின் கீழ் மறைத்து வைத்தேன்.

ஒருநாள் நான் பள்ளிக்கு வந்தபோது அன்று ஒருவரும் ஆர்வமாக எனக்குத் தொல்லை தரவில்லை. மாறாக, ஆறாம்

வகுப்பு மாணவர்கள் என் அண்ணனைச் சுற்றி நிற்க, அவன் அவர்களுக்குக் கதை கதையாகச் சொல்லிக் கொண்டிருந்தான். அவனுடைய கைகள் காற்றில் மலையையும், ஆற்றையும், யானைகளையும், வாள்களையும் வரைந்தன. ஆமாம், சிங்கங்களின் மேல் சவாரி செய்துதான் நாங்கள் பள்ளிக்கூடங்களுக்குச் செல்வோம். இரவுச் சாப்பட்டிற்கு அம்மா ஒரு குரங்கைக் கொன்று, அதன் மண்டை ஓட்டைப் பிளந்து சுடச்சுட மூளையைச் சாப்பிடத் தருவார். ஆம், என்னுடைய கடைசி பிறந்த நாளுக்கு உகண்டா அரசர் தேநீர் விருந்து அளித்தார். மாம்பழச் சதையில், ஆசைப் பழத்தின் விதைகளை மாணிக்கக் கற்கள்போல பதித்து கேக் வெட்டிப் பகிர்ந்துண்டோம். ஆமாம், அரசர் எங்கள் குடும்பத்தை ஒரு முக்கிய காரியமாக வெகு தூரத்தில் இருக்கும் கனடா நாட்டுக்கு அனுப்பிவைத்தார். நாங்கள் நீந்திக் கடந்துதான் கனடாவுக்குள் நுழைந்தோம். அந்தப் பயணம் ஒரு வருடம் எடுத்தது. சில நாட்கள் கழித்து பாதிப் பயணத்தில் என் அப்பா பணப்பையை மறந்தது நினைவுக்கு வந்து மறுபடியும் திரும்பிப் போனார். இன்னும் சில நாட்களில் அவர் பணப்பையுடன் வந்து விடுவார். அவனைச் சுற்றி நின்ற பையன்கள் தலையைத் தயக்கமாக ஆட்டினார்கள். பின்னர்தான் எனக்குப் புரிந்தது அது பொறாமை என்று.

அம்மா சமைத்துக் கொண்டே ஒரு பாடலை முணுமுணுத்தது எனக்குக் கேட்டது. அவர் தன் முடியைச் சுருட்டி தலைக்குமேல் உயரமாக அலங்கரித்திருந்தார். மூன்று இரும்பு பாத்திரங்களில் இருந்து கிளம்பிய நீராவி அவர் மூக்கில் புள்ளிகளிட்டது. அம்மாவின் புஜம் ஒரு பாத்திரத்துக்குள் மறையும் அளவுக்கு ஆழமாகப் போய்விட்டது. அவர் சத்தமிட்டபடி முள்ளுக் கரண்டியால் பச்சை வாழைப்பழத்தைக் குத்திக் குத்தி சமையல் செய்தார். ஏதாவது உதவி தேவையா என்று நான் கேட்டேன். ஆனால் அவர் வேண்டாம் என்று தன் முதுகை எனக்குக் காட்டியபடி தலையாட்டினார். நீ இப்போதைக்கு உன்னுடைய அண்ணனைப் பார்த்துக்கொள். அவன் நீ இல்லாததை எண்ணிப் பெரிதும் வருந்தியிருக்கிறான். அம்மா சமையல் சாமான் பெட்டகத்தைத் திறந்து பெரிய பாத்திரம் ஒன்றை எடுத்து அதற்குள்

சூப் தண்ணீரையும், சூடான மரக்கறி வகைகளையும் கலக்கி அதன் மேல் ஒரு கை உப்பையும் தூவினார். அவனுக்கு உறைப்பு அவ்வளவு பிடிக்காது என்று சொல்லியபடியே பச்சை மிளகாயையும் சேர்த்தார். பின்னர் பாத்திரங்களைத் தன் கைகளால் தாங்கி விழாமல் ஏந்தியபடி என்னையும் அண்ணனையும் நேருக்கு நேர் பார்ப்பதற்காகத் திரும்பினார்.

ஆ, அவன் எங்கே போனான் என்றார். நான் வசதியாக இழுத்துவிட்ட பக்கத்து இருக்கையைப் பார்த்தேன். என்னுடைய அம்மா நெருங்கி வந்து இரண்டு கோப்பைகளையும், ஒரு கிண்ணத்தையும் நிரையாக அடுக்கினார். கைதுடைக்கும் பேப்பரைக் கரண்டியின் கீழ் வைத்தார். இரண்டு வெறும் நாற்காலிகளைச் சுற்றி நீராவி உப்பு, எண்ணெய் வாசனையுடன் சுழன்று மேலெழும்பியது. இப்படியேதான் எழு வருடங்களுக்கு முன்னர் என் அண்ணன் பள்ளிக்கூடத்திலிருந்து திரும்புவதை எதிர்பார்த்து பிளேட்கள் மேசையில் வைக்கப்பட்டிருந்தன. அண்ணன் திரும்புவதற்காகக் காத்திருந்தபோது கரண்டி இப்படித்தான் தொடாமல் இருந்தது. கை துடைக்கும் கடுதாசி மடிப்புக் கலையாமல் பெட்டகத்தில் வைக்கப்பட்டது. ஆனால் இரவு முழுவதும் உணவு அப்படியே மேசையில் விடப்பட்டது. காலையில் பார்த்தபோது பூச்சிகள் சோளத்தைத் தின்றுவிட்டன. ஈ ஒன்று வயிறு வீங்கி செம்மஞ்சள் கொழுப்பில் பிரண்டுபோய் இறந்து கிடந்தது. பின்னர்தான் எங்களுக்கு ஒரு விசயம் புரிந்தது.

சில பையன்கள் என் அண்ணனுடன் பந்தயம் கட்டினார்கள். அவன் உண்மையில் உலகின் ஒரு கோடியில் இருந்து மறுகரைக்கு நீந்திக் கடந்தானா? அதை நிரூபித்துக் காட்டு என்று அவனைப் பள்ளிக்கூடம் விட்ட பின்னர் சிற்றாறு ஒன்றுக்கு அழைத்துச் சென்றார்கள். அவன் ஆகாய விமானம் பற்றியோ, படகு பற்றியோ அல்லது உயிர் காப்புச் சட்டைகள் பற்றியோ சொல்லியிருந்தால். நிரப்பி வைக்கப்பட்ட பாத்திரங்களுக்கு முன்னால் அம்மா உட்கார்ந்திருந்தார். தன்னுடைய ஈரமான விரலை வயிற்றிலே துடைத்தார். பரவாயில்லை என்றார். அவன் எந்த நாளும் திரும்பக்கூடும். காலை மட்டும் இதை அப்படியே விடுவோம்.

*

வழக்கம் போல மேலே சொன்ன கதையை ஆசிரியரிடம் அனுமதி பெற்று மொழியாக்கம் செய்தேன். கதையை மொழி பெயர்க்கும்போது ஏற்பட்ட சில சந்தேகங்களை அவர் தீர்த்து வைத்தார். ஒவ்வொரு முறையும் கதையைப் படித்தபோது புது அர்த்தங்கள் கிடைத்தன. சில கேள்விகளைக் கேட்டபோது ஆசிரியர் உடனுக்குடன் பதில் அளித்தார்.

1) இந்தக் கதை இரண்டு உலகங்களில் நடக்கிறது. ஒன்று உண்மை உலகம்; இன்னொன்று கனவு உலகம். இப்படியான கதையை எழுதவேண்டும் என்ற எண்ணம் எப்படித் தோன்றியது?

பழைய நினைவுகள் மனதில் ஊடாடுவது பற்றி நான் அடிக்கடி சிந்திப்பேன். இப்படி மனதை அலைக்கழிக்கும் எண்ணங்களைச் சிறிது தூரம் நீட்டி ஆராய்ந்தால் என்ன என்று எனக்குப் பட்டது. அப்படி யோசித்தபோது முன்வாசல் கதவு வழியாக அந்தப் பழங்கால நினைவு நடந்து வந்தால் எப்படி யிருக்கும் என்று நினைத்தேன். கதையில் வரும் தாய்க்கு இந்தச் சம்பவம் முற்றிலும் நிசம். அந்த மகள் எப்படி இதை அனுபவிப்பாள் என்பதை ஆராய்வது இன்னும் சுவாரஸ்யமாக இருக்கும் என்று எண்ணினேன்.

2) கதையைச் சொல்வது ஒரு பெண் என்பதை ஏன் கதையில் மறைக்க வேண்டும். ஏதாவது காரணம் இருக்கிறதா?

ஒரு காரணமும் இல்லை. கதையைப் படிக்கும்போது உங்களால் அதை இலகுவாக உணரமுடியும் என நினைத்தேன்.

3) இந்தக் கதை கனடாவில் நடக்கிறது. ஆனால் என்ன காலகட்டத்தில் இது நடக்கிறது என்பது சொல்லப்படவே இல்லை.

கதை நடந்தது ஒரு நிச்சயமான காலத்தில் இல்லை. ஆகவே அதைச் சொல்வது முக்கியமென்று நான் நினைக்கவில்லை.

4) கதையின் தலைப்பு Fish Stories (மீன் கதைகள்) என்று இருக்கிறது. அதற்கு ஏதாவது காரணம் இருக்கிறதா?

பொழுபோக்குக்கு மீன் பிடிப்பவர்கள் தாங்கள் பிடிக்கும் மீனின் நீளத்தை எப்படியும் மிகைப்படுத்தியே சொல்வார்கள். யாராவது அரை அடி நீளமான மீனைப் பிடித்தேன் என்று சொல்லியிருக்கிறார்களா? நாலு அடி மீன், எட்டு அடி மீன், பத்து அடி மீன் என்று வாய்கூசாமல் பொய் சொல்லுவார்கள். இது உலகம் முழுக்க நடப்பதுதான்.

கதையில் வரும் இறந்துபோன பையனும் அப்படித்தான். தன் பள்ளித் தோழர்களுக்குச் சிங்கத்தின் முதுகில் ஏறி பள்ளிக்கூடம் போவதாகச் சொல்கிறான். உகண்டா அரசர் தேநீர் விருந்துக்கு அழைத்ததாகப் புளுகித் தள்ளுகிறான். ஆகவே அப்படியான தலைப்பு பொருத்தமாக இருக்கும் என்று நினைத்தேன்.

◯